சந்தியா
பதிப்பகம்

வண்ணதாசன் என்கிற கல்யாண சுந்தரம் பிரிட்டிஷ் இந்தியாவில் 22.08.1946இல் பிறந்தவர். பொதுவுடைமைக் கட்சியின் இதழாகிய 'தாமரை'யின் தொடக்ககால ஆசிரியர் தி.க. சிவசங்கரனின் மகன். திருநெல்வேலியில் 21E சுடலை மாடன் தெரு இவரது ஜென்ம பூமி. இதே தெருவின் எண் 28இல் இளம் பருவத் தோழனாய் இருந்தவர் கலாப்ரியா. கலாப்ரியாவுக்கு இவர் கல்யாணி அண்ணன். இன்றுவரை இலக்கியத்தில் தனக்கு முன்னோடியாக வழிகாட்டியாக 'கல்யாணி அண்ணனைத் தான் சொல்லிக்கொண்டிருக்கிறார். வண்ணநிலவனும் விக்ரமாதித்யனும் சமகால எழுத்தாளர்கள்; தோழர்கள்; ஊர்க்காரர்கள். தமிழ்ச் சிறுகதை உலகில் 50 ஆண்டுகள் நிறைவு செய்த பின்னும் தளர்வின்றித் தடம் பதித்து வரும் வண்ணதாசன் தனது கவிதைகளுக்கு 'கல்யாண்ஜி' என்ற புனைபெயரைத் தழுவிக்கொள்கிறார். 26 வருடங்கள் வங்கியில் பணிபுரிந்தார். வங்கி வாழ்க்கை எவ்விதத்திலும் அவரது இயல்பு வாழ்க்கைக்கு எதிராக இருந்ததில்லை என்பதை அவரது படைப்புகள் நிரூபண சான்றா வணங் களாக மெய்ப்பிக்கின்றன. பணி இட மாற்றங்களின் பொருட்டு நகர்ந்து சென்ற இடங்களில் காணும் மனிதர்களே வாழ்க்கை சார்ந்த தேடலின் பாடமாகவும் பாடபேதங்களாகவும் இருந்துள்ளனர்.

'நான் பயணித்த தூரம் குறைவு, பார்த்த இடங்கள் குறைவு' என்று நேர்ப்பேச்சுகளில் இவர் கூறி வந்தாலும் எதிர்ப் படும் மனித முகங்கள் ஒவ்வொன்றும் இவருக்கு ஒவ்வொரு உலகத்தைவிட்டுச் செல்கின்றன. அந்த ஒவ்வொரு உலகத்தின் பெருமூச்சும் பெருவியப்பும் இவருக்கு அனுபவங்களா கின்றன. மனித உணர்வுகளின் நோக்கை நுண்ணுணர்வைக் கண்டு சொல்கிற விந்தைக் கலைஞன் வண்ணதாசன் என்றால் அவற்றை அவர் பதிவு செய்யும் மொழியோ பிசிறற்றது;

அசலானது. நம்மைப் பின்னிப் பிணைக்கும் வாய்மை நிறைந்த மாய வலை அது.

இதில் சிக்குண்டோர் பலர். அவர்களுக்குள்ளும் அன்பு விளியாக இவரை 'ஆசான்' என்று அழைக்கிறார் கவிஞர் சாம்ராஜ். 'அப்பா' என்றழைக்கிறார்கள் கவிஞர் இசையும் கவிஞர் வெண்ணிலாவும். ஆரவாரமற்ற உடல்மொழியும் மொழிநடையும் கொண்ட வண்ணதாசனின் மண்டலம் மென்னிழைகளாலும் மென்மொழியாலும் கட்டப் பட்டிருந்தாலும் அதில் உட்பொதிந்திருக்கும் வீர்யத்தையும் கனலையும் ஆவேசத்தையும் கண்டுணர்ந்து வெளிப் படுத்தி எழுதியவர் தமிழ்ச்செல்வன். 'வாழ்க்கைக்கென்ன அதுபாட்டுக்கு என்னென்னவோ சொல்கிறது. வாழ்க்கை மாதிரி அலுக்காத கதை சொல்லி கிடையவே கிடையாது' என்று பேசுகிற வண்ணதாசனின் கதைகளும் கவிதை களும் கடிதங்களும் மனித வாழ்க்கையையும் அதன் அனைத்து சாத்தியப்பாடுகளையும் நமக்கு வாரி வழங்கிக் கொண்டிருக் கின்றன. 'தானாக நிகழ்வதுதான் தரிசனம்' என்கிற லா.ச.ராவின் வரிகள் வண்ணதாசனின் வாழ்வுக்கும் அவரை வந்தடைகிற வாசகர்களுக்கும் முற்றிலும் பொருந்தும் எனச்சொல்லத் தோன்றுகிறது.

'சமவெளி' என்கிற வண்ணதாசனின் வலைப்பூவின் பதிவு களிலிருந்து தெரிவு செய்யப்பட்ட கட்டுரைகளின் தொகுப்பே இந்நூல். வண்ணதாசனின் இரண்டு நேர்காணல்கள் இந்நூலின் இறுதியில் இணைக்கப்பட்டுள்ளன. ஒன்று 'சிற்றேடு' இதழிலும் மற்றது 'தீராநதி'யிலும் வெளிவந்தவை. இந்த இதழாசிரியர் களுக்கும் இந்த நேர்காணல்களை பதிவு செய்த பவுத்த அய்யனார், சிவசு, கட்டளை கைலாசம், ச. மகாதேவன், வேலம்மாள் ஆகியோருக்கும் எமது நெஞ்சார்ந்த நன்றிகள்.

சந்தியா நடராஜன்

சின்ன விஷயங்களின் மனிதன்

வண்ணதாசன்

சந்தியா பதிப்பகம்
சென்னை - 83.

சின்ன விஷயங்களின் மனிதன்
© வண்ணதாசன்

முதற்பதிப்பு: 2014 ● இரண்டாம் பதிப்பு: 2021

அளவு : டெமி ● தாள் : 60 gsm ● பக்கம்: 200
அச்சு அளவு : 11 புள்ளி ● விலை: ரூ. 240/-
அச்சாக்கம் : அருணா எண்டர்பிரைஸஸ்,
சென்னை-83
சந்தியா பதிப்பகம்
புதிய எண் 77, 53வது தெரு, 9வது அவென்யூ,
அசோக் நகர், சென்னை - 600 083.
தொலைபேசி: 044 - 24896979, 98409 52919

ISBN: 978-93-84915-00-1

Chinna Vishayangalin Manithan
© Vannadhasan

Printed at Aruna Enterprises.,
Chennai - 40.

Published by
Sandhya Publications
New No. 77, 53rd Street, 9th Avenue, Ashok Nagar,
Chennai - 600 083. Tamilnadu.
Ph : 044 - 24896979, 98409 52919

Price Rs. 240/-

sandhyapathippagam@gmail.com
sandhyapublications@yahoo.com
www.sandhyapublications.com
SAN-617

கனிவுடன்

இத்தொகுப்பில் தேர்ந்தெடுத்துப் பிரசுரமானவற்றையும், இவை தவிர்த்துச் 'சமவெளி'யில் பதிவாகியிருக்கிற இன்னும் பல வற்றையும் எழுதுவதற்குப் பெரும் தூண்டுதலும் ஊக்கப் பின்னூட்டங்களும் தந்திட்ட அனைத்து முகநூலர்களையும் நான் நெகிழ்வோடு நினைத்துக் கொள்கிறேன். எனக்கு அவர்கள் மிகவும் தேவையாக இருந்தார்கள். நான் எழுதுவதை வாசிக்க வாசிக்க, நானும் அவர்களுக்குச் சற்று தேவையாக இருந்திருக்கக் கூடும்.

●

அது நிறைய நேரம் கோரும், அலுப்பூட்டுகிற ஒரு பெரிய வேலைதான். நானாக இதைச் செய்திருக்கவே மாட்டேன். 'சமவெளி' வலைப் பூவிலும் என் முகநூல் பக்கத்திலும் பதி விட்ட, ஒழுங்கற்ற இடைவெளிகளுடன் சிதறிக்கிடந்த அத்தனை வரிகளையும் தேடியெடுத்து, தொகுத்து, வகைப்படுத்தி, எழுத்துருச் சீர்மையுண்டாக்கி அனுப்பிக் கொடுத்து, என் தேர்வைச் சுலபமாக்கிய சக்தி ஜோதிக்கு என் நன்றி உரித்தாகிறது.

ஒரு முக்கியமான கட்டத்தில், கணினிப் பயன்பாட்டில் அச்சுக் குழப்பங்கள் உண்டாகித் திகைத்த நேரத்தில், மிகக் குறைந்த அவகாசத்தில் அதைச் சீர்செய்து தந்த வடிவமைப்பாளர், தம்பி ஆர்.சி.மதிராஜுவுக்கும் என் நன்றி

●

2001இல் என்னை அடையாளங்கண்டு என் சிறுகதைகளின் முழுத்தொகுப்பை வெளியிட்டதில் துவங்கி, 2012 செப்டம்பரில்,

வண்ணதாசன் – 50 என மதுரையில் ஒரு விழா எடுத்து. என்னைச் 'சின்ன விஷயங்களின் மனிதன்' என இன்று வரை நிலை நிறுத்திவரும் சந்தியா பதிப்பகத்தினரை வணங்குகிறேன்.

●

தன்னுடைய புனைவுகளாலும், அதைவிடக் கூடுதலாகத் தன்னுடைய அபுனைவுகளாலும் நவீன தமிழுக்குத் தொடர்ந்த பங்களிப்பை அளித்துவருகிற திரு. அ. முத்துலிங்கம் அவர்களின் கையில் இந்தத் தொகுப்பைக் கனிவுடன் சேர்க்கிறேன்.

இப்படி இருப்பது...

'நீங்க – நான் ஃபிக்‌ஷன் எழுதுங்க' என்று என்னிடம் முதலில் சொன்னது கௌரி ஷங்கர் தான். அது என்னுடைய நிலக்கோட்டை பருவத்தில். 81 – 85ம் வருடங்களில் ஏதோ ஒரு நாளில்.

அது நான் மிகத் தீவிரமாகக் கதைகள் எழுதிக் கொண்டிருந்த காலம். 'பெயர் தெரியாமல் ஒரு பறவை' தொகுப்பின் அத்தனை கதைகளிலும் நிலக்கோட்டை மண்ணின் வாசமும் மனிதர்களின் சாயலும் இருக்கும். 'வேறு வேறு அணில்கள்' கதையில் வரும் சிலம்பாயியை அங்கே தானே பெற்றேன். அந்த, 'பெயர் தெரியாமல் ஒரு பறவை'யில் வரும் ரொட்டிக்காரர் இது போன்ற ஒரு மழைக் காலத்தில்தான் மரக்கதவைத் திறந்துகொண்டு வந்தார். மேல் கொக்கியின் உலோகச் சத்தம் இப்போது கூடக் கேட்கிறது. அவருக்குத் தலை துவட்டக் கொடுத்த தேங்காய்ப் பூ துண்டின் ஈரக் கனம், புழுங்கல் வாடை இன்னும் அகன்று விடவில்லை. அந்தச் சிறு பறவை மரக்கதவு விரிசலின் தூரத்தில், மழையில் சிறகொடுக்கிக் கிடந்தது. இன்னும் எனக்கு அது பெயர் தெரியாத பறவையாகவே இருக்கிறது.

எனக்கு கௌரிஷங்கர் மீது ரொம்பக் கோபம். இப்படிக் கதை எழுதுகிற ஒருவனை, அகதை எழுதச் சொல்கிறாரே, இது எதனுடன் சேர்த்தி? என்று வருத்தம் கூட. இந்தக் கோவில்பட்டிக்காரர்களே இப்படித்தான். எதையும் சிரித்துக் கொண்டே முகத்துக்கு நேரே சொல்லிவிடுகிறார்கள். சரியாகவும் சொல்லிவிடுகிறார்களே, என்ன பண்ண? தேவ

தச்சனும் இதே மாதிரி ஒரு சிரிப்புடனேயே, கி. ராஜநாராயண மாமா மணிவிழா முடிந்து மதுரை காலேஜ் ஹவுஸ் மாடியிலிருந்து இறங்குகிற படிக்கட்டுகளின் டானா திருப் பத்தில், 'கடைசியாகத் தெரிந்தவர்' கதையைப் பாராட்டிச் சொல்கிறார். அதை நம்புகிறவன் கௌரிஷங்கர் சொன்னதை எப்படி நம்பாமல் இருக்க முடியும்? ஒரு வேளை, நம்பினதால் தான் கோபம், வருத்தம் எல்லாம் வந்ததோ என்னவோ?

அவர் அப்படிச் சொல்லிவிட்டாரே என்பதற்காக, நான் மறுநாளே, கையில் வைத்திருந்த பேனாவை மூடி வைத்துவிட்டு, வேறு பேனாவில் வேறு நிற மை அடைத்து அகதைகளை எழுத ஆரம்பித்துவிடவில்லை. போன மாதம் வரை, இந்த தனுஷ்கோடி, அகஸ்தியர் அத்தை, பழனியாண்டி மாமா உட்பட, கதைகளாக மட்டுமே எழுதி வந்து கொண்டிருக்கிறேன். ஆனால் எந்தக் கதை முழுக்க முழுக்க கதை? எந்த எழுத்து முற்றாக முற்றிலும் புனைவு? இந்த வாழ்வு அகதை எனில், இந்த வாழ்வில் மனிதர்க்கு நிகழ்வ தெல்லாம் அபுனைவு எனில், எழுதப்பட்ட கதைகளும், எழுதப்படப் போகிற கதைகளும் அகதை அன்றி வேறென்ன?

அப்படிப் பார்த்தால், நான் எத்தனையோ காலம் காலமாக, முன்பு கதைகள் என்ற பெயரில் அகதைகளையும், இப்போது அகதைகள் என்ற பெயரில் கதைகளையும் தானே எழுதிவந்துகொண்டு இருக்கிறேன்.

ஜெயகாந்தன் எழுதிய, 'உன்னைப் போல் ஒருவனும்' 'பிரளயமும்' கதையெனில், அவர் எழுதிய 'சிலர் உள்ளே இருக்கிறார்கள்' கதைகளே அல்லவா? அவர் எழுதிய 'நினைத்துப் பார்க்கிறேன்' அபுனைவு எனில், 'ஒரு வீடு, ஒரு மனிதன், ஒரு உலகம்' மட்டும் புனைவாகிவிடுமா என்ன? எல்லோரும் நினைத்துத்தான் பார்க்கிறோம். எழுதுகிற எழுத்தெல்லாம் நினைத்துப் பார்க்கப்படுபவைதான். நினைவு என்பது நனவின் மீள் பார்வை. 'உதய சூரியனும்; 'நடந்தாய் வாழி காவேரியும்' எழுதின தி.ஜானகிராமன் 'உயிர்த்தேனும்' 'செம்பருத்தியும்' எழுதுவார். லா.ச.ரா 'அபிதா' எழுதி 'சிந்தா நதியும்' எழுதுவார். அ. முத்துலிங்கத்துக்கு, 'அங்கே இப்போது என்ன நேரமும்' 'மஹாராஜாவின் ரயில் வண்டியும்' ஒரே திசைத் தண்டவாளங்களில் ஓடுபவைதான்.

எஸ்.ராமகிருஷ்ணனின் 'துணை எழுத்து'வும் 'நெடுங்குருதி'யும் மல்லாங் கிணற்று வேப்பங்காற்றுப் பட்டவைதான். கலாப்ரியாவின் 'எட்டயபுரமும்' 'நினைவின் தாழ்வாரங் களும்' கவிதையா, அகவிதையா? இதில் புனைவென்ன கதை என்ன? அபுனைவு, அகதையின் முதல் எழுத்தாக வரும் ஆனா ஆவன்னாவுக்கு எல்லாம் வேறு வேறு அர்த்தங்கள் எல்லாம் கிடையாது. எல்லாவற்றிற்கும் ஒரே அர்த்தம் தான். உண்மை என்ற அர்த்தம் வாழ்வு என்ற ஒரே பெரும் அர்த்தம். அவள் என்று சொல்வதெலாம் அவனைத்தானே. சிவன் என்று சொல்வதெலாம் உமையைத் தானே.

நான் முன்பே சொன்னது போல, எல்லோரும் கோடற்ற ஒரு கோட்டின் மேல் தான் எழுதிக்கொண்டு வருகிறோம். காட்டில் விழுகிற ஒற்றையடிப்பாதை தான் கடலிலும் நமக்கு விழுகிறது. மண் புழுவுக்கு ஒரு வலசை. மடப் பிடிக்கு ஒரு வலசை. எல்லாம் இந்த ஈர நிலத்தின் உள்ளும் வெளியிலும் தான். இன்றைக்கு வர்ம சிகிட்சை வரிசையில் எனக்கு இடப் புறம் இருந்த இளைஞன் பிசகிச் சிரித்த சிரிப்பு என்னைப் பார்த்து அல்ல, அவனைப் பார்த்தே. தங்கவேல் பழமுதிர் சோலையில், தாழிப் பெருவயிறும், கூடு கொம்புமாய், மிச்சப் பழத்தோல் வீசப்படக் காத்திருக்கும் கிழட்டுக் பசுவின் கண்களைப் பார்க்கும்போது, ஐம்பது ஐம்பத்தைந்து வருடங் களுக்கு முன்பு, எங்கள் தெருவில் நடந்த ஒரு கல்யாண வீட்டு வாசலில் சோறு வாங்குவதற்கு நின்ற முதிய நரிக் குறவனின் மினுமினுத்த கண்கள் தானே ஞாபகம் வருகின்றது. அவருக்கும் இப்படி ஒரு பசித்த பெரு வயிறு கோவணத்திற்கு மேல் இறங்கிக் கிடந்தது.

நான் அருகிருக்க, ஒரு உறவினர், வேப்பிலையில் பொதிந்த அவருடைய பச்சைப் பிள்ளையைக் குழிக்குள் வைக்கும்போது, துளியளவு மஞ்சள் நிற நாசியுடன் சுண்டு விரல் பருமனுக்கு ஒரு வெள்ளைக் குண்டலப் புழு கண்ணில் பட்டது இன்னும் ஏன் ஞாபகம் இருக்கிறது? இரண்டு தினங் களுக்கு முன், நான் இதுவரை பார்த்திராத ஒரு மிருகச் சாவின் தோற்றத்தில், மல்லாந்து, நான்கு கால்களும் மேலே உயர்த்தி விறைத்துக்கிடந்த ஒரு செவலை நாய் ஏன் தீயில் பொசுக்கப்பட்ட நாற்பதுக்கும் மேற்பட்ட கீழ்வெண்மணிச் சாவையும் ராமையாவின் குடிசையையும் நினைவில் விம்ம வைத்தது?

ஏதோ இந்த உலகின் மொத்தப் பரப்பிலும் முழுக்கப் படர்ந்து தழுவிவிடுவது போன்ற களங்கமற்ற ஆசையில், மழைக்குப் பிந்திய படர் தாவரங்கள் அதனதன் குறுநீலப் பூக்களுடனும் பச்சைப் பேதைமையுடனும் சாலையோர மண்ணிலிருந்து தார்ப் பாதையின் எட்டுத் திசைகளிலும் கைவீசி இருக்கிறதே. பத்து நாட்களுக்கு இடையில் ஒரு காக்கை இறகு அல்லது புறாத் தூவி எப்படியும் எனக்குக் கிடைத்துவிடுகிறதே. எத்தனை பேர் கவனித்தும் கவனியா மலும் என்னைத் தாண்டிப் போகிறார்கள்? எத்தனை பேரை கவனித்தும் களிகூர்ந்தும் நான் கடந்து செல்கிறேன்?

இவற்றை, இவர்களை எழுதினால், இவை புனைவா, அபுனைவா? கதையா, அகதையா? எதுவாகினும் சரி. இவற்றை, இவர்களைப் பற்றி நான் கடந்த இரண்டரை வருடங் களுக்கும் மேலாக, , என்னுடைய ‘சமவெளி’ எனும் வலைப் பூவிலும், முகநூல் பக்கங்களிலும், ஆரம்பத்தில் தொடர்ந்தும், இடையில் அவ்வப்போதும், இப்போது எப்போதாவதும் எழுதிவந்தேன், வருகிறேன்.

பெரிதினும் பெரிதை எல்லாம் நான் எழுதிவிடவில்லை. சிறிதினும் சிறிதையே எழுதினேன். அந்தச் சிறிதினும் சிறிதில் பெரிதினும் பெரிதை உணர்கிறவனாக நான் இருக்கிறேன். எனக்குச் சின்ன விஷயங்களே பெரிய விஷயங்கள்.

ஒரு வெள்ளைத் தும்பைப் பூ, ஒரு சிறிய கழச்சிக் கல், ஒரு மணல் பரல், ஒரு உப்புக் கல், ஒரு துளிக் கண்ணீர், ஒரு ஈரச் சிறகுதறல், ஒரு நுனிப் பீடிச் செங்கங்கு, லச்சுமியின் உச்சி நரைச் சிகையில் கிடக்கும் ஒற்றை வேப்பம் பூ, தலைக்குத் தேய்க்கும் எண்ணெய் பாட்டிலில் நடனமிட்டுச் சுழலும் ஒற்றை நீள் மயிர்,, பென்சில் சீவும் நேரப் பெருவிரல் ரத்தச் சொட்டு. சாம்பல் பூத்துக் கிடக்கும் லீலாச் சின்னம்மையின் சிதை எலும்பு, காலில் மிதிபடும் தக்காளி விதைச் சிதறல், எரிந்தணைந்த கார்த்திகை விளக்கு, ஜன்னலுக்கு வெளியே வளரும் பேரீச்சைச் செடி,, இருட்டுக் கட்டிலில் படுத்திருந்த ஒரு முதிய பெண்ணின் உள்ளங்கையில் உறைந்தும் உருகியும் கிடந்த அவரின் வாழ்வு, ஆனந்த விகடனில் எழுதிய ‘நசுங்கிப் போனவை, போல, எழுதப்படாமல் என்னைச் சுற்றி மிச்ச மிருக்கும் ‘நசுங்கிப் போகாதவை’ எல்லாமும் தான் நான் இப்படிச் சின்னச் சின்னதாக என் வாழ்வில் கண்ட

டைந்தவை. அல்லது இவைகளின் ஊடாகவே நான் என் வாழ்வைக் கண்டடைந்து வருகிறேன்.

என் வாழ்வு பெரியதும் இல்லை. சிறியதும் இல்லை. அது வாழ்வு. நான் பெரிய மனிதனும் இல்லை. சிறிய மனிதனும் இல்லை. மனிதன். சின்ன விஷயங்களின் மனிதன்.

இப்படித்தான் இருக்கிறேன் நான்.

இப்படி இருப்பது போதும் எனக்கு.

19.சிதம்பரம் நகர், கல்யாணி.சி
பெருமாள்புரம் 08.11.2014.
திருநெல்வேலி 627007

இந்த சமவெளியையும்...

சமவெளிக்கு வந்துவிட்டேன். ஏற்கனவே சமவெளியில்தானே இருக்கிறேன். ஐம்பது வருஷங்களாக இருக்கிற, நடமாடுகிற, வாழ்கிற சமவெளி. இதற்கு எல்லைகள் கிடையாதுதான். எல்லைகள் உண்டெனில் ஒரு அடையாளத்திற்கு, 21. இ.சுடலைமாடன் கோவில் தெருவில் இருந்து, 19. சிதம்பரம் நகர், பெருமாள்புரம் வரை என இப்போது சொல்லிக் கொள்ளலாம். என் 16 வயதில் இருந்து இந்த 66 வரை விரிகிற சமவெளி.

இன்னொரு வகையில் புதுமை, ஏப்ரல், 1962 முதல் உயிர் எழுத்து மார்ச், 2012 வரை எனச் சொல்லலாம்.

சமவெளியில் மேலும் இருப்பேன். சமவெளியில்தான் இருக்கவும் முடியும் என்னால். சிகரங்களில், பள்ளத்தாக்குகளில், பீடபூமிகளில், பாலைகளில், பனிப் பிரதேசங்களில் இருப்பவர்களுக்கு, அங்கிருப்பது எவ்வளவு சந்தோஷமானதோ, அதே அளவுக்கு இந்த சமவெளியில் இருப்பது எனக்கு சந்தோஷமானதே.

இரண்டு பேருக்கு நான் நன்றி சொல்ல வேண்டும்.

எனக்காக, எனக்காகவும் என்பது சரியாக இருக்கும். ஒரு வலைத்தளம் நடத்திவந்த, வருகிற திரு.S.I. சுல்தான் அவர்களுக்கு. விகடனில் வெளிவந்த 'அகம்புறம்' தொடரால் சற்று விரிவான வாசகர்களை அடைந்த என்னை, மேலும் அதிகமானவரிடம் கொண்டு சேர்க்க அவர் காட்டிய ஆர்வம் என் நன்றிக்குரியது.

அப்புறம், இந்த வலைப்பூவுக்கு, 'சமவெளி' எனப் பெயரிட்டு, இதைத் துவங்க எனக்கு எப்போதும் போல உடனிருக்கும் கோபாலுக்கு.

சொல்லவே வேண்டாம், இது கணபதி அண்ணனுக்கே சமர்ப்பணம். அவன் இப்போது இல்லை என்பது எவ்வளவு உண்மையோ, அதே போல அவன் இல்லை என்றால் நானும் என்னுடைய இந்த ஐம்பது வருடச் சமவெளியும் இல்லை என்பதும்.

இந்த 'சமவெளி'யையும் முதலில் அவனே வாசிக்கட்டும்.

◆

ப்ரெய்லில் ஒரு பிரார்த்தனை

இன்றைய ஹிந்து நாளிதழில் ஒரு நிழற்படம் வெளியாகி யிருக்கிறது.

அவர்களது ஆவணக் காப்பிலிருந்து தேர்ந்தெடுக்கப்பட்ட ஒன்று.

வார்த்தைகளுக்கு அப்பால் என்று சிவப்பெழுத்துக்களில் அந்தப் படம் பற்றிய குறிப்பு தொடர்கிறது.

குருதேவ் ரபீந்திரனாத் தாகூரை, ஒரு நியூயார்க் சந்திப்பில், 1930இல், ஹெலென் கெல்லெர் சந்தித்த நேரத்தின் அற்புதமான படம். ஹெலென் கெல்லெர் ஏற்கனவே அழகானவராகவே இருந்திருக்கிறார். வலது கையால் அவர் தாகூரை அணைத்திருப் பதையும் இடதுகையால் தாகூர் அவரை அணைத்திருப்பதையும் நாம் அந்தப் படத்திற்கு அப்பால் யூகித்துக் கொள்ளவேண்டும். இதுபோன்ற தருணங்களில் நம் கைவசம் அணைப்பைத் தவிர நம்மைத் தெரிவிக்க வேறொன்றும் எஞ்சுவதில்லை.

ஹெலென் தன் இடக்கை விரல்களால் குருதேவை வாசித்துக் கொண்டிருக்கிறார். தாகூரின் வலக் கன்னத்துத் தாடி இழைகளில் எழுதப்பட்டிருக்கும் தாகூரை அவர் விரல்கள் வாசித்து நகர்கின்றன. தாகூர் எனும் மனிதன் சில வரிகளாக தன்னை ஒப்புக்கொடுத்து நிற்கும் நிலை. ஒரு சிலை போல நிற்கிறார் அவர். ஒரு பெண்ணால், அல்லது ஹெலென் கெல்லெர் போன்ற அழகிய மனுஷியால் வாசிக்கப்படும் நேரத்தின் பூரண அதிர்வில் நிற்கிற தாகூர். அவருக்குப் பார்க்க முடியும். ஹெலென் கெல்லெரை பௌதிகமாகவும் அவர்

அறிந்திருக்கிற உயர்நிலை அவருடைய சற்றே உயர்ந்து இடுப் பளவில் அசையாது நிற்கிற வலது கையில் தெரிகிறது. நான் கற்பனை செய்துகொள்கிறேன். ஹெலென் கெல்லெரை இடுப்போடு சேர்த்து அணைத்துக் கொள்வதற்கான தவிப்பில் தாகூரின் வலது கை இருப்பதாக.

இந்த நாளின் முகங்களின் பரிச்சயத்தில், எல்லா முகங்களையும் வேறொரு முகத்தின் சாயலுடன் ஞாபகப்படுத்திக் கொள்ளும் பழக்கம் உள்ள எனக்கு, குருதேவரின் முகத்தில் ஓஷோவின், சத்குரு ஜக்கி வாசுதேவின் சாயல் எல்லாம் மேக நிழல் போல் விழுந்து நகர்கிறது. கோபுரங்களின் மேல் சாயுங்கால வெளிச்சம் விழுந்து நகர்வதைப் பார்த்தவர்களுக்கு, அக்கணம் மேலும் புரிபடும் கோபுர தரிசனம்போல அது.

தாகூர் ஒரு பெரும் தழுதழுப்பில், நிறைவின் பெருக்குடன் இருந்திருக்க வேண்டும். அவர் பார்வை, இதற்குமுன் அவர் அடைந்திராத ஒரு பார்வையுடன் இருக்கிறது. நானே அதற்கு முன் பல முறை அவரை உடனிருந்து பார்த்திருப்பது போலவும், இப்போது குருதேவ் அடைந்திருக்கும் உணர்வுச் செறிவான முகத்தை இதற்கு முன் அவர் அடைந்ததே இல்லை என்று என்னால் உறுதி யாகச் சொல்லமுடியும் எனவும் தோன்றுகிறது.

ஹெலென், பார்வைத் திறனற்றோரின் மேல் நோக்கிய பார்வை யுடன் இருக்கிறார். ஒரு வெதுவெதுப்பான, இதுவரை வாசிக்கக் காத்திருந்த ஒரு உயிருள்ள கவிதையை வாசிக்கிற, ஒரு குளிர் தடாகத்தில் கொஞ்சம் கொஞ்சமாக இறங்கி, அவரே குளிர் தாண்டிய தடாகம் ஆகிவிடுகிற நேரத்தின் மலர்ச்சி ஹெலெனின் உதடுகளில் மலர்ந்திருக்கிறது. எனக்கு நிச்சயம், ஹெலெனுமே இதற்கு முன்பு இத்தனை ஒளிரும் அழகுடன் இருந்திருக்கவேமாட்டார்.

நான் இப்போது குருதேவாகக் கூட அல்ல, ஹெலென் கெல்லெர் ஆக இருக்க விரும்புகிறேன்.

எனக்கு ப்ரெய்ல் தெரியும், தாகூரை விரல்களால் வாசிக்கிற அளவுக்கு.

✦

இப்போதும் கூட

இன்றும் இன்னொரு புகைப்படமே உதவிக்கு வருகிறது.

இதுவும் ஹிந்து ஞாயிறு இணைப்பில் வெளியாகியிருக்கும் ஒன்றுதான்.

மிக எளிய ஒன்று. சுலபமாகத் தாண்டிபோய்விட முடிவது போல, ஆனால் அப்படி முடியாமல், பார்வையைத் தானிருக்கும் மேல்பக்க மூலையிலேயே நிறுத்துவது.

அந்தப் பெயரை எப்படி உச்சரிப்பது என்று தெரியவில்லை. அயல் பெயர்களை, அந்தந்த மொழி, அது சார்ந்த இன, பிராந்திய மரபு தெரியாது முழுமையாக அழைக்க இயலாது. Sebastian Cortes என்பதன் பின் பெயரை எப்படிஎழுதுவது, கோர்ட்ஸ் என்றா, கோர்ட் என்றா அல்லது வேறெதுவும் ஆகவா? எந்த எழுத்தில் மௌனம், எந்த எழுத்தில் அழுத்தம்? பேசாமல்,செபாஸ்டியன் என்பதை வண்ணநிலவன் குரலில் 'செபஸ்தி' என்று கூப்பிட்டு விடலாம். நன்றாகத்தான் இருக்கும்.

செபஸ்தியின் அம்மா வழி இத்தாலி. அப்பா வழி பெருவியா. ஆனால் செபஸ்தியிடம் இருப்பது அமெரிக்க கடவுச் சீட்டு. 2004ல் இருந்து மனைவியோடும் இரண்டு குழந்தைகளோடும் ஆரோவில் நகரியத்தில் இருக்கிறார். அவர் பாண்டிச்சேரியை எடுத்த புகைப்பட கட்டுரைப் புத்தகம் வெளியாகியிருக்கிறது. அதில் உள்ள ஒன்றுதான் ஹிந்துவில்.

ஒரு பழைய பாண்டிச்சேரி 'தெருவடி' வீடு. இடது பக்கம் மூடிய கதவுகள் உள்ள ஒரு கம்பி ஜன்னல். நடுவே வீட்டு வாசல். ஒன்று சற்றுத் திறந்திருக்கிற, இன்னொன்று மூடியிருக்கிற மரக்

கதவுகள். வலதுபக்கமும் ஜன்னல் உண்டு. அது திறந்திருக்கிறது. ஒரு சிவப்பு சைக்கிள் குறுக்காக. லேடீஸ் சைக்கிள். வேறு இரு சக்கர வாகனங்களும் உண்டு போல. ஏற்றி இறக்க ஒரு சாய்தளம். ஒரு சருகு இல்லாத துப்புரவான தெருப்பக்க நடைபாதை. கருப்பு வெள்ளை போக்குவரத்து விளிம்பு பளிச்சென்று.

இதை எல்லாம் விட முக்கியமானதும், புகைப்படத்தின் ரத்த ஓட்டமும் ஆக, அளந்து எடுத்ததுபோல மைய ஒழுங்குடன், கவிந்து கிடக்கும் அற்புதச் சிவப்பு பொகைன்விலா பூக்கள்.

அந்த அடர்த்தியான பூச் சிவப்பு, படத்தின் குவளையை இப்படி மூன்றில் ஒரு பங்கு நிரப்பியிராவிட்டால், இது இவ்வளவு அழகாக இருக்குமா? அந்த சிவப்பு சைக்கிள் இல்லாவிட்டால்? அந்த இடதுபக்க மூடிய ஜன்னலும் வலதுபக்க திறந்த ஜன்னலும் இல்லாவிட்டால்? இந்த கருப்பு வெள்ளை இல்லாமல் நடைபாதை விளிம்பு நிறமற்று இருந்திருந்தால் இந்தப் புகைப்படம் எப்படி இருந்திருக்கும்?

நிச்சயம் இவ்வளவு அழகாக இருந்திராது. எல்லாம் சேர்ந்து இந்தப் படத்தை நிரப்புகின்றன. ஒரு படுகைக் கூழாங்கல் ஆற்றை நிரப்புவதுபோல. ஒரே ஒரு 'நசுக்கூட்டான்' புழு முருங்கை மரத்தை நிரப்புவதுபோல. ஒற்றைப் பெருவிரல் பாலுண்ணி கே. அருணாசலத்தின் அண்ணன் பரமானந்தத்தின் ஞாபகத்தை நிரப்புவதுபோல. எல்லா முழுமையும் ஒரு சிறு புள்ளி வந்து சேரக் காத்திருக்கிறது. ஒரே ஒரு துளி வந்து சேரத் தவித்திருக்கிறது கடல். ஒரே ஒரு சருகை நகர்த்தக் காத்திருக்கிறது கொடுங்காற்று.

அந்த செபஸ்தி புகைப்பட பொகைன்விலா பூக்களைப் போல எங்கள் தெருவிலும் ஒரு காலத்தில் காணக் கிடைத்தது. அப்போது அது பொகைன்விலா என்றோ போகன் விலா என்றோ தன் அகராதி மற்றும் தாவரவியல் உச்சரிப்புக்களை அடைந்திருக்கவில்லை. எல்லோரும் சொன்னது போல, 'தாள் பூ' என்றுதான் நாங்களும் சொன்னோம்.

அது தெருவோர மரம் இல்லை. கட்டளை ஆபீஸின் கீழ்ப் பக்கமாகவும், தெருவிலிருந்து வடபக்கமாகவும் உள்ளே போனால், ராமச்சந்திர பிள்ளையன் வீடு, வாத்தியார் சிதம்பரம் பிள்ளை வீடு, உலகம்மாச்சி வீடு எல்லாம் தாண்டினால், சங்கரையா பிள்ளையன் வீடு வரும். அந்த வீட்டில்தான் தாள் பூ அப்படிப் பூத்துக் குலுங்கும்.

வசதியான வீடு. மரக்கட்டை ரீப்பர் அடித்து மேலே படரவிட்டிருப்பார்கள்.

இடது உள்ளங்கையை வட்டமாகக் குவித்து, அதன் மேல் தாள் பூ இலையை வைத்து, வலது கையை அகல விரித்து அடிப் போம். 'டொப்' என்று சத்தம் வரும். அது ஒரு விளையாட்டு. அது எல்லாவற்றையும் ஒரு விளையாட்டாக ஏற்றுக்கொள்கிற மனம் இப்போதும் இருந்தால் எவ்வளவு நன்றாக இருக்கும்.

இந்த வயதில் அல்ல, முறுக்கி முறுக்கி மேலே ஏறிப் படர்ந் திருக்கிற தாள் பூ கொடியின் / மரத்தின் தாவர அமைப்பு, அதை முதன்முதலில் பார்த்த சின்ன வயதிலேயெ என்னை ஒரு புதிர் போல ஈர்த்தது. புதிரை சற்று அவிழ்ப்பதற்குப் பதிலாக, தவறு தலான திசைகளில் தன்னுடைய பிரியை முறுக்கிக் கொள்வது போல், சமீபத்தில் அந்த வீட்டில் துக்கம் கேட்கப்போயிருந்த சமயத்தில் கூட, முன்னிலும் அதிகமாக தனக்கு மத்தியில் அது காலத்தைப் பின்னிப் படர்ந்து கிடந்தது. அந்த வீட்டில் நிகழ்ந் திருந்த மரணத்தையொட்டி, 'காடு மாதிரிக் கிடந்த' அதை 'அரக்கி' விட்டிருந்தார்கள்.

எந்த இலையும் எந்தப் பூவும் இன்றி, அதுதான் இது காறும் வளர்ந்து நிற்கிற வீட்டின் துக்கத்தைக் காத்துக்கொண்டு இருந்தது. தன் அத்தனை விரல்களையும் இழந்த பிறகும் மீண்டும் தன் பூக்கால ஓவியம் ஒன்றை வரைவதற்கான தீவிரமான வண்ணங்களைச் சேகரிக்கத் துவங்கிவிடும் தீர்மானத்தில் இருப்பதை என்னிடம் சொல்லியது.

ஒரு காலத்தில் அது அப்படிப் பூத்தது.

ஆனி, ஆடியில் அடிக்கிற காற்றில் அந்தப் பூக்கள் தெருவில் தரையோடு தரையாய் நகரும். நான் படித்து முடித்து வேலை கிடைக்காது இருந்த, பறப்பதற்கு முந்திய புழுக்காலம் அது. தெருவாசல் நடையிலேயே தனியாக நின்றுகொண்டு இருப்பேன். தரையில் நகர்கிற அந்தத் தாள் பூ எதுவரைஅப்படிச் செல்லும் எனப் பார்க்கப் பார்க்க, பார்வை மயக்கத்தில் தெருவே இளம் சிவப்பாகி நகர்கிற மாதிரி இருக்கும். உலகத்தில் தாள் பூவை அச்சு அசலாக வரைந்துவிடக் கூடிய ஓவியர்களின் பட்டியலில் முன் வரிசையில் இருக்கும் தகுதி அப்போது எனக்கு இருந்தது.

கண்ணதாசனில் வெளிவந்த என்னுடைய 'புளிப்புக் கனிகள்' கதையில் பிரபா வருகிற போது இந்த பொகைன்விலா பூக்களும் வரும். 'செம்பூக்கள் காற்றில் தரையை மெழுகியபடி' என எழுதி

யிருப்பேன். பிரபா காணாமல் போய்விட்டாள். இந்தப் பூக்கள் காணாமல் போய்விட்டன. ஒரு வார்த்தைகூட யாருடனும் பேசாமல், மிக நேர்த்தியான உடைகளில் சாயுங்காலம் மட்டும் தெருவில் நடந்து செல்லும் அந்த வீட்டுக்கார – சங்கரையா பிள்ளை யனும். நடு வகிடு எடுத்து சுருட்டை முடி வாரி, முண்டா பனியன் தெரிய மல் ஜிப்பா போட்டு வேட்டி கட்டி, நாம் பார்த்தால் நம்மைப் பார்த்துச் சிரிக்கிற அவருடைய மூத்த மகனும். சமீபத்தில் அதற்கு அடுத்த மகனும் காணாமல் போய்விட்டார்கள்.

தெருவும் நானும் மட்டும் என்ன வாழ்கிறோம்?

நாங்களும் காணாமல் போய்விட்ட மாதிரிதான். பொதுவாக, ஏற்கனவே காணாமல் போன ஒன்று, இப்போது வேறு எதையோ தொலைத்துவிட்டுத் தேடும் போது, தற்செயலாகக் கிடைக்கும் இல்லையா. செபஸ்தியின் இந்தப் புகைப்படத்தின் மூலம், காணாமல் போன எங்கள் 69-70ம் வருடத் தெரு இன்று கிடைத்து விட்டது. தாள் பூ கிடைத்துவிட்டது. சொல்லமுடியாது, பிரபா கூடக் கிடைத்து விடுவாள்.

கிடைக்காமலே இருக்கப் போகிறவன் எப்போதும் நானாகத் தான் இருக்கும். அல்லது இப்படி வைத்துக்கொள்ளலாம். தொலைத்து விட்டுத் தேடிக்கொண்டு இருப்பது இப்போதும் கூட என்னைத் தான்.

◆

அவர், அவன், அது

இன்று ஒரு கண் மருத்துவமனையில் காத்திருந்தோம்.

படிவம் நிரப்பிக்கொடுத்த பின்னரே சோதனைக்கு அனுமதிக்கப் படுவோம். பின்னால் இருந்து யாரோ, 'பேனா தரலாமா?' என்று கேட்டார். கொடுத்தேன். அதிகம் போனால் பத்து ரூபாய் இருக்கும். நாங்கள் அழைக்கப்பட்ட அவசரத்தில் அவரிடம் பேனா கொடுத்த நினைவே எனக்கு இல்லை. முதல் கட்ட கண் சோதனை முடித்து வர முக்கால் மணி நேரம் ஆகியிருக்கும். அந்தப் பகுதியில் இருந்து இன்னொரு பகுதிச் சோதனைக்குத் திரும்பும் நேரத்தில் என் முதுகை யாரோ தொட்டார்கள். 'ஸார். பேனா' என்று சிரித்துக் கொண்டே நீட்டினார். 'மன்னிச்சுக்கிடுங்க. மறந்துட்டேன்' என நான் அவருக்கு வருத்தம் தெரிவித்தேன். பெருந்தன்மையினால் அல்ல. என் பேனாவின் விலையைவிட, அவர் எனக்காகத் தேடித் தேடிக் காத்திருந்த அந்த முக்கால் மணி நேரத்தின் விலையல்ல, மதிப்பு அதிகம். இப்போது மீண்டும் படிக்கலாம், "முக்கால் வாசிப் பேர் ஞாபகமாக மூடியைக் கழற்றிவிட்டுத்தான்..." என்ற என்னு டைய அந்தக் கவிதையை.

•••

வேண்டுமானால் நேற்றிரவு அவன் அவனுடைய இருபதுக்களில் நுழைந்திருக்கலாம். கிளிப்பச்சை, வெள்ளை, கருப்பு வரிகள் இட்ட டீ ஷர்ட்டும் நேர்த்தியான கால்சட்டையுமாக இருந்தான். முகத்தில் கருப்புக் கண்ணாடி. நின்ற இடம் பார்வையற்றோர் பள்ளி வெளி வாசல். அவன் கையில் மிக வீரியமாக வளர்ந்த ஒரு நாற்று. நான் ஸ்ப்லெண்டர் வாகன விரைவில் அவதானிக்க முடிந்த நேரத்தில், சகல திசைகளையும் பச்சையாக அது பார்த்தபடி, கொய்யா இலை

போலத் தடித்த நரம்புகளுடன், அவன் உடம்போடு ஒட்டிச் செல்லமாக அசைந்தது. பூச் செடியாகத்தான் இருக்கவேண்டும். என்ன பூச்செடி என்று தெரியவில்லை. நிச்சயம் அவனுக்குத் தெரிந்திருக்கும். சொல்லப்போனால், அது ரோஜாச் செடியாக இருந்தால், நம்மால் ஒரு ரோஜாப் பூவை மட்டுமே அதில் பார்க்க முடியும். உலகத்தின் அத்தனை வகைப் பூக்களையும் அது அவனுக்குப் பூத்துக் காட்டும். எல்லாப் பூக்களையும் அந்த ஒரே செடியில் அவன் பார்ப்பான். நம்மைப்போல அவன் வெறும் ஒரு பூக்காரன் அல்ல. அது ஒரு பூச் செடி அல்ல.

●●●

மழை தூறிய பிற்பகல். மகப் பேறு மருத்துவ மனையில் அல்ல. வீட்டில் போய்ப் பார்த்தோம். கடைசல் தொட்டில் கம்பு. பழஞ் சேலையில் கட்டிய தொட்டில். குழந்தை ஒருச்சாய்ந்து தூங்கியது. தூங்கும் போதும் குழந்தைகள் அழகானவை.

ஜான்ஸன்ஸ் பேபி சோப், குடிகூரா பவுடம் எதையும் வாங்கி யிருக்கவில்லை. எங்களுக்கு வேறு நடைமுறை யோசனைகள் இருந்தன. பேம்பர், ஸ்னக்கீஸ் என்று கவசங்கள் வாங்க நினைத்தோம். வரும் வழியில் இருந்த கடைகளில் கிடைக்கவில்லை.

சாக்லெட் தந்தார்கள். எடுத்துக்கொண்டோம். புதிதாகப் பிறந்த குழந்தைகளைக் கையில் எடுத்துக்கொள்ள எனக்குப் பிடிக்கும். தரவேண்டும். தந்தால் வைத்துக்கொள்ளலாம். தொட்டில் அசைந்தது. தொட்டிலுக்குக் கீழ் ஈரம் கசிந்தது. அழுகைச் சத்தம் வந்தது. அம்மாக்காரி வந்து குனிந்து எடுத்தாள், அம்மாக்காரியுடன் அம்மா வாசமும் வந்திருந்தது.

'யாரெல்லாம் உன்னைப் பார்க்க வந்திருக்கா, பாரு குட்டி' என்று கொஞ்சினாள். புரிந்துகொண்டதுபோல் கைகளை உயர்த்தி உடலை நெளித்தது. கருவறைக்குள் இன்னும் இருக்கும் ஞாபகத்தில், கால்களை ஒரு மாதிரி, புடலம் பிஞ்சு போல உயர்த்தி மடக்கிக் கொண்டது.

இடுப்பில் எதுவும் இல்லை. எல்லாம் தெரிந்தது. எல்லாம் என்றால் எல்லாம்தான். ரொம்ப காலத்திற்குப் பிறகு ஒரு குழந்தையை குழந்தையாகவே பார்க்கிற சந்தோஷம் எனக்கு. 'எங்கிட்டே கொடு பிள்ளைய' என்று கைகளை நீட்டுகிறேன்.

குழந்தை வருவதற்கு முன்பே குழந்தையின் வாசம் என்னிடம் வந்துவிட்டிருந்தது.

◆

சில வருடங்களுக்குப் பிறகு

ஏற்கனவே அந்தப் படத்தைப் பார்த்திருக்கிறேன்.

பரமன் தான் 'அழகர்சாமியின் குதிரை'யையும் 'மௌன குருவையும் வாங்கிக் கொடுத்தான். அவனிடம் சொல்லிவிட்டால் போதும். புலிப்பாலைக் கூடச் சாயந்திரத்துக்குள் கொண்டுவந்து கொடுத்து விடுவான். சொல்லமுடியாது. ஐயப்பனைக் கூட, அவனுடன் ஆட்டோவில் 'ஒண்ணுபோல' ஏற்றிக்கொண்டு வந்து நம் வீட்டில் இறங்கி, 'என்ன கல்யாணி, யாரு வந்திருக்கா, பாத்தீங்களா?' என்று கேட்பான்.

மௌனகுருவை எனக்குப் பிடித்திருந்தது. வீட்டில் நாலைந்து பேரோடு, அவ்வப்போதின் கவன விலகல்களோடு பார்த்தபோதும், அது என்னை ஏதோ சிலவகைகளில் தொந்தரவு செய்து கொண்டி ருந்தது. அந்தப் படத்தின் பல பேருடன் வாழ்வது போலவும் வாழவேண்டும் போலவும் இருந்தது.

ஒரு மூன்று நாட்களுக்குள் என்னென்னவோ நடந்துவிடுகிறது. மூன்று நாட்கள் அதிகம். மூன்று நொடிகளில் மனம் தடம் புரள் கிறதற்கான எல்லாச் சாத்தியங்களுடன்தான் சமீபத்திய நாட்கள் இருக்கின்றன. உங்கள் கையில் ஒரு கழச்சிக்கல்லைப் பொத்திவைத் திருந்தால் எப்படி, உள்ளே ஏதோ ஒன்று இருப்பதை உணர்வீர்களோ அதேபோல, என் விலா எலும்புகளுக்குள் இருதயத்தின் இருப்பைப் பௌதிகமாகக் கனத்து உணரமுடிகிறவனாக இருந்தேன்.

என்னை நானே என்னிடமிருந்து வெளியேற்றிக் கொள்ள வேண்டும். இது பெரிய சிரமம். உலகத்திலேயே அதிகம் சுலப மற்றது, நமக்குள் நாம் நுழைவதும், நம்மிடமிருந்து நாம் வெளி

யேறுவதும்தான். அதுவும் சலனம் எதுவும் இன்றி. இன்னும் எனக்கு அற்புதமாகப்படுவது, ஒரு பறவை தன் சிறகை விரிப்பதும், பறத்தல் முடிந்து கிளையமர்கையில் தன் சிறகை ஒடுக்குவதும். நான் அந்த விரித்தலுக்காகவும் ஒடுங்குதலுக்காகவுமான பயில்தலை நோற்கிறேன்.

இசை கேட்கலாம். இந்தச் சுவர்களுக்கு மத்தியில் சேர்ந்திசை போல அந்தந்த நேரத்து ஆனந்தமோ துக்கமோ வாசிக்கிற அமைதியைக் கூடக் கேட்கலாம். எப்போதாவது அப்படியெல்லாம் அமைதியை இசையாகக் கேட்டதும் உண்டு. முக்கியமாக என்னுடைய சென்னை தினங்களில். இப்போது முடியாது. இந்த மனநிலை அதற்கு ஒத்துவராது. இடிபாடுகளுக்கு இடையே இருந்துகொண்டு கடைசிச் செங்கலை உருவுவது அது.எனக்குக் கொஞ்சம் நெருக்க மான அசைவு, நெருக்கமான சத்தம், நெருக்க மிகு மனிதர்கள் வேண்டியது இருந்தது. நான் அந்தப் பின்னிரவில் எந்தத் தயக்கமும் இன்றி, 'மௌன குரு'வைத் தேர்ந்து கொண்டேன்.

மௌனகுரு திரைப்படத்தின் இயக்குநர் பெயரை இப்போது கூட எனக்கு நினைவில்லை. ஆனால் கருணாகரன் எனும், பழனியம்மாள் எனும், ஆர்த்தி எனும், ராஜேந்திரன், செல்வம், பெருமாள் எனும் பெயர்கள் ஞாபகம் இருக்கின்றன. படத்தில் பெயர் அற்றவர்களாக வருகிற கருணாகரனின் அம்மாவும், அந்த 'ஃபாதர்' என அழைக்கப்படும் கல்லூரி முதல்வரும் ஞாபகம் இருக்கிறார்கள்.

இதுவரை பழனியம்மா என்று எந்தத் தமிழ்ப்படப் பெண்ணிற் காவது பெயரிட்டிருப்பதை நாம் இதற்கு முன் அறிந்திருக்கிறோமா? அதுவும் காவல் துறையில் ஆய்வாளர் என்கிற இடைநிலை அதிகாரியாக? சூலுற்ற வயிற்றோடு நடமாடுகிறவராக. ஏற்கனவே 'அன்பே சிவம்' படத்தில் ஒரு தோழராகக் கண்ட உமா ரியாஸ் கானை மீண்டும் இந்தப் பழனியம்மாவாக காண நிறைவாக இருந்தது. மகப்பேற்றால் அடிவயிறு இறங்கின ஒரு நடையில், ஒரு சூலியின் முகச் சோர்வில், ஒரு கணினித் திரையை உற்றுப் பார்க்கிறதில், ஒரு கூரியரை வாசிக்கிறதில், மருத்துவ சோதனைக்குக் காத்திருக்கும் நேரத்தில் அலுவலகரீதியாக வரும் தொலைபேச்சை முடித்துவிட்டு ஜன்னல் சட்டம் வழி வெளியே பார்க்கையில், கல்லூரி முதல்வர் தன் மகனைப் பற்றி வெளிப்படுத்த உடைந்து குலுங்கும்போது அவரைக் கனிவுடன் எதிர்கொள்கையில், கடைசிக் காட்சியில் கருணாகரனிடம் தன் கைகளில் எதுவும் இல்லை என்பதை கனத்த வெளிப்படைக் குரலில் நிதானமாகச் சொல்கையில் எல்லாம், அவர் உமா ரியாஸ் அல்ல, பழனியம்மா மட்டுமே.

கருணாவின் அம்மா பாத்திரத்திற்கென்ன? ஒரு இடத்தில் கூட, துரும்பு அளவு இங்கங்கு விலகி, ஒரு தமிழ்த் திரைப்படத்தின் இது வரையிலான அம்மாவாகிவிடாத, அசல் அம்மா அல்லவா அது. அதனுடைய குரலும் சொல்லும் பேச்சும் பாவனையும் சாதாரண மானது அல்ல. ஒரு காட்சியில் கருணாவும் ஆர்த்தியும் தோள் சாய்ந்து நிற்பதைப் பார்த்துவிட்டு அவர் அந்தப் பெண் போகிற வரை காத்திருந்து, தன் மகனைக் கோபமாக அறைகிறார். வளர்த்தி யான மகனும், குட்டையான தாயும் உலகத்தில் இல்லாதவர்களா? கன்னத்தில் அல்ல, மகனின் நெஞ்சில் சப்புச் சப்பென்று அறை கிறாள். மேலும் நான்கு வார்த்தை பேசுகிறாள். மேலும் நெஞ்சில் அறைகிறாள். ஹ, என்ன காட்சி அது.

'வாகை சூடவா படத்திலேயே இனியாவின் கண்களில் எவ்வளவோ இருந்தன. வாசிக்கத் தந்துகொண்டே இருக்கும் படியான கண்கள் இதற்கு முன்பு ஸ்ரீவிதயாவுக்கு உண்டு. இப்போது இந்தப் பெண்ணுக்கு. மிகச் சிறிய பாத்திரத்தைச் சரியாகச் சுமப்பதுதான், ஒரு நடிகனின் முன் வைக்கப்படும் மிகக் கூர்மையான சவாலாக இருக்கும். இனியா தொடர்ந்து வெல்வதற்குச் சாத்தியமான நிறைய இடங்களை இயக்குநர் தர, முழுமையாக அந்தப் பெண் அவற்றை நிரப்பியிருக்கிறது.

அந்த 'ஃபாதர்" எனப்படும் பிரின்சிபால் முகத்தை, எந்தக் கிறிஸ்துவக் கல்லூரியில் படித்த, விடுதியில் இருந்த யாரும் உடனடியாகத் தன் ஞாபகங்களின் வியர்வையோடு உணரமுடியும். அச்சு அசலான முகம். ஒரு உண்மையின் துயரத்துடன், துயரத்தின் உண்மையுடன் பரிசுத்தமாக வாழ விரும்புகிற அந்த முகம் எனக்கு என்னுடைய ஜான் ஸாரை நினைவு படுத்துகிறது. ஜான் ஸார் அற்புதமான என் ஆறாம் வகுப்பு ஆசிரியர். மிகக் கனத்த கண்ணாடி அணிந்திருப்பார். ஆங்கிலமும் கணக்கும் அவர் போட்ட பிச்சை. அவருக்கு தியோடர் என்று இப்படியொரு மகன், கெட்ட குமாரன் உண்டு.

ஜான் ஸார் அதிக நாட்கள் ஒரு பிஸ்கட் கலர் புஷ் கோட் போட்டிருப்பார். மீசை கிடையாது. இந்த அங்கியணிந்த, வீட்டில கை வைத்த பனியன் அணிகிற, மீசை வைத்த, அக்கறையுள்ள பிரின்சிபால் நிச்சயம் ஜான் ஸாரின் இன்னொரு பதிப்புத்தான். மனிதரின் வகைமாதிரி என்று பார்க்கப்போனால், இப்படித் திரும்பத் திரும்பப் பதிப்பிக்க வேண்டிய அளவுக்குக் கம்மிதான் போல.

இவ்வளவு பேரைப் பற்றி சொல்கிறவனுக்கு கருணாகரனைப் பற்றிச் சொல்ல எவ்வளவு இருக்கும். எவ்வளவோ இருப்பதைப் பற்றி நம்மால் எப்போதுமே குறைவாகத்தான் சொல்லமுடிகிறது. அல்லது நாம் சொல்வதே இல்லை.

அதிக பட்ச உண்மை, அதிக பட்ச நேர்மை என்பதே எனக்கு நானே இதுவரை வரித்துக்கொண்ட என் வாழ்வின் அறமாக இருக்கிறது. இந்த 'மௌன குரு'வை மீண்டும் பார்க்க அவசியம் நேர்ந்த ஒரு அலைக்கழிப்பு நிறைந்த தருணம் கூட, என் அந்த நேர்மையும் உண்மையும் மிகவும் மோசமாகச் சந்தேகிக்கப்பட்ட ஒரு நாளின் காயம் நிறைந்த, சற்றும் வலிகுறையாப் பின்னிரவில் தான். என்னால் முழுமையாக, கருணாகரனை, கருணாகரனைப் போன்றவர்களைப் புரிந்துகொள்ள முடிகிறது. என்னுடைய ஒரு சிறிய அம்சம் அவரிடமோ, அவருடைய ஒரு சிறிய அம்சம் என்னிடமோ இருக்கிறது.

'சில வருடங்களுக்குப் பிறகு' என்ற அந்த வாசகம் ஒருவேளை எனக்கும் தேவைப் படலாம். எனக்குத் தண்டனை முடிந்திருக்கும். மன நலக் காப்பகத்திலிருந்து நான் திரும்பியிருப்பேன். அப்போது கருணாகரனைப் போல, மிகச் சந்தோஷமாக, சைகைகள் மொழியில் நான் கற்றுக் கொடுத்துக் கொண்டிருப்பேன்.

என் சைகைகளைப் புரிந்து கொள்கிறவர்கள் மட்டும் என் எதிரிலும், என்னுடனும் இருப்பார்கள்

◆

எல்லோரிடமும்

எல்லோரிடமும் ஒரு பைத்தியக்காரன் இருக்கிறான். என்னிடமும் உண்டு. அவன் என்னை விடவும் உண்மையானவன். அதனால் உண்மையான பைத்தியங்களை எனக்கு எப்போதும் பிடித்துப் போகிறது. பவித்திரன் தீக்குன்னியின் அப்பா பைத்தியம். அம்மா வேசி. பவித்ரன் பெரும் மலையாளக் கவிஞன்.

எனக்கு திரவியச் சித்தப்பா. வேலம்மா அத்தை இருவரும் அப்படி. இன்று பார்த்தவள் வேலம்மா அத்தையாகவே இருக் கட்டும். ஏற்கனவே அவளைப் பற்றி அங்கங்கே சொல்லியிருக்கிறேன். சூரியன் கிரணங்களுடன் அவள் மிகக் கூர்மையான வசைகளை நிறையக் காலைகளின் மேல் பரப்புவாள். நமக்கு எவை மிக மோசமான கெட்ட வார்த்தைகளோ அவை அவளுக்கு அன்றாடச் சொற்கள். சமீபத்தில் அவளுடைய சமன் மிகவும் குலைந் திருக்கிறது. இப்படி உச்சம் அடைந்து அப்புறம் அவர்கள் காணாமல் போய்விடுகிறார்கள். மலையின் அந்தப் பக்கம் இறங்கிவிடுவார்கள் போல.

இன்று காலை, அல்லது இன்று காலையும் அவளைப் பார்த்தேன். வழக்கமாக சிறுசிறு பாத்திரங்கள் பிதுங்கும் துணி மூட்டை இருக்கும். ஒரு தடவை புனித தோமையார் ஆலயம் பக்கம், அவள் ஒரு பழைய தண்ணீர் பாட்டிலைச் சரித்து வாய் கொப்பளித்துக் கொண்டு இருந்ததுண்டு. இன்று எங்கிருந்து அவளுக்குக் கிடைத்ததோ, மூடியில்லாத, உபயோகித்துத் தூக்கி எறியப்பட்ட பெரிய மிட்டாய் ஏனம் ஒன்று. இன்னொன்று அதை விடச் சற்றுச் சிறிய நீல நிற தண்ணீர் பாட்டில். இரண்டிலும் தண்ணீர் இருந்தது. அவள் ஒரு குடத்தை வைப்பது போல அந்த

பெரிய பாத்திரத்தை வைத்திருக்கிறாள். கிராமத்துப் பொதுக் கிணற்றில் இருந்து அவளுடைய இருபதுக்களில் தண்ணீர் எடுத்து வரும்போது ஆலம் பழம் உண்டு பறந்த கிளிகள் சிறகடிப்பை மறந்திருக்கும். அப்படி ஒரு சாய்ந்த இடுப்பு. குடம் வைத்த கவனம்.

அவள் எதிரே வரும் என்னையும், யாரையும் கவனிக்கவில்லை. அந்த உள்ளடங்கிய பாதையின் இரு புறமும் வளர்ந்து தரையோடு கிடக்கும் காட்டுச் செடிகளுக்கு அங்கங்கே நின்று தண்ணீர் ஊற்றுகிறாள். எல்லாச் செடிகளுக்கும் ஊற்றவில்லை. அவளிடம் ஒரு தேர்வு இருந்தது. ஏதோ ஒரு செடியை மட்டும் இடுங்கிய கண்களால் அவள் தேர்ந்தெடுத்து நகர்கிறாள். அப்புறம் இடுப்புத் தண்ணீரை சிறு பாட்டிலில் மாற்றி, அதிலிருந்து, ஒரு வைத்தியர் இத்தனை வேளை சூரணம் என்று பத்தியம் சொல்வதுபோல ஊற்றுகிறாள். நகர்கிறாள். மறுபடி ஊற்றுகிறாள். நான் அவள் அப்படித் தேர்ந்தெடுத்த தாவரம் எது என அறிய விரும்பவில்லை. அத் தாவரமாக இருக்க விரும்புகிறேன். என்னால் இன்னொரு பைத்தியமாக இருக்கமுடியாது. ஏன் எனில் ஏற்கனவே ஒருவனாக இருக்கிறேன்.

◆

மனிதர்கள் சில சமயங்களில்

மனிதர்கள் சில சமயங்களில் நாயும் பூனையும் ஆகிவிடுகிறார்கள்.

அந்த பேரங்காடி நுழைவுப் பகுதியில் நிற்கிற காவலரும் கருப்பு இன்னோவா வண்டியைக் குட்டி யானை மாதிரி அதற்கு முன்னர் நிறுத்திய ஓட்டுநரும் அப்படிச் சண்டை போட்டுக் கொண்டிருந் தார்கள். காவலர் மிகவும் தயவாகவே, 'கடைக்கு எதிராக நிறுத்தாமல் கொஞ்சம் தள்ளி நிறுத்த' மட்டுமே சொன்னார். அவர் வயதும் அவருடைய வழ்வின் தோல் சுருக்கமும் தயவாகப் பேசும்படியே வைத்திருந்தன. ஓட்டுநர் இளவட்டம். ரத்தத்தில் சூடு, வெதுதுப்பு அதிகம். எடுத்த எடுப்பில், 'உங்க அப்பன் வீட்டு இடமா?' என்று தான் பேச்சை ஆரம்பித்தார். நான் வேறு ஒரு காரியமாக அந்தப் பக்கம் போனவன். பேரங்காடிக்கு அடுத்த மாடியில் எனக்கு ஒரு வேலை இருந்தது. பேரங்காடி காவலர், என் பக்கம் திரும்பி, 'பாருங்க. நான் என்ன சொல்லிவிட்டேன். இவ்வளவு கோபப்பட?' என்று என்னிடம் சொல்கிறார்.

'ஆமா. நானும் பார்த்துகிட்டுதான் இருக்கேன்' என்று மாடி ஏறுகிறேன். நாம் எல்லாம் பார்த்துக் கொண்டே இருக்கிறவர்கள் தானே.

நான் மாடி ஏறும்போது அந்த மணிச்சத்தம் கேட்கிறது. அந்த வடக்கத்திப் பையன் தோளுக்குப் பின்னால் உயர்த்தி இருக்கும் கையில் பலூன்கள் போல பஞ்சு மிட்டாய் பாக்கெட்டுகள் கொத்துக் கொத்தாகத் தொங்க, காவலரிடம் 'வேண்டுமா' என்று கேட்கிறான். 'சின்னப் பிள்ளையா டே, நான்?' என்று வேண்டாம் என்பதைச் சிரித்துச் சொல்கிறார். நான் மிக அழகாக மினுங்கும் ரோஸ் கலர்

பைகளைப் பார்த்தபடி மேலே போகிறேன். ஒரு பத்து நிமிஷத்தில் என் வேலை முடிந்து படியில் இறங்குகிறேன்.

பஞ்சு மிட்டாய் விற்கிற பையன், அந்த இன்னோவா கார் ஓட்டுநர் பக்கம் நிற்கிறான். சண்டை போட்ட முகம் இவனுடையதா என்கிற அளவுக்கு ஓட்டுநர் இருக்கையில் இருந்து எட்டிப் பார்த்துக் கொண்டு, முதலில் ஒரு பஞ்சு மிட்டாய் பையைப் பிய்க்கிறார். மறுபடியும் இன்னொரு பையைப் பிய்கிறார். பிய்க்கும் போது மேலிருந்து கீழ் வரை பஞ்சு மிட்டாய் பைகள் கொடி மாதிரி அசைக்கிறது. ரூபாயைக் கொடுக்கிறான். ஒன்றைத் தான் வைத்துக் கொண்டு, இன்னொரு பஞ்சு மிட்டாய்ப் பையை, அந்த வடக் கத்திப் பையனிடம் , 'அந்த தாத்தாகிட்டே கொடுத்திரு' என்று பேரங்காடி வாசலில் நிற்கிற காவலரை அடையாளம் காட்டிச் சொல்கிறார். 'நான் கொடுத்தேன்னு சும்மா சொல்லு' என்று பேரங்காடி திசையைப் பார்த்துக் கொண்டே சிரிக்கிறார்.

மனிதர்கள் சில சமயங்களில் தாத்தாவும் பேரனும் ஆகிவிடுகிறார்கள்...

✦

நீராலானவர்கள்

அந்த இடத்தின் பக்கத்தில் வரும்போதே நான் மெதுவாக என் நடையைத் தளர்த்திக் கொள்வேன்.

மகளிர் கல்லூரி வளாகத்தின் சுற்றுச் சுவர்கள் முடிந்து திரும்பு கிற இடத்தில் ஒரு தெரு துவங்கும். அப்படித் திரும்புகிற வளைவில் தரையோடு தரையாக, இந்தப் பக்கத்தில் வேறெங்கும் பார்க்காத அழகிய சிறுசிறு இலைகளுடன் அடர்த்தியாகப் படர்கிற ஒரு கொடி இருக்கும். ரோஸ் கலரில் கொத்துக் கொத்தாகப் பூக்கள். ஒரு தாவரம் எப்படி இத்தனை வெயிலுக்கும் புழுதிக்கும் இடையில் இப்படி விடாப்பிடியாகத் தன்னுடைய இருப்பைக் கொண்டாடிக் கொள்கிறது?

உலகத்தில் என்னென்னவோ நடந்துகொண்டிருக்க, எனக்கே உரிய கிறுக்குத்தனத்துடன், அப்படியொரு படர்கொடி அங்கிருக்கும் ஒரே ஒரு காரணத்திற்காகவே, அந்தத் தெருவில் குடியிருக்க மாட்டோமா என்று தோன்றும். ஐம்பது வருடங்களுக்கு முன்பு, அல்லது அதற்கும் முந்திய காலங்களில் இங்கு ஏதேனும் ஒரு ஓடை நிரம்பிப் போயிருக்க வேண்டும். இப்போது ஒரு சொட்டுத் தண்ணீர் அற்ற ஒரு அகலமான மடையின் அடையாளம் மட்டும். அந்த மடை நிரம்பிப் போகிற நீராலான காலம் ஒன்றில், இன்னும் இருக்கிற கல்வெர்ட் சுவர்களில் உட்கார்ந்து பேசிய யாராவது இரண்டு பேர், பழைய நினைவுகளுடன் இச்சமயம் தங்கள் கல்லறை களில் புரண்டுபடுக்கக் கூடும்.

நேற்று அந்த இடத்தை நெருங்கும் போது, எதிர்த் திசையில் இருந்து வந்து கொண்டிருந்த அந்தக் கார் என் பக்கம் வேகம் குறைத்தது. முன் ஜன்னல் முகம், 'ராயல் ஆஸ்பிடல் எங்கே இருக்கு'

என்று கேட்டது. வெளியூர் முகம்.வெளியூர்க் குரல். வெளியூர்ப் பதற்றம். அவர்கள் ஏற்கனவே அந்த மருத்துவ மனைக்கு மிக அருகில் வந்துவிட்டிருந்தார்கள். மிக அருகில் வந்திருக்கும் போது, இது போன்ற நெருக்கடி நேரங்களில், இன்னும் மிக நெடுந்தூரம் போகவேண்டியதிருக்குமோ என்ற படபடப்பு வரத்தான் செய்யும். நான் சொல்லிமுடிப்பதற்குள் வண்டி நகர்ந்துபோய்விட்டது. ஒரு மருத்துவமனை நோக்கிப் போகிற எல்லாக் கால்களும், எல்லாச் சக்கரங்களும் இந்த அவசரம் உடையவையாக இருப்பதைத் தவிர்க்க முடியாது.

இன்றும் அதே இடம். எதிரே அவர் வந்துகொண்டு இருக் கிறார். கட்டம் போட்ட வெள்ளை கைலி கரண்டைக்கு மேல். மடித்துவிடாத வெள்ளை ஜிப்பா. ஆனால் எல்லாம் கசங்கிச் சுருக்குச் சுருக்காக இருக்கிறது. தொப்பி.

வெள்ளை தாடி. எல்லாம் சரி. மிக நீண்ட வருடங்களாக காற்றும் கடும் புழுதியும் மட்டுமே அவர் எதிர்கொண்ட பருவங் களாக இருக்கும் என்பது போல அவர் காற்றாலும் புழுதியாலும் எழுதப்பட்டிருந்தார். ஒரு நகர முடியாத தூரத்துப் பாய்மரம் போல, அவரைச் சுற்றி சாயுங்காலம் மினுங்கிப் பளபளத்தது.

என்னை நிற்கச் சொல்லிக் கையைக் காட்டினார். கைதான் பேசியது. இடது புற வாகனங்கள் மகளிர் கல்லூரி நிறுத்தத்தில் நின்று புறப்பட்டு, கியர் மாற்றி வேகம் எடுக்கும் இடத்தில் இருந்த அவரை ஒதுக்கி ஓரமாகக் கொண்டுவர முயன்றேன். முடிய வில்லை. பாதத்தைத் தூக்கி நகர்த்துவதில் அவருக்குச் சிரமம் இருந்தது. அவருடைய செருப்பின் குதியடிகள் மிகத் தேய்ந்திருக்கும். நரம்பியல் மருத்துவர்கள் தரைக்கும் நம் பாதங்களுக்கும் உண்டாகும் உராய்வை வைத்தே, நோய் முதல் நாடிவிட முடியும். ஆனால் புழுதியுடன் அதிகம் சம்பந்தமுடைய, சமீபத்தில் கால் விரல் நகங்கள் வெட்டப்படாத இந்த முதிர்ந்த பாதங்களை இன்னும் எல்லாத் தெருவோர மண்பூமியும் மிகுதியாக நேசிக்கின்றன. முக்கிய மாக, இது போன்றவரின் பாதங்களில் தெறித்திருக்கிற மூத்திரத் தெறிப்பின் உலர்ந்த புள்ளிகளை.

எந்தக் கணத்தில் யார் நமக்கு, அல்லது யாருக்கு நாம் முக்கிய மானவர் ஆவோம் என்பது தெரியாது. எங்களின் பரஸ்பர முக்கியப் பொழுது அது.

அவர் இப்போது என் வலது தோளில் தனது இடது கையை வைத்திருந்தார். நான் பெரும் துக்கத்தில் இருப்பது போலவும்

அவர் ஆறுதல் சொல்வது போலவும் இருந்தது . ஒரு ஒடிந்த சிறகு போல கனமற்று என்னுடைய தோளில் விரல்களை அகற்றிப் பற்றிய அந்தக் கையின் நடுவிரலின் மேல் தோல் சுருக்கத்தில் அவருடைய மொத்த வாழ்வும் சுருட்டிவைக்கப்பட்டு இருந்ததாக இப்போது சொல்லத் தோன்றுகிறது.

காற்றைச் சொல்லாகவும் சொல்லைக் காற்றாகவும் அசைத்த அவரின் உதட்டசைவை, "இது பாளையங்கோட்டைக்குப் போகிற பாதையா?" என அவர் கேட்பதாகப் புரிந்துகொண்டேன். நான் இது பெருமாள்புரம் என்றும் அந்த மகளிர் கல்லூரியைத் தாண்டி அவர் வந்திருப்பதாகவும் நேரே சென்றால் அரசு ஊழியர் குடியிருப்பு வந்துவிடும் என்றும் சொன்னேன். தோளில் இருந்த கை, இப்போது அங்கேயே மேலும் அழுந்த இறுகியது. நான் முந்திய தினம் தான் நகங்கள் தேய்ந்த ஒரு வல்ல நாட்டுக் கழுகு பிடிமானமற்று அது அமர்ந்திருந்த பாறையில் இருந்து நழுவிச் சரசரத்துக் கீழிறங்குவது பற்றி ஒரு கவிதையில் எழுதியிருந்தேன்.

அவர் பேசாமல் அப்படியே நின்றார். 'உட்காருதீங்களா?' என்றேன். அந்த ஓடைப் பக்கத்துச் சுவரில்தான் உட்காரவேண்டும். அவரால் முடியாதுதான். ஆனால் அந்த நேரத்தின் என் அதிக பட்ச இதம் தரு சொல் அந்தக்கேள்வி மட்டுமே. புத்தி அல்ல, மனம் கேட்கிறவை அப்படித்தான் இருக்கும்.

மூடிய கண்களைத் திறந்தார். வாய் குவித்து ஊதிக்கொண்டார். "லேசா, கண்ணைக் கட்டீட்டுது" என்கிறார். எதிரே இருப்பவருடன் அல்லாமல், அவர் இதை வேறு யாரிடமோ சொல்லிக்கொண்டிருந் தார். அப்படித்தான் அது இருந்தது. என்னையே பார்த்தபடி இருந்தவர் லேசாகச் சிரித்தார். தோளில் இருந்த அவர் கையின் வழியாக அந்தச் சிரிப்பு என் மேல் இறங்குவதை நான் உணரமுடிந்தது.

ஒரு நேற்றைய பூ என் தோளில் உதிர்ந்து கிடப்பது போல, அதைத் தட்டி விடுவதுபோல, அவர் கனமற்ற விரல்களால் வருடினார். நன்றிசொல்லத் தெரிந்த விரல்கள். நான் முதலில் எங்கு போகவேண்டும் என்று கேட்டேன்.

சிரித்தார். பதில் இவ்வளவுதான். "வீடு எங்கே? கொண்டுவந்து விடட்டுமா?" என்று கேட்டதற்கு, "பொதிகை நகர்" என்றார். "உடம்புக்கு முடியாம, ஏன் இவ்வளவு தூரம் வந்தீங்க" என்றேன். இப்போது நிறையவே சிரித்தார். 'சும்மா வந்து பார்த்தேன்' என்றார். வயது ஆக இப்படி. சும்மா வரவும், சுமமா போகவும் அடிக்கடி தோன்றும் போலும்.

மேற்கொண்டு நிற்கவில்லை. எதுவும் என்னிடம் சொல்ல வில்லை. நேற்று அவசரமாக நகர்ந்து போன வாகனம் போல, இவர் நிதானமாக நகர்ந்து செல்லத் துவங்கியிருந்தார். நம் தோள்களில் இதுவரை இருந்த கைகள் நம்மைவிட்டு விலகுகிற நேரம் மிகவும் கனமான ஒன்று. 'நான் உன்னை விட்டு விலகுவதுமில்லை. உன்னைக் கைவிடுவதுமில்லை' என்று ராஜு முருகன் இந்த வார 'போட்டு வாங்குவோ'மை முடித்திருந்த விவிலிய வரிகளை நினைக்காமல் இருக்கமுடியவில்லை.

ரோஸ் நிறப் பூக்களுடன் படர்ந்து, என் வலப் புறத் தெருவில் திரும்பித் தரையை நிரப்பியிருந்த கொடியையே பார்த்தேன். இப்போது அந்தத் தெரு மேலும் பிடித்திருந்தது. இதே தெருவில் தான், அவரும் நானும் இருப்பதாக நினைத்துக் கொண்டேன்.

ஒரு மழை பெய்யும் எனில், இந்த ஓடை நிறைந்து கொப்பளித்து ஓடும் எனில், நானும் அவரும்தான் இந்தப் பக்க கல்வெர்ட் சுவரில் உட்கார்ந்து பார்ப்போம். நீங்கள் விரும்பினால், இதோ அந்த எதிர்ப் பக்கத்துச் சுவர் உங்களுக்காகத்தான்.

◆

மனிதர்கள் வாசம்

மாம்பழ வாசனையடிக்கிற என் உள்ளங்கையை யாருடைய நாசியில் சற்றுப் பொத்தலாம்? பொத்தின கையையும் பொத்தாத இன்னொரு கையையும் தோள்வழியாக முன்னிழுத்துத் தன் முதுகோடு அணைத்துக் கொள்ளப்போகிற அந்த குணசுந்தரியை இந்த ஆனிக்காற்றின் வெளியிலிருந்து உருவிட முடியுமா?

ஒரு பழமாகப் பிறந்திருக்கலாம் என்று இப்போது தோன்று கிறது, ஒரு நல்ல சப்போட்டா பழத்தை அல்லது நல்ல மாம் பழத்தைத் துண்டுதுண்டாக எல்லோருடனும் பகிர்ந்து கொள்ளும் போது, (இதை இரண்டு மூன்று தடவை சொல்லியும் விட்டேன்). இந்தபட்டணம் ஜாதி என்கிற, நீலம் என்கிற, காசாலட்டு என்கிற பழத்தில் மட்டும் காணமுடிகிற வண்டாகக் கூடப் பிறக்கலாம். அல்லது எங்கள் புறவாசலில் பிடிவாதமாகத் தன் தாமிர இலை அசைத்து வளர்ந்துகொண்டிருக்கிற எச்சில் மாங்கொட்டையாக வேனும்.

யாரோ புசித்துவிட்டு எறிவார்கள். விழுந்த இடத்தில் பிடி வாதமாக வளர்வேன். புறக்கணிப்பின் அத்தனை தினங்களுக் கிடையிலும் கொட்டையில் சேமிக்கப்பட்டிருந்த கடைசி அணு ஜீவனும் தீர்கிறவரை, நிச்சயம் விதையிலைக்கு அப்புறமும் ஒரு மூன்றாவது இலையையும் விடுவேன். மனிதர்கள் பார்க்காவிட்டால் என்ன? ஒரு இளம் கன்றுக் குட்டியோ, ஆட்டுக்குட்டியோ பார்க்கும் வரை, என் தாமிரக் கனவுகளை இளவெயிலில் கண்டுகொண்டு இருப்பேன்.

எங்கள் அம்மாச்சியிடமிருந்து நான் சரஸ்வதி அம்மன் முகம் செய்யக் கற்றுக் கொண்டேன். எங்கள் அம்மாத் தாத்தாவிடம்

இருந்துதான் என்னையே நான் கற்றுக்கொண்டேன். என் பெயர் முதற்கொண்டு எல்லாம் அவரிடமிருந்து பெற்றது.

மாம்பழத்தை நறுக்குவதற்குக் கூட அவரிடமிருந்தே தெரிந்தேன். தாத்தாவிடம் இரண்டு மூன்று மாம்பழக் கத்திகள் இருக்கும். குறைந்தது இரண்டாவது. காம்பை ஒட்டி ஆரம்பித்து கீழ்நுனி வரை, இழை சற்றும் அறுந்துபோகாமல், தாத்தா தோலை நறுக்கிக்கொண்டே போவார். ஒரு ஸ்ப்ரிங் போல மாம்பழத் தோல் கீழே விழும். தாத்தா தோல் சீவின பழத்தைத் தட்டில் வைத்துவிட்டு, இன்னொன்றை எடுப்பார். அப்புறம் இன்னுமொன்று. எத்தனை நபர்களுக்கு எத்தனை மாம்பழங்கள் சரியாக வரும் என்று அவருக்குத் தெரியும். மறுபடியும் முதலிலிருந்து மாம்பழங்களை, நீளவாட்டில் குறுக்கு வாட்டில் வகிர்ந்து துண்டுபோடுவார். அளந்து எடுத்ததுபோல் மாம்பழத் துண்டுகள் குவியும். எல்லாப் பழங்களையும் துண்டுபோட்ட பிறகு, நறுக்கின மாம்பழக் கத்தி யாலேயே ஒவ்வொரு கூறாக வைப்பார். இது கல்யாணிக்கு, இது கணபதிக்கு என்று சொல்லச்சொல்ல, கொட்டை யாருக்கு என்பதில் எங்கள் கவனம் போய்விடும். அது ஒரு லாட்டரிப் பரிசுபோல, யாருக்கு யோகம் இருக்கிறதோ அவர்களுக்குக் கிடைக்கும்.

தாத்தாவின் மாம்பழக் கத்திகள் எங்கு போயிற்றோ? தாத்தா மாதிரியே மாம்பழம் நறுக்குகிறோம். எங்கள் விரலிடுக்குகளில் தாத்தாவின் ஞாபகச் சாறு ஒழுகுகிறது. இன்றைக்கு அம்மாச்சி இருந்தால், அம்மாச்சியின் மூக்கை என் கைகளால் இப்போது பொத்துவேன். என் கைகளில், அம்மாச்சிக்கு மாம்பழ வாசம் அல்ல, தாத்தா வாசம் அடிக்கும்.

மனிதர்கள் வாசம் எவ்வளவு அருமையானது.

♦

சரியாகத்தான்

என்னுடைய கைபேசியில் சிறு பழுது. நீக்கக் கொடுத்துவிட்டுக் காத்திருந்தேன்.

ஒரு தகப்பன் தன் எட்டுவயதுப் பெண் குழந்தைக்குக் கைக் கடிகாரம் வாங்கிக்கொடுக்க வந்தான். 189/ ரூபாய் விலைக்கு அழகழகான சீனத் தயாரிப்புகள். தகப்பன் தன் மகளின் தேர்வுக்கே விடுகிறான். ஏழு எட்டை நிராகரித்து, இரண்டு கடிகாரங்களில் ஒன்றைத் தேர்ந்து எடுத்து அப்பாவிடம், 'இது நல்லா இருக்கா ப்பா?' என்று ஒப்புதல் கேட்கிறது. காரில் வந்திருப்பார்கள் போல. இவள் கடிகாரத்தைப் பார்த்ததும் தனக்கும் வேண்டும் என அவளுடைய தம்பியும் கேட்க. தகப்பன், அக்கா, தம்பி வருகிறார்கள். அக்காவுடையது போலவே வேண்டும் என்கிறான் தம்பி. அழ வில்லை. பிடிவாதம் பிடிக்கவில்லை. ஆனால் உறுதியாக.

தகப்பன் விலகி நிற்க, அக்கா தன் தம்பியிடம், உரையாடத் துவங்குகிறாள். அக்கா கையை விட அவனுடைய கை குட்டியாம். அதனால் குட்டிக் கடிகாரம்தான் நன்றாக இருக்குமாம். கடைக் காரருக்கு ஏற்கனவே மலர்ச்சியான முகம். அவர் மேலும் சில சிறிய கடிகாரங்களை கண்ணாடித் தடுப்பில் வைக்கிறார். 'இது நன்றாக இருக்கும் உனக்கு' என்று அவன் மணிக்கட்டில் வைத்துப் பார்க்கிறாள். 'நல்லா இருக்கா?' என்று தம்பியிடம் கேட்கிறாள். அவனுக்குச் சிரிப்பு வந்துவிட்டது தலையை ஒப்புதலாக அசைக் கையில்.

தகப்பன் விலை கேட்கவில்லை. அக்கா கேட்கிறாள். 'நைண்ட்டி' என்கிறார் விற்பனையாளர். மணிக்கட்டில் கடிகாரத்தையே

பார்த்துக்கொண்டு இருந்தவன், ‘நைண்ட்டின்னா தொண்ணூறு தானே ப்பா’ என்கிறான். நான் அவனுடைய உச்சிச் சிகையைக் கலைத்து விடுகிறேன்.

இவ்வளவு பேசி, தீர்மானித்து, தேர்ந்தெடுத்து அந்தச் சிறுமி இதுவரை செய்தது எல்லாம் பெரிதில்லை. அப்பா கொடுத்த ரூபாயை வாங்கிக் கடைக்காரரிடம் கொடுக்கிறது. வாங்குகிறவர் கைவிரல்களில் ஒரு விரல் நகத்தில் ரத்தம் கட்டி நீலமாக இருக்கிறது.

‘கையில் அடிபட்டுவிட்டதா அங்க்கிள்’ என்று கேட்கிறது. ‘சரியாப் போச்சு அதெல்லாம்’ விசாரிப்புக்கு பதில் சொல்லும் அவர் முகம் கனிந்து நெகிழ்கிறது..

எல்லாம் சரியாகத்தானே போகும், இப்படி அக்கறையாகக் கேட்க ஒரு எட்டு வயதுச் சிறுமி இன்னும் நம்மோடு இருக்கும் போது.

✦

நான்காவது

அந்தப் பையனுக்கு மிஞ்சிப் போனால், பத்து அல்லது பதினோரு வயது இருக்கும். முகர்ந்து பார்த்தால், இன்னும் தாய்ப்பால் வாசம் கூட அவனிடம் அகலாது இருக்கலாம்.

இந்தப் பக்கத்துப் பையன் இல்லை. வடக்கத்திப் பையன். தூங்கி எழுந்த முகத்தில் இந்த வயதுப் பிள்ளைகளுக்கு ஒரு அழகிருக்கும். களங்கம் இன்மையின் அழகு. வாழ்வின் இன்னும் ஒரு துளிர் விட்டிருக்கும். சுடர்மிகுந்த இளஞ்செடியின் இளம் காற்றில் இளம் அசைவு. அசைவது தெரியாமல் ஒரு அசைவு உண்டே, அந்த அசைவு. அதனுடைய அழகு. சிரித்துக்கொண்டே இருந்தான். வாய்விட்ட சிரிப்பில்லை. ஆனால் சிரிப்பு. அல்லது சிலிர்ப்பு அது.

வரிகள் இட்ட சிவப்பு பனியன். கீழே ஒரு நீல ஜீன்ஸ். பழைய புத்தகங்கள் மட்டுமே வாங்கிப் பள்ளிக்கூடம் போகிற பிள்ளைகள் போல, பழைய உடைகள் மட்டுமே அணிந்துகொண்டு இந்தத் தெருவையும் இந்த இன்னொரு அதிகாலையும் புதிதாக்கிக் கொண்டிருக்கிற இன்னொருத்தன். அவன் தெரு நாய்களின் சினேகிதனாக இருந்தான். இன்னும் வெயில்வரத் துவங்காத, வைகாசிக் காற்றடிக்கிற, இந்த ஒதுங்கிய தெருவில், அவன் கருப்பு, வெள்ளை, பழுப்பு என இங்கே திரியும் மூன்று தெரு நாய்களுடன் விளையாடிக் கொண்டிருந்தான்.

அந்தக் கருப்பு நாயைக் கண்டு, இந்த வெங்கடாத்ரி நகரில், சிதம்பர நகரில் பயப்படாதவர் இல்லை. எல்லோரும் ஒருமுறையேனும் அதனால் குரைக்கப்பட்டிருக்கிறார்கள். அனேகம் பேருக்குக் கனவில் அதனுடைய உறுமல் கேட்ட பதற்றம் உண்டு. கண்களிலும்

கோரைப் பற்களிலும் சூனியக்காரக் கிழவியின் சாயல்கள் இருப் பதாக, வழக்கமாக நான்கு வார்த்தைகள் மற்றவரிடம் பேசக்கூட யோசிக்கிற ஒருவர் சொன்னார். அதற்குப் பின் அதன் கண் களையும் பற்களையும் பார்க்காமல் இருக்க முடியவில்லை எனக்கு. ஆனால், இதுவரை அந்தச் சூனியக்காரக் கிழவி அகப்படவே காணோம்.

அந்தப் பையன் ‘விடாது கருப்பின்’ உச்சந்தலையைத் தடவிக் கொடுத்துக்கொண்டு இருந்தான். அது ‘சுகமாக’த் தலையைக் குனிந்து கொடுத்துக் கொண்டிருந்தது. வலது கையால் கருப்பு நாயைத் தடவிக்கொடுக்க, பழுப்பு நாய் அவனுடைய வலது கைக்குக் கீழ், கன்றுக் குட்டி மடி முட்டுவது போலத் தலையைத் தாழ்த்திக் கொடுக்கிறது. பழுப்பு நாய் சற்று பூசிய உடம்புடனுள்ளது. ஒரு வளர்ப்பு வீட்டின் மாமிசத்தட்டிலிருந்து விலகி இப்போதுதான் முதல் முறையாகத் தெருவுக்கு வந்ததுபோலச் ‘செழிப்பாக’ இருந்தது. அது அந்தப் பையனின் விரல்களை உடல் முழுவதும் விரும்பியது. ஒரு பெரும் விழைவுடன் தன்னுடைய உடலைச் செல்லமாக வளைத்து அவனிடம் ஒப்புக் கொடுத்தது. திரட்சி நிரம்பிய அந்த உடல், வேலிக்கருவையும் எருக்கலம் புதரும் அசையும் இந்தத் தெருவோர விளிம்பில், இதுவரை கண்டறியாத ஒரு பையனின் மென் வருடலுக்கு, ஒரு இசையின் அலையாகத் தணிகிற போது நமக்குள்ளே உண்டாகும் உணர்வு, அபூர்வமானது.

வலமும் இடமுமாக அவன் தடவிக் கொடுக்க, மூன்றாவதாக வந்து இணைந்து கொண்ட வெள்ளை நாய் தன் வாலசைவில் அவனுடன் உடனடியாகக் காட்டிய நெருக்கத்தைப் பார்த்ததும் அவனுக்கு அப்படி ஒரு ஆனந்தம். ஏற்கனவே இசைத்துக் கொண்டிருந்த பண்ணை, வேறொரு வாத்தியத்தில் வாசிக்கிறதாக, அவன் இடது கையால் அந்த வெள்ளை நாயின் முதுகை கழுத்தி லிருந்து வால் பக்கமாக நீவிவிடுகிறான். ஒரு சிட்டுக்குருவியைப் போல விடுதலையின் அழகுடன் மினுங்கின அவன் கண்கள். அவன் வேறு யாரையோ எதிர்பார்ப்பது போலத் தெருக்கோடி வரை பார்க்கிறான். தன் கழுத்தில் இருந்த மாலையைக் கழற்றி எங்கோ தூரத்தில் இருந்து தன்னைப் பார்த்துக் கொண்டிருக்கும் இன்னொருவருடைய கழுத்தில் வீசுவதுபோல இருந்தது பார்வை.

தெருக் கடைசியில் கருப்பும்வெள்ளையுமான உடலுடன் ஒரு நாய் இவனுடைய திசையில் ஓடிவர ஆரம்பித்திருந்தது. மரநிழல் விழுந்தசையும் தரையை, கைக்கு வந்த வாக்கில், ஒரு தாளைக் கிழிப்பதுபோல, வெயிலோடு கிழித்தெடுத்து அது ஓடிவந்தது.

பையனுக்கு முகமெல்லாம் சந்தோஷம். இத்தனைக்கும் அவன் இதுவரை குரலை எழுப்பவே இல்லை. எந்தப் பெயர் சொல்லியும் அவற்றைக் கூப்பிடவில்லை. வா, வா என்று சைகையால் கூட அழைக்கவில்லை. செய்ததெல்லாம் வருடல். நீவல். உச்சியில், காதோரத்தில் துவங்கி வளைந்த மேல் முதுகில் வால் வரை.

பிராணிகள் உணர்வு பூர்வமானவை, மனிதரைவிடவும். மனிதர்கள் உச்சி முகரப்பட விரும்புவதுபோல, அவையும் உச்சி வருடலை விரும்புகின்றன.

வருடலின் வாசனை நுகர அவற்றால் முடிகிறது. அதற்கும் இன்னொரு விலங்குக்கும், அது மனிதனாகவும் இருக்கலாம், உண்டாகிற தொடுதலின் அதிர்வை எங்கிருந்தாலும் அவை உணர்ந்து விடுகின்றன.

அந்த நான்காவது நாய் இன்னும் வந்துவிடவில்லை.

மூன்று நாய்களும் அவனும் மட்டும் இருக்கிற அந்தக் காட்சி நீடித்துக்கொண்டே இருக்க விரும்பினேன். ஏதோ ஒரு ரவி வர்மாவின் புராணிகச் சித்திரம் ஒன்றில் கூட இப்படியொரு நாயைப் பார்த்த ஞாபகம். காசியில் பைரவர் சன்னதிக்குப் போகிற பாதை யெல்லாம் மாலையணிந்து நடமாடும் பைரவர்கள். நான் காசியி லிருந்து விலகி, பைரவர்களிடமிருந்து விலகி, எங்கள் தெரு எங்கள் தெருவாக மட்டும் இத்தனை அழகுடன் இருப்பதை விரும்பினேன்.

எனக்கு இந்த தினம் மறுபடி வராது என்று தோன்றுகிறது.

இந்தப் பையனை நிச்சயமாக மறுபடி நான் சந்திக்கவே போவ தில்லை என்பது முதலில் இருந்தே உறுதியாகிவிட்டிருந்தது. நான் அந்தப் பையனாக அல்ல, அவனை நோக்கி வந்துகொண்டிருக்கும் நான்காவது நாயாக இருக்க விரும்பினேன்.

"இல்லாத ஒரு நான்காவது நாயுடன்
விளையாடுவது போல
புரண்டுகொண்டிருக்கின்றன
காலை வேம்பின் கசப்பு நிழலில்
மூன்று நாய்கள்"

என நான் ஏற்கனவே எழுதியிருந்த கவிதையில் வருமே, அதே நான்காவது நாயாக.

◆

அவர் பொருட்டு

எல்லோர்க்கும் தானே பெய்யும். பங்குனி மாத அதிகாலை என்றால் கூட. மழை வராது என்று நினைத்தேன். மழை வருவது போல இருக்கும்போது அப்படி நினைத்துக்கொள்வது புதிய தில்லை. சென்ற வாரம் அப்படி நினைத்து, நடை போய், முற்றிலும் நனைந்திருந்தேன்.

வகுப்பறைகளில் இருந்து, ஓடும் ரயிலில் இருந்து, மருத்துவ மனை தாழ்வாரங்களில் இருந்து, திரைப்பட அரங்குகளில் இருந்து பார்த்த மழைபோல, கட்டுமானம் ஆகிக்கொண்டு இருக்கும் நல் மேய்ப்பர் ஆலயத்தின் பூசப்படாத சுவர்களுக்குள் இருந்து பார்த்த மழை அது. இன்று மீண்டும் நனைய விரும்பவில்லை.

வீட்டுக்குத் திரும்புங்கள் என்பதுபோல, நரைத்த மீசை ஒதுங்க என்னைப் பார்த்த அவரிடம் முந்திய இரவுக் காவல் மிச்சம் இருந்தது. தோல்பட்டியைப் பிடித்துக்கொண்டு நின்றார். கனத்த உடலுடன் தரை முகர்ந்து ஒரு ஓநாய் போல தன்னுடைய இடத்தை அது தேர்ந்தெடுத்தது. அவருடைய காக்கிச் சட்டையில் மழைத் துளிகள் கனத்து ரவைகள்போலப் பாய்ந்தன. அவர் தெற்குப் பக்கம் கருத்த வானத்தைப் பார்த்தார். இப்போது அது பின்னங்கால்களில் தணிய அமர்ந்திருந்தது.

நான் அதிகம் நனையவில்லை. அடர்த்தி குறைந்துவிட்ட தலை முடிக்குள் துளி உருண்டு நெற்றிக்கு இறங்கியது. நான் வீட்டில் அல்ல, மழையில் நுழைந்துகொண்டு இருந்தேன். மழை பார்த்தல் ஒரு அனுபவம். கனமழையின் ஆழ்ந்த ஆன்மீகம் தனியானது. மழை பார்க்க நீங்கள் துவங்கிய மறுகணம் மழை உங்களைத்

தொலைத்துவிடும். காணாமல் போக்கிவிடும். நீங்கள் இல்லாமல் இருப்பீர்கள்.

முக்கால் மணி நேரம் மழை மட்டும் இருந்தது. ஓயவில்லை. முதலில் நனைந்த தெருவில், தன்னை விதைத்துக்கொண்டவள் கீரை விற்கிற கணவதி. அவளுடைய அறுபது சொச்சம் வயதும் கீரையுடன் நனைந்திருந்தது. அடுத்து சத்தம் கொடுத்து இரும்புக் கதவு வழி, பால் பைகளை நீட்டியவர் மணி. அவருடைய வலது காலில் இன்னும் கட்டு இருக்கிறது. ஆறு மாதங்களுக்கு முன்பு கிட்டத்தட்ட கால் பாதத்தை இழக்க வேண்டிய ஆபத்து இருந்தது. தப்பியிருந்தார். ஒரு பதினைந்து நிமிடங்களுக்குப்பின், நந்தியா வட்டையின் கீழே இருந்து, தன்னுடைய மூன்று சக்கர சைக்கிளை நிறுத்தி, தினசரிகளை என் பக்கமாக வீசிவிட்டு, ராஜா கைகளினால் பெடல் செய்தபடி, அடுத்த வாசலுக்கு நகர்கிறார்.

இதுவரை பார்த்துக்கொண்டிருந்த மழையை இனிமேலும் பார்க்க இயலாது.

எல்லோர்க்கும் எதற்குப் பெய்கிறது மழை?

யாரை முன்வைத்தாவது...

'மவுண்ட் ரிட்டர்ன் ஒன்னு'

மாம்பலம் மின் ரயில் நிலையத்தில் சீட்டு வாங்கும்போதே திரும்ப வரும்போது அசோக்நகர் ஐம்பத்து மூன்றாது தெரு வரை நடப்பது என்று தீர்மானித்திருந்தேன். எதற்குமே தீர்மானங்கள் எடுக்கப் பழகியிராத நான், இதுபோல எப்போதாவது எளிய தீர்மானங்களின் மணல் வீடு கட்டிக்கொள்வது உண்டு. நாமே கட்டி, நாமே சந்தோஷமாகச் சிதைத்துவிட்டு, வீட்டுக்கு வந்த பின், மணல்வீட்டை மறந்து கால்விரல்களுக்கு இடையே மினுங்கும் மணல்பரல் பார்த்து, கனவில் மறுபடி கடல்கரையில் நிற்கமுடியும் சாத்தியம் அதில் எப்போதும் நிறைய அல்லவா.

வெள்ளிக் கிழமை மாலைதான். ஆனால் மின் ரயிலில் அப்படி யொன்றும் நெரிசல் இல்லை. 90 சதவிகிதம் பேர், ஒரு முழு வேலை நாளின் அலுப்பை கைபேசியில் தீர்த்துக் கொண்டிருந்தார்கள். பக்கத்தில் இரண்டு எதிர் எதிர் இளைஞர்களின் புல்லாங்குழல் இசைப் பகிர்வில் ஒரு சிறுகணம் ரயிலில் மூங்கில் அசைந்து வேணு வனம் ஆயிற்று. நான் மாம்பலம் நிலையத்தில் எனக்குப் பிடித்த படிக்கட்டின் எந்தப்பக்கத்தில் ரயிலின் என்னுடைய இறங்கும் வாசல் நெருங்கும் என்ற விளையாட்டில் இருந்தேன். சேதாரமே இல்லாத விளையாட்டு.

எனக்கு ஒரு விளையாட்டு உண்டெனில் ரயிலுக்கும் ஒன்று இருக்கும் அல்லவா? அது அதன் விளையாட்டில் ஜெயித்து, இந்தப் பக்கமும் அந்தப் பக்கமும் அல்லாது, படிக்கட்டின் தராசு முள்ளில் நின்றது. கிண்டியில் ஏறி, சைதாப்பேட்டையில் தலைமுடி கலைய நின்று, எனக்கு முன்னே இறங்கின நாலைந்து கலகலப்பரின் நிழலாக இறங்கினேன். மூன்றே நிலையங்களின் இடைவெளியில், என்னிடம் எதையோ தந்து விட்டும் என்னிடமிருந்து எதையோ எடுத்துக்கொண்டும், நகர்கிற தொடர்வண்டியின் மெலிதான வேகம் எப்போதும் போல இப்போதும் எனக்குப் பிடித்திருந்தது.

நான் படிகளில் ஏறினேன். என் கால்களின் கீழ், 97, 98, 99ஆம் வருடப் படிகள் வந்து சேர்ந்திருந்தன. 2. ராஜு நாயக்கன் தெரு, மேற்கு மாம்பலத்துக்கு அழைத்துச் செல்லும் படிகள். இப்போது பயணச் சீட்டுகள் வாங்குகிற இடமாக மாறியிருக்கும் அந்தத் திருப்பத்தில்தான், அதற்கு முந்திய தின இரவில் தன் கிராமத்தில் இருந்து துரத்தப்பட்டு இந்தத் திக்கற்ற நகரத்தில் கையேந்தும்படி அந்த முதியவரும் அவருடைய கிழவியும் நின்றார்கள். அந்த இருவரும் உங்களுடைய, அல்லது என்னுடைய அல்லது யாருடைய வீட்டுப் பட்டாசலில் தொங்கக்கூடிய ஒரு குடும்பப் புகைப்படத்திலிருந்து கிழித்து எடுத்து அப்புறப்படுத்தி, இந்த மாம்பலம் நிலையப் படிக்கட்டில் வீசப்பட்ட முகத்துடன் இருந்தார்கள். ஒரு வேளை, இத்தனை வருடங்களிலும் ஒரே ஒரு புகைப்படம் கூட எடுக்கப்படாத முகங்களாகக்கூட அவை இருக்கலாம்.

அந்த அம்மா கட்டியிருந்தது ஒரு மஞ்சள்நிறப் புடவை. எங்கள் பக்கத்தில் மாம்பழக் கலர் என்று சொல்வார்கள். ஒரு திருவிழாவுக்கு அல்லது அவருக்கு வேண்டிய ஒருத்தரின் கல்யாணவீட்டுக்குப் புறப்பட்டதுபோல, தங்களின் மிக மோசமான ஒரு தினத்தில் பிரவேசிக்கிறதை அறியாமல், பின்கொசுவம் வைத்து அதை உடுத்தி இருந்தார்கள்.

குங்குமம் வைத்த நெற்றியும் அடர்ந்த மீசையுமாக, கலங்கிச் சிவந்து தவிக்கும் கண்களுடன் அந்தப் பெரியவர் நின்ற கோலம் இன்னும் என்னை வதைக்கிற நினைவுகளில் ஒன்று. கும்பிட்ட படியே ஒரு கருஞ்சிலையென நின்ற அவர், நல்லவேளை அந்த நொடி வரை, கையேந்தி எதுவும் கேட்டுவிடவில்லை. அப்படிக் கேட்டிருந்தால், சொல்லமுடியாது, அப்போது கடந்து சென்ற மின்ரயில்கள் ஒன்று மேலும் ஒரு விபத்துச் சிதைவைத் தாண்டிப் போயிருக்கும்.

படிகளில் இறங்கி, பிள்ளையார் கோவில் தாண்டி, வாகனக் காப்பக வரிசை பார்த்து ஸ்டேஷன் ரோட்டில் திரும்பும்போது நான் அஜயன் பாலாவையும் மாரிமுத்தாகிய யூமாவாசுகியையும் அந்த சப்போட்டாப் பழக்காரரையும் எதிர்காண விரும்பினேன். ஒரு இடிந்த சுவரை, ஒரு தொலைந்த தெருவை, ஒரு கிழிந்த பக்கத்தை நமக்கு நெருக்கமான ஒரு முகத்தின் ஞாபகங்களுடன் மீட்டுக் கொள்வது அருமையானது அல்லது துயரமானது. அதற்கு அடுத்து ஸ்டேட் பாங்க் குடியிருப்பில் இருந்து ஜெயவர்மன் வர மாட்டாரா?. நாம் நினைத்த போதெல்லாம், நினைத்த இடங்களில் நினைத்த மனிதர் வர, இது என்ன தமிழ் சினிமாவா? யாரும் வர வில்லை.

ஆனால் அந்தப் பூ விற்கிற பெண் அப்படியே அதே இடத்தில் இருந்தார். எனக்கு மேலும் வயதாகிவிட்டது போல, இந்த பதினான்கு வருடங்கள் அவர் மீதும் மெல்லக் கிளையில் அமரும் பறவைபோல இறங்கியிருந்தது. ‘மூன்று நாட்களாக அவரை எங்கே காணோம்?’ என யாரோ பூ வாங்கியபடியே அவரிடம் விசாரித்துக் கொண்டு இருந்தார்கள். ஒரு வேளை அவர், என்னை எங்கே காணோம் இத்தனை வருடங்களாக என்று விசாரித்தால் எவ்வளவு நன்றாக இருக்கும். பூ விற்கிறவர்கள் பூ வாங்குகிறவர்களை மட்டும் தான் விசாரிப்பார்கள் என யார் சொன்னார்கள். அவர்கள் அவர் களுடன் வாழ்கிற அனைவரையும் விசாரித்தபடியேதான் இருக் கிறார்கள். விசாரிப்பின் வாடாத பூவுடன் அவர்களின் பூக் கூடை ஈரமாகவே இருக்கிறது.

நான் அந்தப் பழக்கடையைத் தேடினேன். பழக்கடையைக் கூட அல்ல, பழம் விற்கிற அந்த முகத்தை. அவ்வளவு அழகான கருப்பு. அழகான முகக் களை, பொட்டு, சிரிப்பு எல்லாம். பூமா என்று ஒரு ரெட்டைச் சடை போட்ட பெண் குழந்தை உண்டு என ஞாபகம். பூமாவுக்கு இப்போது கல்யாணம் ஆகிப் போயிருக் கலாம். ஒரு கணினிப்பொறியாளர் ஆகவோ அவருடைய துணை வியாகவோ கூட இந்தப் பழைய மகாபலிபுரச் சாலையில் பூமா போய்த் திரும்பிக் கொண்டிருக்கலாம்.

சற்று, முன் பக்கங்களைத் திருப்பமுடியும் எனில், ஜூனியர் விகடனின் ‘காதல் படிக்கட்டுகள்’ வரிசையில், என் வரிகளில் நீங்கள் இந்த பழக்கடைக்கார முகத்தை வாசித்திருக்கமுடியும்.

இது போதாதா? நீங்கள் வாசிக்கச் சில வரிகளை நானும், நான் வாசிக்கச் சில வரிகளை இந்த மேற்கு மாம்பலம் ஸ்டேஷன் ரோடும் விட்டுச் செல்லும் எனில், அந்த வரிகளை நிரந்தரப்படுத்த

யாரோ ஒருவரின் முகமும் இன்னும் இருக்குமெனில். போதும் தானே. அந்த முகம் அந்த முகமாகவே இருந்தது. அந்தப் பழக் கடைக்குப் பின் ஒரு செருப்புக்கடை புதிதாக வந்திருந்ததே தவிர, அவர் அப்படியே இருந்தார். பட்டுப்புடவை போல மினுங்குகிற, பட்டுப்புடவை அல்லாத ஒன்றை அணிந்து, அதே மூக்குத்தியும் சிரிப்புமாக, அந்த செருப்புக் கடைவாசலில் ஒரு ஸ்டூலில் அமர்ந் திருந்தார். சந்தோஷம் ஒரு ராணியின் தோரணையை அவருக்குக் கொடுத்திருந்தது. அல்லது வாழ்வை அதன் போக்கில் மலர்ந்த நிம்மதியுடன் வாழ்கிறவர்களுக்கு, ஒரு தாமரைக்குளத்தின் பறிக்காத பூவின் அப்படியொரு அழகு வாய்த்துவிடுகிறது. நான் அவரிடம் பேச விரும்பினேன். பேச வேண்டும் என நினைத்துப் பேசாமல் போகிற பாசாங்கு அல்ல, ஏதோ ஒரு கூச்சம், அவரைப் பார்த்த படியே என்னைத் தாண்டிப் போகவைத்தது. பேச நினைக்கிறவர் களிடம் பேசமுடியாத சொற்களின் மிச்சமாகவே இந்த வரிகள் அதனுடைய அடுத்த வரிக்கு என்னை இட்டுச்செல்கின்றன. இந்தப் புள்ளிக்கு மேல், நான் முற்றிலும் வேறு ஒருவனாக ஆகியிருந்தேன். ஏரிக்கரைச் சாலை, தம்பையா தெரு, ஆரிய கௌடா சாலை, போஸ்டல் காலனி மூன்றாம் தெரு, அஷோக் நகர் 49ஆம் தெரு எல்லாம் தாண்டி, நான் அந்த ஐம்பத்து மூன்றாவது தெரு, ரெங்க நாயகி அடுக்ககத்தை எப்படி இத்தனை விரைவில் அடைந்தேன் என்பது ஆச்சரியமாக இருந்தது. இடையில் பெயர் தெரியாத ஒரு தெருவில், மன நல மருத்துவர் ராமானுஜத்தை, நடனப் பயிற்சி முடித்து நின்றுகொண்டிருந்த அவர் குழந்தையுடன் பார்த்ததும் பேசிவிடை பெற்றதும் மட்டுமே நினைவில் இருந்தது. அப்படி உயரப் பறந்து வந்திருக்கிறேன்.

சில முகங்கள் இப்படிச் சிறகுகளாக இப்படி நம் விலாப் புறங்களில் முளைத்துவிடுகிறார்கள். அல்லது சில மனிதர்கள் பறவை களாக நம்முடனே பறந்து வருகிறார்கள். மனிதர்கள் அவ்வப்போது யாரை முன்வைத்தாவது பறவைகள் ஆவதும் பறக்கமுடிவதும் எவ்வளவு அருமையானது.

◆

முதல் தலைமுறைத் தாவரம்

அந்தத் தெருப்பக்கம் போய் அதிக காலம் ஆயிற்று.

எப்போதும் ஒரு அரசு வாகனம் காத்துக் கிடக்கும் அந்த வீட்டை எல்லோர்க்கும் தெரியும். சொந்த வீடு. மாடியும் கீழுமாகப் பெரியது. அவ்வளவு பெரிய வீட்டில் முன்னால் பின்னால் எந்த மரமும் கிடையாது. ஒரு செடிகொடி இல்லை. புல் பூண்டு முளைத் தால் கூடக் கருகிப் போய்விடும் ஒரு பாழ்மை. உட்காரக் கிளை யின்றி, காகம் மேல்நிலைத் தொட்டியில் இருந்துதான் கத்த வேண்டும். வீடு தன் அத்தனை காயங்களையும் நக்கிக்கொண்டு வெயிலில் படுத்திருக்கும்.

அதன் பிரசித்தம் சற்று உவர்ப்பானது. வீட்டு அதிகாரி கொஞ்சம் அப்படி இப்படி. அந்த ஊரில், இந்த விடுதியில் என்று நிறையப்பேச்சு. இப்போது அவரிடம் அடி உதை படுவது அவருடைய இரண்டாம் தாரம் என்கிறார்கள். ஒரு வதைபடும் மிருகம் போல அந்தப் பெண் அலறும். உடுத்தின உடையோடு ரத்தக் காயத்தோடு தெருவில் ஓடும். முன் பல் தானாக உடைந் திருக்க வாய்ப்பில்லை. மூன்று பிள்ளைகளோடு காவல் நிலையத்தில் புகார் செய்திருக்கிறது. ஒரு தடவை மருந்தைக் குடித்திருக்கிறது. அவரை ஒன்றும் செய்யமுடியவில்லை.

வீட்டில் என்ன நடந்தாலும் யாருக்கும் தெரியாது. தெரிந்தாலும் அவருக்குக் கவலையில்லை. சஃபாரி அணிந்து அலுங்காமல் அலுவலக வாகனத்தில் போவார், வருவார். வேலையில் கெட்டிக் காரர். துறையில் பெயரும் செல்வாக்கும் அதிகம். மாலையும் சால்வையும் பூச்செண்டுமாக பெட்டியைத் தூக்கிக்கொண்டு வாகன ஓட்டுநர் பின்னால் போவதை அவ்வப்போது பார்க்க

முடியும். அந்த மாலையைத் தூக்கி எறிந்திருந்தால் கூட நான்கைந்து வாடாமல்லி, இரண்டு கேந்தி என்று தானாக முளைத்திருக்கும்.

நீண்ட இடைவெளிக்குப் பின் இன்று போகும்போது அந்த ஆச்சரியம் நிகழ்ந்திருந்தது. வாசலில் பாத்தி போல நித்யகல்யாணிப் பூக்கள். சுற்றுச் சுவருக்கு வெளியே அசைந்து தெரியும் கட்டி கட்டியான கேந்திப் பூக்கள். மாடிக் கதவு திறந்திருந்த்து. வெளிப் பக்கம் உலரும் துணிகள். அசையும் நைலான் கொடி. நான்காவது படியில் ஒரு பூனைக்குட்டி. மீண்டும் பூஞ்செடிகளைப் பார்த்தேன். முதல் தலைமுறைத் தாவரம் என்று பூக்களில் எழுதப்பட்டிருந்தது.

சில சமயங்களில் எளிதில் விடை கிடைத்துவிடுகின்றன. கூரியர் கொடுப்பவர் அந்த வீட்டின் முன் சைக்கிளை நிறுத்தினார். எல்லாத் தகவல்களும் அவருடையவை. மாடியில் இருப்பது அந்த அதிகாரியின் தங்கை. டீச்சர் வேலை. சொற்ப வயதில் சமீபத்தில் கணவர் இறந்து போனார். 'சார் இன்ஃப்ளுயன்ஸில் தங்கச்சிக்கு இங்கே ட்ரான்ஸ்ஃபர் வாங்கி தன் வீட்டு மாடியிலயே குடிவச் சுட்டார். பார்த்தாலேயே தெரியுமே. முன்னால பூஞ்செடி அது இதுண்ணு. எல்லாம் அந்த அம்மா வச்சதுதான். விடிஞ்சதும் இந்தப் பக்கம் நீங்க வந்தா பாக்கலாம். ஒண்ணுவிடாம எல்லாத்துக்கும் தண்ணி ஊத்திக்கிட்டு இருப்பாங்க'.

நான் தண்ணீர் வார்க்கிற மாடி வீட்டுப் பெண்ணைக் கற்பனை செய்துகொண்டேன். கூடவே செடிகளோடு செடிகளாக அந்தக் கீழ் வீட்டுப் பெண்ணின் முகத்தையும், அதில் இனிமேல் வந்து சேரப் போகும் சிரிப்பையும்.

உடைந்த பல்லோடு சிரிக்கக்கூடாது என்று யார் சொன்னார்கள்?

✦

பின்னிக்கொள்ளும் விரல்கள்

இன்றைக்கு அசோகமித்திரன் ஞாபகமாக இருக்கிறேன்.

கணையாழி, ஜூலை இதழில், 'படிப்பதற்கு ஐம்பது ஆண்டுகள் பிடித்த புத்தகம்' என்ற அவருடைய கட்டுரை வந்திருக்கிறது. கட்டுரையின் துவக்கத்தில் இருக்கும் அவருடைய புகைப்படம் அவ்வளவு நேர்த்தி மிக்கது. சமீபத்திய ஒன்றாகத்தான் இருக்க வேண்டும். அவர் உடையைப் பார்க்கையில் வெளிநாட்டில் எடுத்ததோ என யோசிக்க வைக்கிறது. இங்கு, அத்தனை பெரிய பித்தான்கள் உள்ள ஓர் மேல் கோட்டை அணிய அவரை நிர்ப்பந்திக்கிற பருவ நிலை இருந்திருக்க வாய்ப்பில்லை.

ஒரு மெல்லிய ஏணியின் படியில் வலது கையையும், இடுப்பில் அவரது இன்னொரு கையையும் வைத்துக்கொண்டு நிற்கிறார். அவர் வாழ்வின் மொத்தக் காலமும் அவரின் காலணிகளுக்குக் கீழ் இருப்பதை, கண்களும் அவருடைய சற்றே ஒதுங்கிய இடது கன்னமும் சொல்கின்றன. எந்தக் கலையின் கீழும் வரமுடிகிற ஒரு முதிர்ந்த கலைஞன் போல இருக்கிறார். அசோகமித்திரனாக மட்டும் அல்ல, இப்போதுதான் இசைக்கோர்வை ஒன்றிற்கான குறிப்புகளை எழுதி விட்டு வந்த இசைமேதையாக, அல்லது சர்வதேசப் பரிசு ஒன்றைப் பெறுவதற்கு முன் அலுப்பாக, நேர்காணல் நிமித்தமான ஒரு புகைப் படத்திற்கு நிற்கும் அயல்திரைப்பட இயக்கு நராக, புகைபிடிப் பதற்கு அல்லது ஒரு மிடறு அருந்துவதற்காக ஸ்டுடியோவைவிட்டு விலகி வந்து, தன் சினேகிதியை எதிர்பார்த்து நிற்கும் ஓவியனாக எல்லாம் உருவகித்துக்கொள்ள முடிகிறபடி அவருடைய புகைப் படம் ஒரு உலகீய அடையாளத்துடன் இருக்கிறது.

அவருடைய முகத்தின் சம அளவுக்கு, அவருடைய இரு கைகளின் விரல்களை எனக்குப் பிடித்திருக்கிறது. விரல்கணுக்களின் மேல்

தோல் சுருக்கங்கள் விடையற்ற கணிதங்கள் நிரம்பியவை. கூடுதலாகச் சற்று நேரம் அவற்றை உற்றுப் பார்ப்போம் எனில், அழகு குறித்து நாம் எழுப்பி இருக்கும் மாயக் கோபுரங்கள் தகர்ந்து போகக்கூடும்.

இரண்டு மோதிர விரல்களிலும் மோதிரங்கள். வலது கை விரல்கள், ஒரு பெரு மரத்தின் அசையும் விழுதுகள் எனக் கீழ் நோக்கித் தொங்குகின்றன.

அந்தத் தொங்கும் விரல்களால்தான், அவர் இந்தக் கட்டுரை வரைக்கும் எழுதியிருப்பார்.

நற்றிணை பதிப்பகம் சமீபத்தில், 'அப்பாவின் நண்பர்' என்கிற அவருடைய நவம்பர் 2011 வரைக்குமான படைப்புகளின் தொகுப்பை அழகான பதிப்பாக வெளியிட்டிருக்கிறது. அதன் பின்னட்டை வரிகள் உண்டாக்கும் வலி, அசோகமித்திரனுடைய கதைகள் உண்டாக்கும் வலியைவிடக் கூடுதல் ஆனது.

"வயதான காரணத்தால், இன்று என் கைவிரல்கள் பேனாவைப் பிடித்தாலே பின்னிக்கொண்டு விடுகின்றன. எழுதுவது அனேக மாக அசாத்தியமாகிவிட்டது. இக்கதைகள் மங்கலாக இருந்த என் கடந்தகால நினைவுகள் சிலவற்றைத் தெளிவாக்கின" என்று அசோகமித்திரனே எழுதியிருக்கிறார்.

'பேனாவைப் பிடித்தாலே பின்னிக்கொள்கிற கைவிரல்' களுடன், அசோகமித்திரன் போன்ற ஒருவர், ஐம்பது ஆண்டுகள் பாதுகாத்த 'இரு பெண்கள்' எனும் அல்பெர்டோ மொராவியோ புத்தகத்தைப் பற்றி இரண்டு பக்கங்கள் அளவில் ஒரு கட்டுரை எழுதுகிறார்.

நமக்கும் விரல்கள் இருக்கின்றன. நாம் அந்த விரல்களால் அனேகமாக என்ன செய்கிறோம்? 'அப்புறம் படித்துக் கொள்ளலாம்' என அந்தப் பக்கங்களை, எச்சில் தொட்டுப் புரட்டி, அடுத்த பக்கத்திற்குச் சென்றுவிடுகிறோம். அந்த 'அப்புறம்' வருவதே இல்லை என்பதுதான் துயரமானது.

ஒரு வேளை, அந்தத் துயரத்தையும் ஏற்கனவே புரிந்துவிட்ட ஒன்றுதான் அசோகமித்திரன் அவர்களின் அந்தப் புகைப்படச் சிரிப்பிலும் இருக்கிறதோ என்னவோ.

◆

எல்லாவற்றையும் விட

சமீப காலமாக எங்கள் வீட்டுப்பகுதியில், அவர் காலையில் நடந்து செல்கிறார்.

நேர்த்தியான மேல் உடை. கால் சட்டை. காலணிகள். அதை விட முக்கியமான அடையாளம் நடந்துவரும்போதே அவர் விசிலடித்துப் பாடிக்கொண்டே வருவது. அப்போதுதான் விசில் செய்யக் கற்றுக்கொள்வது போல இருக்கும். காற்றும் அந்த கிறிஸ்துவ கீதங்களின் மெட்டும் தனித்தனியாக ஒலிப்பதிவு செய்யப் பட்டது போல விலகும். கையில் ஒரு நேர்த்தியான ஒரு தோல் பட்டியில், மினுமினுக்கும் பித்தளைக் கண்ணியுடன், ஒரு நாயைக் கூட்டிக்கொண்டு வருவார்.

அவருடைய தோற்றத்திற்குக் கொஞ்சமும் சம்பந்தமில்லாமல் அந்த நாய் இருக்கும். நம்முடைய எந்தத் தெருவிலும், எந்தச் சந்திலும் பார்க்கமுடிகிற சாதாரண நாய் அது. ஊட்டமாகக் கூட இல்லை. மெலிந்து இருந்தது. பொதுவாக, நாய்கள் அதற்கு வேற்று முகமாகப் படுகிற இன்னொரு தெரு நாய் அல்லது வளர்ப்பு நாயைப் பார்த்தால், குரைத்து தன் வீரத்தை அல்லது பயத்தைக் காட்டும். தன் அதிகார எல்லையை நிரூபிக்கும். இது அப்படிக் குரைக்கவே இல்லை. சாதுவாக அவருடைய வலது பக்கத்தில் வந்தபடி இருந்தது.

ஏன் இப்படி ஒரு நாயைத் தனக்குத் தேர்ந்தெடுத்திருக்கிறார்? பார்த்தாலே நம்மை விரட்டுகிற, கன்றுக்குட்டி உயரச் செல்லங்கள் எவ்வளவோ இருக்கிறதே, இவர் ஏன் இதைப்போல ஒன்றை அழைத்துக் கொண்டார்? என்னால் கேட்காமல் இருக்கமுடிய வில்லை. ஆனல் கேட்கத் தயக்கம். சங்கரியம்மாவுக்கு இதுபோன்ற விஷயங்களில் தயக்கமே கிடையாது. அவர் கேட்டேவிட்டார்.

நேரடியாகக் கேட்கவில்லை. 'என்ன அதுக்கு உடம்புக்குச் சரியில்லையா?' என்று கேட்டார். அவர் விசிலடிப்பை நிறுத்தி விட்டுச் சிரித்தாராம். 'ஏன்? நல்லாத்தானே இருக்கு' என்று குனிந்து நாயினுடைய உச்சந்தலையைத் தடவினாராம். அது அவர் இடுப்பு வரை முன்கால்களைப் பதித்து, கொஞ்சுவதுபோலச் சத்தம் கொடுத்த தாம். அவர் வேறு ஒன்றும் சொல்ல வில்லையாம். 'பார்த்தீங்களா?' என்பதுபோல மறுபடி சிரித்தாராம். மறுபடியும் விசிலடித்துப் பாடிக்கொண்டு போக ஆரம்பித்தாராம்.

சங்கரியம்மாவும் இதை அதிகம் விவரிக்கவில்லை. 'இது நம்ம லட்சுமி தத்து எடுத்த கதையால்லா இருக்கு' என்றார். லட்சுமி அவருடைய சினேகிதி. தாமதமாகத்தான் லட்சுமிக்குக் கல்யாணம் ஆயிற்று. கணவர் பஸ் ஓட்டுநர். மிகச்சின்ன வாடகை வீடு. சந்தோஷமாகத்தான் இருந்தார்கள். பத்துப் பதினைந்து வருட மாகியும் குழந்தை இல்லை. இரண்டு பேரும் சேர்ந்து ஒரு முடிவு செய்தார்கள். இவர்களைப் போலவே, இன்னொரு சிறிய வாடகை வீட்டில் பிறந்த அந்த நான்கு வயதுக் குழந்தையைத் தத்து எடுத்துக் கொண்டார்கள். அதற்கு நான்கு வயதுக்கு உரிய மனவளர்ச்சி இல்லை. சரியாகப் பேச்சு வரவில்லை. அந்தக் குழந்தையை லட்சுமியின் கணவர் கொஞ்சுவதைப் பார்க்க ஆச்சரியமாக இருக்கும்.

இதுவரை தரையில் படுக்கும் அவர், அந்தக் குழந்தைக்காக ஒரு கட்டில் வாங்கினார். சின்ன அளவு தொலைக்காட்சிப் பெட்டி வாங்கினார். லட்சுமி சங்கரியம்மாவிடம் சொன்னாளாம், 'ஓடியாடுகிற பிள்ளைகளை வளர்க்கத்தான் ஊரு உலகத்தில ஆயிரம் பேரு இருக்காங்களே' என்று.

நம்முடன் இப்படி ஒரு லட்சுமி இருக்கிறார். நாயைக் கூட்டி கொண்டு விசிலடித்துப் பாடியபடி நடந்துபோகிற ஒருத்தர் இருக்கிறார்.

இவர்களிடம் இருந்தும், இவர்களைப் போன்ற பலரிடம் இருந்தும்தான் நான் கற்றுக் கொள்கிறேன். நான் கற்றது கையளவு. ஆனால் அந்தக் கையளவு எல்லாம் இது போன்ற மனிதர்களின் மனதளவு.

எல்லாவற்றிற்கும் மனம்தான் அளவு.

எல்லாவற்றையும் விட மனம்தான் அழகு.

✦

அணிலானவள்

கோடை துவங்கிவிட்டது என நினைக்கிறேன். அந்தோணி தென்படுகிறாள்.

அவளை அந்தோணி என்கிறார்கள். கிறுக்கி என்கிறார்கள். இல்லை காரியக்காரி என்கிறார்கள். மூன்றாம் மனிதர், ஏன் இரண்டாம் மனிதர்கள் கூட யார் என்று நிதானிக்க என்னால் இயலாது. யாராலும்தான். நான் வேறுவிதமாக அவளை வரைந் திருக்கிறேன். அவள் வந்தால் கடும் கோடை அல்லது தண்ணீர்ப் பஞ்சம் வரப் போகிறது. அதை முன்னுணர்த்துகிறவள். ஆகவே அவள் வெயில் காலங்களில் நடமாடுவாள். பழுத்து உதிர்ந்த வேப்பிலைகளுக்கு ஊடாக அவளுடைய ஒற்றையடி பாதையை இட்டுக் கொள்கிறாள். தண்ணீர் மட்டம் குறைந்துவிட்ட, மஞ்சணத்தியும் மருதாணியும் பூத்திருக்க்கிற கல் வெட்டாங்குழியில் வாழும் நூற்றாண்டு ஆமை மேலேறி வந்து அவளுடன் பங்குனி இரவுகளில் வாடத் துவங்கியிருக்கும் தும்பைச் செடிகளுக்கு இடையில் பேசுவதாக நான் நம்புகிறேன்.

தண்ணீரில் குதித்தோ அல்லது தாகம் தீராது தவித்தோ இறந்துபோன ஒருத்தியின் கண்கள் அவளிடம் உண்டு. அவள் எப்போதும் கைகளில், இடுப்பில் இரண்டு மூன்று ஜவுளிக்கடைப் பைகளை வைத்திருக்கிறாள். அதில் சிறியதும் பெரியதுமாக காலி தண்ணீர் பாட்டில்கள். யார் வீட்டு வாசலிலும் வந்து அவள் கொடுப்பாள். நம்மைப் பார்த்துக் கும்பிடுவாள். பதிலுக்கு நாம் கும்பிட்டால், கூடாது என்பாள். நாம் கும்பிட்டதற்கு அவள் மன்னிப்புக் கேட்பாள். பசிக்கிறது என்றோ சாப்பாடுவேண்டும் என்றோ கேட்டதில்லை. குழாயில் தண்ணீர் பிடித்துக் கொள்கிறேன்

என்பதே வேண்டுதல். நம் ஒப்புதலுக்கு நம்மை வணங்குவாள். ஆற்றுத் தண்ணீரா உப்புத் தண்ணீரா என நம்மிடம் உறுதிசெய்து கொள்வாள். தன்னிடம் இருக்கும் அத்தனை பாட்டில்களையும் கழுவி, நிரப்பிப் பைகளில் வைத்துக் கொள்வாள்.

வெயில் அதிகமாக அதிகமாக, இரண்டு மூன்று தடவைகள் கூடப் பிடித்துச் செல்வாள். வழியில் எங்காவது எதிர்ப்பட்டால், அவ்வளவு பைகளையும் கீழே வைத்துவிட்டுக் கும்பிடுவாள். கோடைகாலம் முடிந்தால் கண்ணிலேயே படமாட்டாள். ஒரு இரவு நம்மிடமிருந்து வெயிலை உருவிக்கொள்வது போல அந்தோணியைக் காலம் உருவி அப்புறப்படுத்திவிடும்.

இன்று அந்த மாமரத்தடியில் அந்தோணியைப் பார்த்தேன். மேலே ஏறிட்டுப் பார்த்துக்கொண்டே நின்றாள். ஒரு பத்து நிமிட தூரத்தில் நான் அவளைக் கடக்கிறவரை அப்படியே பார்த்துக் கொண்டு நின்றாள். கழுத்து கூட வலியெடுத்திருக்கும்.

"என்ன அந்தோணி. மாங்கா பறிக்கப் போறியா?" என்றேன். உதட்டில் கையை வைத்து என் பேச்சை அடக்கிவிட்டு, என்னையும் மேலே பார்க்கச் சொல்லித் திசையைக் காட்டினாள். முக்கு வீட்டு மா மரத்தில், இரண்டு ஜாண் நீளக் காம்பில் ஒரு மாம்பழம். தலை கீழாகக் காம்பில் தொங்கிக் கொண்டு, ஒரு அணில் கடித்துக் கொண்டிருந்தது. கிட்டத் தட்ட பாதி சாப்பிட்டுவிட்ட நிலை. அசையாமல் அந்தோணி மேலே பார்த்துக்கொண்டிருக்கிறாள்.

அணில் கடித்துக்கொண்டிருப்பது கூட திரண்டு வரும் கோடை காலத்தைத் தான் போல.

◆

முதற்றே உலகு

இப்போதெல்லாம் கனவுகள் அதிகம் வருவதில்லை.

நனவுகள் இப்படித்தான் இருக்கும் என கிட்டத்தட்ட யூகித்து விட முடியும் தினங்களில், கனவுகள் தன் கண்ணாம்பூச்சி விளையாட்டை நிறுத்திவிடும் போல.

சமீபத்தில், ஆகஸ்ட் 22 இரவில் ரொம்ப நாளைக்கு அப்புறம் அந்தக் கனவு வந்தது. அதுதான் முன்பு அடிக்கடி வருகிற யானைக் கனவு. இந்தமுறை, வழக்கமாகச் செய்கிறது போல அது விரட்டி விரட்டித் துரத்தவெல்லாம் இல்லை. சாதுவாக நின்றது. எனக்கு அறுபத்து ஏழு வயதாகும் போது, என் கனவு யானைக்கும் ஒப்பீட்டு அளவில் அதே வயது ஆகியிருக்கும் தானே.

ஆனால் அது முன்னிலும் அழகடைந்திருந்தது. வயதின் முதிர்வு அல்ல வயதின் கனிவு ஒரு அழகைத் தரும் என்றுதான் தோன்றுகிறது. எங்கள் அப்பாவைப் பார்க்கையில், முன் எப்போதையும்விட அழகாகி இருப்பதை உணர்கிறேன். காம்பு பழுக்கையில் கனியழகு தனிதான்.

அழகு மட்டும் அல்ல, அந்த யானையின் உருவமும் அதிகரித்து இருந்தது.

சுடலைமாடன் கோவில் தெரு நடுவீட்டு வாசலில் நடைப் பக்கம் நிற்கிற அதன் உயரம் மச்சு ஜன்னல் வரை இருந்தது. இந்த ‘அகவெளி’ கார்த்திகேயன் வரைந்த யானையைப் பார்க்கையில் எனக்கு அதுதான் ஞாபகம் வந்தது. ஒருத்தர் கனவில் வருகிற யானையை எல்லாம் இன்னொருத்தரும் பார்க்க முடியும் போலும்.

முட்டுக்காட்டிலிருந்து பைய நடந்து ஒரே ராத்திரியில் பெருமாள் புரத்திற்கு இடம்பெயர்ந்துவிடும் நெடு வனம் ஒன்று கனவுத் தொடர்ச்சி மலைகளில் இருக்கக்கூடும். பிறந்த நாளன்றைக்கு வந்ததுதான் வந்தது, தும்பிக்கையை என் சிரசின் மேல் வைத்து ஆசியளித்திருக்கலாம். எனக்குத் தும்பிக்கைச் சுருக்கங்களும் அதன் செவ்வெள்ளைச் சுட்டியும், பயத்துடன் பிடிக்கும் என்பதை அந்த யானை அறியுமே ரொம்ப காலமாக.

நேற்றுக் கண்ட கனவில் யானை வரவில்லை. அது அதிகாலைக் கனவும் அல்ல. முன்னிரவுக் கனவு. இளைய ராஜாவின் 'யாருக்கு யார் எழுதுவது', தங்கராஜ் தந்ததை வாசித்துக் கொண்டிருந்தேன். கேட்டுக்கொண்டிருந்த ராஜேஷ் வைத்யா குறுந்தகடும் அவனுடையது தான். என்னையறியாமல் தூங்கியிருக்கவேண்டும். படித்துக் கொண்டிருக்கும் போதே 'இசையில் துவங்குதம்மா" என்ற அஜய் சக்ரவர்த்தி பாடலை, வேறெங்கிருந்தோ ஒரு அருவி வழிவது போலத் திரும்பத் திரும்பக் கேட்கமுயன்றுகொண்டே இருந்ததும், அந்த வித்தியாசமான குரலில் பாடலின் முதல் இரு வரிகள் மட்டும் சுழன்று சுழன்று கல் தூண்களில் சிற்பம் செதுக்கிக் காணாமல் போனதுமாக இருந்தது.

மறுபடியும் அந்தக் கனவின் நிகழிடம் 21.இ. சுடலைமாடன் கோவில் தெரு வீட்டு மாடிதான். நான் வழக்கமான என்னுடைய இடத்தில் இடது ஓரச் சன்னல் பக்கம் படுத்திருக்கிறேன். இருட்டாக இருக்கிறது. ராத்திரி இருட்டு அல்ல. சரஸ்வதி பூஜையை ஒட்டி, தீபாவளியை ஒட்டி எல்லாம், மழை கொட்டு கொட்டு என்று கொட்டுவதற்கு முன் வாசல் முழுவதும் தட்டுப்பந்தல் போட்டது மாதிரி இருட்டுமே அந்த ஐப்பசி கார்த்திகை அடை மழை இருட்டு.

யாரோ வருகிற சப்தம். வருவது பெரிய ஆளாகத் தெரிய வில்லை. சின்னக் குழந்தையுடைய வருகையில் தளம் பூப்போல அதிருமே அப்படி. ஊஞ்சல் சங்கிலி குலுங்கியதா என ஞாபகம் இல்லை. இதை எழுதும் போது ஊஞ்சல் பலகையைக் கனவில் உந்தி அசைத்து ஆடவிடுகிறேன். கனவில் ஆடாத ஊஞ்சலை இப்படி இரு தினங்களுக்குப் பின்னால், வெறும் நுனிவிரல்களால் ஆட்டிவிடுவது கூட இன்னொரு கனவு போலத்தான் இருக்கிறது. எங்கேயோ பறந்த கிளிகளை, எந்தக் கோவிலின் பிரஹாரத்திலோ பறக்கவிடாமலா இருக்கிறோம்? அய்யப்ப மாதவன் எந்த நூற்றாண்டுச் சீனச் சித்திர மூங்கில் இலையிலோ இன்றும் நேற்றும்

கவிதையெழுதாமலா இருக்கிறார்? அந்த ஊஞ்சலை அசைக்க கனவின் அனுமதி உண்டு. கனவே, அப்படி அந்தரத்தில் அசையும் ஒரு ஆளற்ற ஊஞ்சல்தான்.

நான் வருவது யாரென யூகிக்கும் பதற்றத்தில் எழுந்து உட்கார்கிறேன்.

'கல்யாணித் தாத்தா" என்ற குரல் ஒரு மின்னல் போலக் கீறிக்கொண்டு அந்த இருட்டில் கேட்கிறது. குரலோடு குரலாக, அந்தக் குரலைச் சுளையாக அதிலிருந்துதான் உரித்து எடுத்தது போல ஒரு சிரிப்பு. அடுக்கடுக்கான சிரிப்பு. சின்னஞ்சிறு பெண் குழந்தையின் சிரிப்பு. அப்படிச் சிரிப்பையெல்லாம் தொலைக் காட்சி நெடுந்தொடரில் வருகிற குழந்தைகள் மட்டுமே சிரிக்கும்.

திரும்பத் திரும்ப சிரிப்பு. மறுபடி மறுபடி, 'கல்யாணித் தாத்தா'. மூன்று வயது கூட இராத முளையானுக்குப் பாவாடை.

'யாரு கூட வந்தே நீ?' என்கிறேன். 'எங்க அப்பாவும் நானும் வந்தோம். இங்கே தான் இருந்தோம்' என்று ஓடிப்போய் அது நிற்கிற இடம், நாங்கள் எப்போதும் புழங்குகிற, நான் படிக்கிற, எழுதுகிற, வரைகிற முன் கூடம் முடிந்து (அதை எங்கள் அம்மா 'புல் பங்களா' என்பாள்) மச்சுப்படி இறங்குகிறதற்கு நடுவில் உள்ள பாத்தி போன்ற இடம். அதில் யாரோ இதுவரை படுத்திருந்தது போல ஒரு கசங்கல் துணியும் பழந்தலையணை ஒன்றும் கிடக்கிறது. இப்போதும் அந்தக் குழந்தை சிரிக்கிறது. 'கல்யாணித் தாத்தா' என்று சொல்கிறது. கனவில் கேட்ட அந்தச் சிரிப்பும் குரலும் அதிர்ந்து என்னைத் தூக்கிப் போடுகிறது. நான் விழித்து விடுகிறேன்.

அந்தக் குழந்தை யார் ஜாடையில் இருந்தது? எங்கள் அம்மா ஜாடையிலா? அது எங்கள் அம்மா எனில், 'எங்க அப்பா' என்று அந்தக் குழந்தை சொன்னது யாரை? எனக்குப் பெயர் இட்டிருக்கிற எங்கள் தாத்தாவையா?

அது எங்கள் அம்மாவும் தாத்தாவும் எனில், எங்கள் அம்மாச்சி எங்கே போனாள். 'தெய்வத்துக்குப் படைக்கச் சொல்லி' கேட்ப தற்கு இப்படித்தான் நீத்தார் வருவார்கள் எனில், அந்தச் சிரிப்பு எதற்கு? அந்த 'கல்யாணித் தாத்தா' என்ற அற்புத விளிப்பு எதற்கு?

இதோ, இதை எழுதும் இந்தக் கணத்திலும் அந்தச் சிரிப்புக் கேட்கிறது.

மீண்டும் ஒரு ஒலிநாடாவை ஓடவிட்டது போல, 'கல்யாணித் தாத்தா' என்ற குழந்தைக் குரல் அழைக்கிறது. அது யாராகவும் இருக்கட்டும். என் முன்னோரின் முன்னோராக, உங்கள் முன்னோரின் முன்னோராக, முதற்றே உலகு எனச் சொலும் மூலமாக இருக்கட்டும்.

அந்த 'சின்னஞ் சிறு பெண்ணை' வணங்குகிறேன்

அவள் என் அன்னையெனில் அவள் வயிற்றில் நான் பிறந்தேன் என இருக்கட்டும். அவள் என் பெயர்த்தி எனில், எங்கள் மகனுக்கு அவள் மகளாகப் பிறக்கட்டும்.

◆

சின்ன விஷயங்களின் மனிதன்

அந்த 407ஆம் அறையின் முதல் நாற்காலியில் சச்சி இருந்தார். அவருக்கு இடப் புறம் நான். எனக்கு அடுத்து தங்கராஜ். சந்தியாநடராஜன், பெரியசாமி, கோபால், செந்தில், செந்தி, ஆண்டிபட்டி முருகன், இசை, லிபி ஆரண்யா, விஜி, அருணாசாயிராம் இசைகேட்க அமர்ந்திருக்கும் ஒருமையுடனிருந்த கோவை ரவீந்திரன், சாதுவாக வேடிக்கை பார்த்துக் கொண்டிருந்த இடை கால் முருகன், காந்தி மற்றும் கடைசி வரை சன்னதம் குறையாத சாம்ராஜ்.

அமெரிக்கன் கல்லூரியின் நூற்று இருபது ஆண்டுச் சிவப்புச் செங்கல் நிறம் நனைத்து ஓடிக்கொண்டிருந்த அன்னியமற்ற நதி, சாரதா ராஜன் விடுதி அறைக்குள் திசை திரும்பி ஓடிக் கொண்டி ருந்தது. ஏற்கனவே பழகிய கரைகளுக்குள் ஓடி வந்தது போலவும். இப்போதுதான் புதிதாகப் பாயப் புறப்பட்டு, பாயப் பாய புதிய கரைகளை உண்டாக்குவதாகவும் அது நகர்ந்து கொண்டிருந்தது.

இப்போது நினைத்துப் பார்க்கையில், அந்த ஏழாம் தேதிப் பிற்பகலும், அமெரிக்கன் கல்லூரி மாலையும், இரவும் இதுவரை நான் வாழாத ஒரு பிற்பகலாகவும், மாலையாகவும், இரவாகவும் இருந்தன.

அன்று காலையில், ஃபாத்திமா கல்லூரியில். எம்.ஏ. சுசிலா அறக்கட்டளை நிகழ்வாக அந்த ஜூபிலி அரங்கத்தில், வழக்கமான என்னுடைய எந்தப் பதற்றமான முன் தயாரிப்பும் இன்றிப் பேசிய பேச்சு சரியாக அமைந்துவிட்டது என்றே நினைக்கிறேன். முன்னால் அமர்ந்து கேட்ட மாணவிகளின், மேலே சுழலும் மின்

விசிறிச் சத்தம் கேட்கும் அளவுக்கான, அமைதியை ஒரு அலகாக வைத்துக்கொண்டால், அப்படித்தான் கொள்ளவேண்டும்.

ஆனால், அந்தப் பிற்பகல் மிக மிக மோசமானது. என் ஐம்பதாண்டுப் படைப்புக் காலத்தை, 'கொண்டாடுகிற' விதமாக சந்தியா பதிப்பகம் மிகுந்த விருப்புடன், அமெரிக்கன் கல்லூரியுடன் இணைந்து நின்று ஒழுங்கு செய்திருக்கிற இந்த மாலை நிகழ்வில் என்னுடைய 'ஏற்புரை' நன்றாக அமையவேண்டுமென நானே விரும்பினேன். 'சாரல் விருது' ஏற்புரை, எல்லோர்க்கும் அதைத் தாண்டி நான் செல்வதைப் பார்க்க வேண்டும் என்ற எதிர் பார்ப்பைத் தந்து இருக்கும் என நானே நினைத்துக் கொண்டேன். அதனால் என்னிடம் ஏற்கனவே ஒரு உளவியல் சுழற்சி உண்டாக்கிய பெரிய வெற்றிடம் ஏற்பட்டிருந்தது.

நான் இதுவரை அறிந்த, புழங்கிய சொற்கள் அனைத்தும் என்னைக் கைவிட்டு நகர்ந்து பெரும் தொலைவுக்கு அப்பால் போயிருந்தன. நான் என் பேச்சைத் துவங்குவதற்கான ஒற்றையடித் தடம் விழவே இல்லை. நான் இதுவரை எழுதியிருந்த எந்தக் கதைகளின் தலைப்பும் கூட நினைவுக்கு வரவேயில்லை. மூளை மடிப்புகள் எனக்கெதிரான ஒரு சாம்பல் நடனத்தைத் தீவிரமாக ஆடுவது தெரிந்தது. நான் இந்த 50 நிகழ்வை முதலில் இருந்தே விரும்பாததால், என் மனம் முற்றிலும் எதிர்த் திசையில் தொலைந்து போய் இருந்தது. என்னுடைய சமீபத்திய சிறுகதையான, 'பொழுது போகாமல் ஒரு சதுரங்கம்' கதையில் வரும் தாயம்மா அத்தையின் கணவர் பெயர் கூட நினைவுக்கு வரவில்லை. சக்திஜோதிக்கு குறுஞ்செய்தி அனுப்பி, அது சூரி மாமா எனப்படும் சூரியநாராயணன் என்று தெரிந்துகொள்ளும் அளவுக்கு அந்த மறதித் தீவு இருந்தது.

நான் யாரையும் சந்திக்க விரும்பவில்லை. கலாப்ரியாவை, செந்திலை, ரவீந்திரனை, தங்கராஜை எல்லாம் தவிர்த்திருந்தேன். சமயவேல் தொலை பேச்சைச் சுருக்கிக் கொண்டேன். அந்த விசாலமான தனிமைக்குள் நான் மூழ்கிக் கொண்டிருந்தேன். ஒரு கட்டத்தில், இனி பேசுகிறதற்கான எல்லா இழைகளும் அறுந்து போய்விட்டதை உணர்ந்த ஒரு கசந்த புள்ளியில் ஒரு நான்கு பக்க உரையை நான் எழுத ஆரம்பித்தேன். எழுதிய வரையில், சற்றுத் தொய்வான, எதிர்மறையான குரலில் இருந்தாலும், அது சரியாகவே இருந்தது. வாசித்துவிடவேண்டியதுதான் என பேனாவை மூடிய போது மணி நாலே கால் ஆகிவிட்டிருந்தது.

இப்படியொரு மோசமான பிற்பகலுக்குப் பின், அந்த நல்ல, அமெரிக்கன் கல்லூரி மாலையை நான் எதிர்பார்க்கவே இல்லை.

அந்த 120 வருட சிவப்புக் கட்டிடம் தன்னிடம் ஏதோ ஒரு மாயத்தை வைத்திருந்தது. ஒரு மரத்தின் அடியில் பாரதி கிருஷ்ணகுமாரும் ஏழெட்டுப் பேர்கள் நிற்பதைப் பார்த்ததுமே எனக்கு உயிர் திரும்பி வர ஆரம்பித்துவிட்டது. கல்லூரிப் பேரவை அரங்கின் வாசல் படியில் தோழர் எஸ்.ஏ.பெருமாள் நின்றார். அவர் உயரம், அவர் தோற்றம் எப்போதுமே நம்மை என்னவோ செய்யும். அவரை அந்த இடத்தில் பார்த்ததும், தமிழ்ச் செல்வன் வந்துவிட்டாரா என்று நான் அவரிடம் கேட்டதும், ‘எல்லாரும் வந்துட்டாங்க, அங்கங்க நிண்ணு பேசிக்கிட்டு இருக்காங்க’ என்று பதில் சொன்னதுமே எனக்கு போதும் என இருந்தது. நான் அந்த நிமிடம் முதல் பேசுவதற்குத் தயாராகிவிட்டேன் என்பதே நிஜம். அன்றைய பேச்சை எஸ்.ஏ.பி தந்தார் என்பதை இப்போது நிச்சயமாகச் சொல்லமுடிகிறது.

ஒவ்வொருவராக, ஒவ்வொருவராக அப்புறம். சாம்ராஜ், லிபி ஆரண்யா, சீனு, முத்துமணி, நோபிள் சார், சௌந்திர ராஜன் சார், ஆகாச முத்து எல்லோரும் நான் நுழைந்த இடது ஓரத்தில். என்னுடைய நிலகோட்டை காலத்து அலுவலக சகா சின்ன சாமி. எங்கள் மகள் சங்கரிக்கு பாண்டியராஜபுரம் பள்ளிக்கூடத்தில் ஆசிரியராக இருந்த திருநாவுக்கரசு ஸார் எல்லோரும் வந்து கையைப் பிடிக்கிறார்கள். கிருஷ்ணகுமார் வருகிறார். என்னைவிட வளர்த்தி யான அவருடைய தோள்களைப் பற்றி உலுக்குகிறேன். எஸ்.ஏ.பி உயரம் இரண்டு விதையிலைகளைத் தந்தது எனில், கிருஷ்ண குமாரின் தோள் மூன்றாவது இலையை. காஃபி அருந்துகையில் ஜயபாஸ்கரன், சுரேஷ்குமார் இந்திரஜித், சமயவேல் எல்லோரும். சற்றுப் பிந்திச் சந்தித்த எஸ்.ராமகிருஷ்ணனுக்கு முன்பு அவர் மனைவி என் பக்கம் வந்து சிரித்துக் கொண்டே விசாரிக்கிறார். நமக்கு வேண்டிய சிலபேரின் சிரிப்பு நமக்கு ஏதோ நல்லது பண்ணுகிறது.

இதற்குள் அமெரிக்கன் கல்லூரி முதல்வர் வந்துவிட்டதாக, பேராசிரியர் மீனாட்சிசுந்தரம் சொல்கிறார். மேடையில் நான் அழைக்கப்படுகிறேன். நிலக்கோட்டை அசோகன் முகத்தைப் பார்க்கையில், ராமகிருஷ்ணனைத் தாண்டி, தமிழ்ச் செல்வனைத் தாண்டி மேடை வந்துவிடுகிறது . வலப் புறமாகவாகவா, இடப் புறமாகவா என்ற தயக்கத்தில் லேசாகக் கால் தடுமாறுகிறது. வேறு எந்த விதப் பரபரப்பும் இல்லை. முற்றிலும் அமைதியாக இருக்கிறது மனம். அடுத்தொரு கணத்தில் மலரவிருக்கும் ஒரு நீர்ப் பூ போல.

சாம்ராஜ் கடிதங்கள் பற்றி, லிபி கவிதைகள் பற்றி, தமிழ் என் கதைகளில் வரும் பெண்கள் பற்றி, கிருஷ்ணகுமார் கிட்டத்தட்ட

தமிழ்ச் செல்வன் பேசியவற்றின் இன்னொருகோணத்தில் பேசிக் கொண்டே போக, இடையிடையில் ராமகிருஷ்ணன் எல்லா வற்றையும் ஒருங்கிணைக்க, நான் பூரணமாக நிரம்பிட்டிருந்தேன். குனிந்து எடுத்துத் தண்ணீர் அருந்தும்போது, ராமகிருஷ்ணன் ஓ ஹென்ரியின் ஒரே இலையில் உயிரைச் சொல்லிக் கொண்டிருந்தார். அந்த உதிராத ஒற்றை இலையில் துவங்கிவிட்டது என்னுடைய ஏற்புரை.

நான் எழுதிவைத்திருந்த நான்கு பக்கங்களின் எந்தச் சொல்லும் இன்றி, எந்த வரியும் இன்றி, அந்த மேடையில் துளிர்த்த இலை யுடன் துவங்கிய பேச்சு, மிக இயல்பாகவும், மிக அழகாகவும், உணர்வு பூர்வமான சிறு சிறு இடைவெளிகளுடனும் நீண்டு கொண்டே போய், இதற்கு மேல் பெருகவேண்டாம் எனத் தீர்மானித்ததுபோல, ஒரு சிறு மௌனத்திற்குப் பின் அப்படியே பேதமற்ற நிலையில் நிறைந்தது.

பேசிய நேரத்தைவிட முக்கியமான நேரம், பேசிய பின், நிகழ்வு முடிந்து நான் மேடையைவிட்டு இறங்குகையில் என்னுடன் கை குலுக்கவும் பேசுவதற்கும், புகைப்படம் எடுத்துக்கொள்ளவும் சிலர் காத்திருக்கும் நேரம்தான். சொற்களையும் விட விரல்கள் எனக்கு முக்கியம் அல்லவா.

அந்தச் சிறுபொழுதில் நான் வேறொருவன் ஆகியிருப்பேன். அப்படியொரு கல்யாணியை அனேகமாக வீட்டினர் யாரும் பார்த்திருக்க வாய்ப்பே இல்லை. இந்த மனிதர்களையே என் இந்த ஐம்பது வருட எழுத்துக்கள் மூலமாக அடைந்தேன். இந்தச் சிரிப்பு முழுமையும் இப்படி எழுத்தின் மூலமாக அடைந்த மனிதரிட மிருந்து நான் பெற்றதே. நான் இவ்வளவு உரக்கச் சிரிப்பேனா என்பதும். என் முகம் இவ்வளவு மலர மலர விரியும் என்பதும் என் கண்களில் இப்படியொரு சுடர்மிகும் என்பதும் இந்தச் சிரிப்பை, இந்த மலர்வை, இந்தச் சுடரை எனக்குத் தந்த அந்த மனிதர்கள் மட்டுமே அறிவார்கள்.

அந்த 407 அறையும் அப்படித்தான் இருந்தது. அத்தனை பேரும் உரக்கச் சிரித்தார்கள். அத்தனை பேரும் மலர்ந்திருந்தார்கள். அத்தனை கண்களும் சுடர் மிகுத்திருந்தன. நான் எல்லோருடனும், எல்லோரின் மத்தியிலும் இருந்தேன். இங்கு என்னுடன் இருப்பது வெறும் பன்னிரண்டு அல்லது பதிமூன்று பேர்கள் அல்ல. நான் இந்த ஐம்பது வருடங்களிலும் எழுதிய கவிதைகளின், கதைகளின் மனிதர் அத்தனை பேரும் என நான் வரித்துக்கொண்ட தருணமாக அது இருந்தது.

அண்ணாச்சி அண்ணாச்சி என எனக்காகச் சிரித்து, எனக்காக அழுதது லிபி அல்ல. என் மடியில் தலை சாய்த்து, தன் சுருட்டை முடியை அளையவும் தன் தோளைத் தட்டிக்கொடுக்கவுமாக என்னை அனுமதித்து இருந்தது ஆண்டிப்பட்டி முருகன் அல்ல. சன்னதம் கொண்டவராக, பெரும்பகுதி நேரம் எழுந்து நின்று கொண்டு, வெளிச்சப்பாடு போல, திருவாளும் காற்சிலம்பும் ஒலிக்க அவ்வப்போது சாமிவந்து உறுமிக் கொண்டும் இருந்த சாம்ராஜை அவ்வப்போது மூர்க்கமான சமருக்கு அழைத்துக் கொண்டிருந்தது இசை அல்ல. இசை பாடிய, ‘முத்துக்கு முத்தாக, சொத்துக்கு சொத்தாக’ பாடல் அவர் பாடியதல்ல. எல்லாமும் எல்லோரும் நான் இந்த ஐம்பது வருடங்களாக எழுதிய வரிகளிலிருந்து வெளிவந்து நடமாடிய நிழல்கள்.

அதிகம் தன்னை முன் வைக்காத, அதிகம் கவனத்தைக் கோரிப் பெறாத என் உலகத்தின் எளிய மனிதர்கள். அவர்களின் சின்னஞ் சிறு விஷயங்களால் அறையை நிரப்பியிருந்தார்கள். அந்த அறையை விடவும் நான் மேலும் முழுமையாக நிரம்பியிருந்தேன். ‘அண்ணாச்சி, உங்களை நாங்கள் முத்தமிடுவதற்கான நியாயங்கள் உண்டு’ என லிபியும் இசையும் இட்ட முத்தங்களும், செய்த தழுவல்களும், கசியவிட்ட கண்ணீரும் அதிர அதிரச் சிரித்த சிரிப்புகளும் எனக்கு முக்கியமானவை. நான் என் தந்தையின் மடியில் என் இருபதுக் களில் படுத்திருந்ததில்லை. ஆண்டிபட்டி முருகன் வளரும் நல்ல புகைப்படக்காரன். என் மடியில் கிடக்கும் அளவுக்கு என் ஏதோ ஒரு வரி, அல்லது என் ஏதோ ஒரு அசைவு இருந்திருக்க வேண்டும். எவ்வளவு பெரிய விஷயம் இது. எல்லா பெரிய விஷயங்களும் சின்ன விஷயம் ஆவதும் எல்லாச் சின்ன விஷயங்களும் பெரிய விஷயமாவதும் இது போன்ற பொழுதுகளில் தானே.

‘சின்ன விஷயங்களின் கடவுள்’ என்ற தலைப்பு இந்த நிமிடம் ஞாபகம் வருகிறது. நான் ‘சின்ன விஷயங்களின் மனித’னாக மட்டுமே இருக்க விரும்புகிறேன். அப்படியே இருக்கிறேன். மீண்டும் ஒருமுறை சொல்லிப்பார்க்கிறேன்.

‘சின்ன விஷயங்களின் மனிதன்’. நன்றாகத்தான் இருக்கிறது.

✦

365 பறவைகளின் தினங்கள்

இன்று சிட்டுக் குருவிகள் தினமா?

காணாமல் போனவர்கள் அறிவிப்பு மாதிரி இருக்கிறது. இந்த தினத்தின் ஞாபகம் எல்லாம் இல்லாமல் இன்று நான் ஏழு சகோதரிக் குருவிகளைப் பற்றி நினைத்துக்கொண்டிருந்தேன். அவை அடைக்கலாங் குருவிகள் எனும் இந்தச் சிட்டுக் குருவி களின் பெரிய வடிவம். முன்பெல்லாம் இந்தப் பக்கத்தில் அதிகம் பார்க்கமுடியும். தரையில் ஏழெட்டாகக் குதித்துக் குதித்து இரை தேடும். பூனைகளுக்குப் பயந்து அவை இடும் கூட்டுக் குரலில் ஒரு தினத்தின் பிற்பகல் அமைதி நடுங்கும். அதிகம் உயரமற்ற வீட்டுச் செடிகளில், மரங்களில் உட்கார்ந்து சத்தமிடும். பறக்கும். ஒரு வீட்டின் முற்றத்தில் பறவைகளுக்கான இடத்தை அவை தன் சிறகுகளால் கருணையுடன் நிரப்பும். நாம் மூச்சு விடுகிற காற்றைத் தவிர, இப்படிச் சிறுபறவைகளின் குறுக்கே பறக்கும் சிறகுகளால் வகிர்ந்து செல்லப்படும் காற்றின் நுட்பமான ஒரு 'விர்ர்ர்ர்' நமக்குத் தேவை. அதை அந்த ஏழு சகோதரிக் குருவிகள் எங்களுக்குச் செய்தன.

அப்புறம் மைனாக்கள். ஒரு நாளை மைனாக்களின் குரலைக் கொண்டு துவக்க எங்களால் முடிந்தது. எளிய வாழ்வின் தாழ்வாரங்களில் எளிய பறவைகளின் நிபந்தனையற்ற குரல்கள் நிரம்பிவழிகின்றன. நந்தியாவட்டை போன்ற, வாசனையற்ற வெண் பூக்கள் தவிர வேறு எந்தத் தாவர வசீகரமும் அற்ற ஒரு குறு மரத்திற்கு அருளப்பட்டவை மைனாக்களும் கடுத்தான் எறும்புகளும் தான். இந்தக் கடுத்தான் எறும்புகள், பனிவரைகளில் சேகண்டி அடித்து வரிசையாகச் செல்லும் பிக்குகள் என, தன் வாழ்வு

தீரும் வரை நந்தியாவட்டையில் ஊர்ந்தபடி இருக்கின்றன. உங்களுக்குத் தூக்கம் தப்பிய ஒரு பின்னிலவு நிசியில், உங்களின் தனிமையை வடித்துக் கொள்ள, உங்களைத் தொந்தரவு எதுவும் செய்யாத உயிர்ப்புள்ள நகர்வு எதுவும் அவசியப்பட்டால், நீங்கள் அவற்றை நம்பலாம். அவை அப்போதும் வரிசை குலையாது ஏகிச் செல்லும்.

இப்போது சமீபமாக மைனாக்களும் அருகி வருகின்றன. கண்ணில் படும் மைனாக்களிடமும் ஏதோ ஒரு ஊட்டச் சத்துக் குறைவு. அவற்றின் கண்களில் காணாமல் போன மண்புழுக்களைப் பற்றிய ஏக்கம் உண்டு. இன்னும் சிறிது காலத்தில், அதன் அலகு நுனி மஞ்சள் பொட்டும் உதிர்ந்து போகுமெனில் எவ்வளவு துயரமானது. மைனாக்களின் சாயல் அற்ற மைனாக்களைப் பற்றிய முதல் கவிதையை எழுதும் பேனா எனக்குக் கிடைத்துவிடக் கூடாது.

இப்போது ஒருவகைக் கருங்குருவிகள் தென்படுகின்றன. தேன் சிட்டுகளைவிடச் சற்றுப் பருமனானது. வாழ்வின் முழு ஆனந்தமும் வசப்பட்ட அந்த ‘விட்டு விடுதலை’ அவற்றிடம் இருக்கிறது. வால் நுனியை அவ்வப்போது உயரத் தூக்கித் தணிக் கின்றன. அதன் எடையின் சமன், பறத்தலின் விசை அந்த வாலசைவில் இருக்கலாம். இந்தக் கருப்பு உற்சாகம் நமக்கு இன்னும் எத்தனை தினங்களுக்கு எனத் தெரியவில்லை.

ஒரு வருடத்தின் *365* தினங்களையும் நாம் *365* பறவைகளின் தினங்களாக அறிவிக்க நேர்ந்துவிடக் கூடாது என்பதே என் சிட்டுக் குருவிகள் தினப் பிரார்த்தனையாக இருக்கிறது. இது அப்படி யொன்றும் எளிய பிரார்த்தனை அல்ல.

✦

முதல் சொட்டு

ஒரு பறவையை வர்ணிப்பது சுலபமில்லை.

அதிலும் அந்தப் பறவை ஒரு காக்கையாக இருந்தால் இன்னும் கடினம். இன்று எங்கள் வீட்டுக்கு வந்தது ஒரு காக்கை கூட அல்ல, காக்கைக் குஞ்சு. முதல் முறையாக ஒரு காக்கைக் குஞ்சைப் பார்க்க நேர்கிற ஒருத்தன் அப்படியொன்றும் பெரிதாக அதை வார்த்தைகளில் வரைந்து விட முடியாது. என் மிகக் குறைந்த எல்லைகளுடைய கவனத்தில், ஒரு சாம்பல் காக்கையை அசல் சாம்பல் கழுத்துடன் வரைந்தவர் ஆர்.கே.லக்ஷ்மணன் தான்.

ஒரு கேலிச்சித்திரக்காரனுக்கு மட்டுமே அவன் கேலிசெய்கிற உயிரின் ஆன்மா தெரியும். மிகுந்த வருத்தத்துடனுடனும் அக்கறை யுடனுமே அவன் கேலி செய்கிறான். லக்ஷ்மண் காக்கையின் ஆத்மாவை உணர்ந்தே அந்தக் காக்கைகளை வரைந்திருப்பார். கேலி எதுவும் கிடையாது. அப்படியே அவர் கேலி செய்திருந்தாலும், அதைக் காக்கைகள் சந்தோஷமாகவே ஒத்துக் கொண்டிருக்கும். காக்கைகளும் அரசியல் செய்யாது. லக்ஷ்மணன் விரல்களுக்கும் அந்த உத்தேசம் இருந்திருக்க வாய்ப்பிலலை.

நாங்கள் இரண்டு பேரும் ஏதோ சில்லறைக் காரியங்களுக்காக வெளியே போய்விட்டு வருகிறோம். இது தெற்குப் பார்த்த வீடு, மேற்கே பார்த்த நடை ஏறினால் ஒரு சிறு கல் திண்டு. இரண்டு பேர் உட்காரலாம். உங்களை உட்காரச் சொல்லும்படி அதில் ஏதோ இருக்கிறது. இப்போது சற்று மெலிந்து சோகையாகப் போய் விட்ட நந்தியாவட்டையின் இலைகளின் நிழல் அந்தக் கல்லை தூசு இல்லாமல் சதா துடைத்துக்கொண்டே இருக்க, வெயில் அதனுடைய அன்றைய தினத்தின் சாகசத்தை அதன்மீது எழுது

கையில், எட்டிப் பார்த்து வாசிக்கும் நம் அடிப்படை ருசிக்காக வேனும் உங்களுக்கு உட்காரத் தோன்றும். வீட்டின் கதவே அற்ற கதவை அது திறந்துவைத்துவிடுதாகவே சொல்லலாம்.

அந்தக் காக்கைக் குஞ்சு பம்மிப்போய் கல் திண்டுக்கும் முன் கதவுக்கும் மத்தியில் சுவரோடு சுவராக ஒண்டி உட்கார்ந்திருந்தது. நான் கூட அதைப் பார்க்கவில்லை. நான் உற்றுப் பார்க்கிற லட்சணம் தான் தெரியுமே. “இது யாரு, வந்திருக்கா” என்று சங்கரியம்மாவிடம் இருந்து ஒரு சத்தம் வருகிறது. நமக்கு முன்னால் நம் வீட்டில் யாராவது விருந்தாள் வந்து உட்கார்ந்திருந்தால் ஒரு சந்தோஷம் நம் குரலில் கசியும். அந்த வகை அது. கிட்டத்தட்ட ஒரு கொஞ்சல், கையைத் தூக்கிப் போடுகிற குழந்தையை வாங்குவதற்குக் கை இரண்டையும் விரித்துக் கொண்டே குனியும்போது நம்முடைய முகத்திலேயே ஒரு குழந்தைமை வந்திருக்குமே அது எல்லாம் சேர்ந்த ஒன்று சங்கரியம்மாவிடம்.

ஒரு கன்றுக்குட்டியிடம், ஒரு குட்டிப் பூனையிடம், தேங்காய் நாரோடு கீழே விழுந்திருக்கிற அணில் குஞ்சிடம் எல்லாம் எனக்கும் பிரியம் உண்டுதான். ஆனால் இப்படிப் ‘பெத்த பிள்ளைக்குப்’ பால் கொடுக்கப் போகிற மாதிரி உடனடியாக நான் சாலப் பரிந்து நிற்கிறேனா என்று தெரியவில்லை. எனக்கு அந்தக் காக்கைக் குஞ்சைவிட, முதலில் அதைப் பார்த்தவுடன் வேறு மனுஷியாகி விட்ட சங்கரியம்மாவைப் பிடித்திருந்தது. உயிர்களிடத்தில் அன்பு வேணும் என்ற வரியை வாசித்திருக்காமலே அப்படி இருக்க முடிகிறது இவர்களுக்கு.

நான் கால்மடக்கி அப்படியே உட்கார்ந்தேன். அப்படி உட்கார்கிற நேரத்திலேயே என் பாஷை மாறிவிட்டிருந்தது. “யாரு வந்திருக்கா?” என்ற கேள்வியையே நான் வேறு விதமாகக் கேட்ட படி என் உரையாடலைத் துவங்கினேன், “இங்க வந்து உட்கார்ந்து கிட்டு என்ன பண்ணிக்கிட்டு இருக்கீங்க”. அது பதிலா சொல்லப் போகிறது. இன்னும் அதிகமாக சுவரோடு ஒதுங்கியது. அது தவறி விழுந்த கூடு இருக்கும் புங்கைமரக் கிளைக்கு ஒரு சுரங்கப்பாதை அந்தச் சுவரில் இருந்து துவங்குவது போல தன்னுடைய அலகால் மர்மச் சாவிகளிட்டுத் திறந்துவிடும் முயற்சியில் இருந்தது.

“உங்க அம்மைய எங்கே? இப்படி உன்னை இங்க விட்டுட்டு அவ எங்க ஊர் சுத்தப் போயிருக்கா?” என்று நான் மேற்கொண்டு பேசினேன். ஒரே ஒரு பாத்திரத்திற்கு எழுதப்பட்ட நாடக வசனங் களை மாறிமாறி நாங்கள் இரண்டு பேரும் பேசிக் கொள்கிறோமோ

என்று அந்தக் காக்கைக் குஞ்சிற்கே பட்டிருக்கும், "வரட்டும் பார்த்துக் கிடுதேன்" என சங்கரியம்மாதொடர்ந்த போது.

நன்றாக வளர்ந்த குஞ்சுதான். பறக்கச் சொல்லிக் கொடுக்கும் போது சற்று அவசரமாக முதல் கியருக்குப் பதிலாக மூன்றாவது கியரைப் போட்டிருக்கவேண்டும். விபத்து பெரிதாக ஒன்றுமில்லை. அடிகிடி கிடையாது. விழுந்த வேகத்தில் உண்டான அதிர்ச்சி இருந்தது பார்வையில். என்னுடைய நெருக்கம் கூடினதும் படபட வென்று சிறகை அடித்தது.

ஒரு பக்கச் சிறகு சுவரிலும் இன்னொரு பக்கச் சிறகு தரையிலும் சரசரத்தன. அந்தச் சத்தம் ஒரு பறவையின் சிறகுகளுக்குச் சம்பந்தம் இல்லாததாக இருந்தது. காற்றுடனும் வெளியுடனுமே அடிக்கப் பட்ட சிறகுகளுக்குள் காலம் காலமாகச் சேகரிக்கப்பட்ட நெடிய மௌனம் தரையில் என் முன் உடைந்து சிதறுவதை உணரமுடிந்தது. ஒரு மரணம், மீசை தடவும் ஒரு கருப்புப் பூனையின் வடிவில் இன்னும் சற்று நேரத்தில் எட்டிப்பார்க்கும் எனில் என்ன செய்வது? அதிகாலைகளில் சிதறிக்கிடக்கிற ஏழுசகோதரிக் குருவிச் சிறகு களை வேறொரு நிறத்தில் பார்க்க நேரும் நாளைக் காலை வெளிச்சத்தை எப்படித் தவிர்ப்பது.

எதையும் தவிர்க்கும் உத்தேசம் இல்லாமல், அனைத்தும் நிகழத் தயாராக தன் நிரலை அந்தக் குஞ்சு வைத்திருந்தது. ஒரு முறை கூட இதுவரை பார்த்திராத வானத்தைப் பற்றிய எந்த இழப் புணர்வும் இன்றி அது மிகுந்த அமைதியுடன் இருந்தது. பதற்றம் எல்லாம் எங்களுக்கு மட்டுமே. இதுவரை இருந்த மரம், கிளை, இலை, வெயில், வாயில் ஊட்டப்பட்ட உணவு எதன் ஞாபகத் தையும் முற்றிலும் துறந்துவிட்ட பரிபக்குவம் அதன் கண்களின் வட்டத்தில் மினுங்கியது. ஒரு கருப்பு புத்தர் அது என்று சொன்னால் தப்பில்லை.

"அதைத் தூக்கி மரத்தில விட்டுற முடியுமாண்ணு பாப்பமே" – இப்படிச் சொன்னால், நீங்கள் கொஞ்சம் பாருங்களேன் என்று தானே அர்த்தம். பறவைகளை வசமாக்குவது எப்படி? என்று இதுவரை நான் எந்தப் புத்தகமும் வாசித்தவன் இல்லை. வழக்க மாக இருவாட்சிப் பூ பறிப்பதற்கு ஒரு சிறு துறட்டி உண்டு. அதை எடுத்துக்கொண்டு வந்தேன். நல்ல திடகாத்திரமான கூரிய அலகு, மற்றும் முழு வளர்ச்சியடைந்த, அதிகபட்ச எண் காலணிகள் தேவைப் படும் அளவுக்கு வளர்ந்த நகங்கள் இருந்ததால், ஒரு குச்சியின் உதவியே போதுமானதாக இருக்கும் என நம்பி, அதை கிளைப் பெயர்ச்சி செய்ய உட்கார்ந்தேன்.

வீட்டுக்கணக்குப் போடாமல் வந்து ஜான்ஸன் ஸார்வா பிரம்புக்குக் கையைப் பயந்து பயந்து தணிவாக நீட்டுகிற ஐயன்னா முத்தையாவாக ஆகியிருந்தது அந்தக் குஞ்சு. நான் அந்தக் குச்சியை நீட்ட நீட்ட அது பயந்து நகர்கிறது. நந்தியாவட்டை மூட்டுப் பக்கம் விழுந்து சுவர் ஓரமாகவே தத்தித் தத்திப் போகிறது. ஒரு கச்சிதமான காக்கைத் தத்தல் அதற்கு வந்துவிட்டிருப்பதில் எனக்கு மகிழ்ச்சிதான். நெருக்கடிகளின் மத்தியிலான உடல்மொழி நம்மையறியாமல் நம்மை நிரூபிக்க அல்லது அடையாளம் காட்டி விடத்தானே செய்கின்றன. சரி. கிட்டத்தட்ட அது புங்கை மரம் பக்கம் போய்விட்டது. ஒரு ஊடு சுவர். கொஞ்சம் முயற்சி செய்து எவ்விப் பறந்தால் அதன் கிளையை அது அடைந்துவிடவும் கூடும். அதனுடைய நகங்கள் பறண்டின கிளையின் பச்சை வாசம், அல்லது அதன் பெற்றோரின் எச்சத்தின் வாடை அல்லது கூட்டில் ஊட்டப்பட்டபோது பிளந்த வாயிலிருந்து சிந்திய ஒரு உணவின் பூர்வ ருசி ஏதேனும் அந்தச் சிறகுகளுக்கு முதல் பறத்தலை அருளலாம் என்று நான் நம்பினேன். என் பயம் பூனைசார்ந்தது மட்டுமே.

காக்கைக் குஞ்சைத் தவிரவும் வீட்டில் அன்றாட அட்ட வணைகள் இருக்கும் தானே. சாப்பாட்டுக் கடையை முடித்து விட்டால் அப்புறம் இருக்கவே இருக்கிறது செல்லக் குரல்களுக்கான தேடல்கள், சுகன்யா, ப்ரகதி, கௌதம், யாழினி பாடல்கள். அடுப் படியில் இருந்து ஒரு குரல் வருகிறது. இதுவும் செல்லக் குரல்தான். சங்கரியம்மாவுடையது. "இங்க பாருங்களேன். இது எங்க வந்து உக்காந்திருக்குண்ணு".

காக்கைக் குஞ்சு குளிர்சாதனப் பெட்டி இருக்கும் இடத்தில், ஒரு பச்சை ப்ளாஸ்டிக் கூடையில் இருந்த பெல்லாரி வெங்காயக் குவியலின் மேல் அமர்ந்திருந்தது. அடுக்களை சன்னல் வழியாக எப்படிப் பறந்து எப்படி உள்ளே வந்தது எனத் தெரியவில்லை. தவறான கைகாட்டிகளை அது நம்பியிருக்கவேண்டும். நேர் எதிர்த் திசையில் முயன்றிருந்தால் அதனுடைய கூட்டையே அடைந் திருக்கலாம் இதற்குள்.

"அரிசி உப்புமா சாப்பிடுமா இல்லை, அந்த தவிட்டு பிஸ் கட்டைப் புட்டுப் போடுவமா" சங்கரியம்மா கவலை சங்கரியம்மாவுக்கு. சுபாஷ் அண்ணன்தான் சொல்வார், "ஏ, பரம வைரிக்குத்தான் டே எங்க வீட்டில அரிசி உப்புமா கிண்டி, சாப்பிடச் சொல்லு வோம். நீ என்னைச் சாப்பிடச் சொல்லுத, பாவி" என்று. எனக்கும் அந்தக் காக்கைக் குஞ்சுக்கும் எந்தப் பகையும் இல்லை என்பதால் உப்புமாவுக்குப் பதிலாக பிஸ்கட்டைத் துண்டு துண்டாகப்

போட்டேன். மிகுந்த சுதேசி உணர்வு மேலிட்டு அது அதைப் பகிஷ்கரித்துவிட்டது.

“ஒரு கிண்ணியில தண்ணியையாவது ஊத்தி முன்னால வைங்க. எப்ப குடிச்சுதோ. அடிக்கித வெயிலுக்கு நமக்கே என்னமோ மாதிரி வருது. அதுக்கு தண்ணி தவிக்குன்னு வாய்விட்டுச் சொல்லவா தெரியும்”. அவள் முகத்தைப் பார்த்த படி நான் சிறு கிண்ணம் ஒன்றில் தண்ணீரை ஊற்றி அதன் முன் வைக்கிறேன். வைத்த மறு நொடியில் அது அலகை முக்கிவிட்டு, முகத்தை உயர்த்தி அந்தச் சொட்டை உள்ளே இறக்குகிறது.

நான் என் வாழ்வில் மிகச் சமீபத்தில் பார்த்த, உணர்ந்த ஒரு அற்புதமான காட்சியும் தருணமுமாக அது என்றுமே இருக்கும். ஒரு தனிமையும் பதற்றமும் அன்னியமுமான நீண்ட பொழுதின் பின் ஒரு பறவை, அலகு நனைத்து தன் முதல் சொட்டு நீரை அருந்த, தன் கழுத்தை உயர்த்திய அந்தப் பொழுது எவ்வளவு மகத்தானது.

என்னால் இன்று, அல்லது இனிவரும் நாள் ஒன்றில் நிச்சயம் ஒரு சாம்பல் காக்கையை வரைய முடியும். அந்தக் காக்கை, இதோ இந்தக் காக்கைக் குஞ்சைப் போல, தன்னுடைய கழுத்தை உயர்த்தி அதன் முதல் சொட்டு நீரை அருந்துவது போலத்தான் இருக்கும்.

✦

அழைக்கிறவன்

இன்னும் அந்தக் கனவிலிருந்து என்னால் வெளியேறிவிட முடியவில்லை. ஒரு மூன்று தினங்களாக அந்தக் கனவு துரத்திக் கொடிருக்கிறது. 'கல்யாணி, கல்யாணி' என்று அவன் கூப்பிடும் குரலை நான் உதறிவிட்டுத் தப்பித்து வந்துவிட்ட குற்றவுணர்வின் பளு என்னை நசுக்கிக்கொண்டு இருக்கிறது. இந்த குளிர் இறங்கிக் கொண்டிருக்கும் தொட்டதோகூர் அடுக்ககம் ஒன்றின் முன்னறையில் என் பின்னிருந்து அந்தக் குரல் எட்டிப் பார்த்துக்கொண்டு இருக்கிறது.

அவன், என் கதைகளில் வரும் 'சிவன்',என்னைத் தனியனாக்கி விட்டுப் போய் கிட்டத்தட்ட நான்கு மாதங்கள் இருக்கும். என்னை விட அவன் ஏழு வயது சின்னவன். ஆனால் ஏழு பிறவிகள் மூத்தவன். என்னை அவன் தன்னோடு வைத்துக்கொள்ள இவ்வளவு விரும்பியிருப்பான் என்பது, இந்தக் கனவு வரை தெரியாமலே போயிற்று.

இத்தனைக்கும் அந்த இரவு திருநெல்வேலியுடையது கூட அல்ல. இதற்கு முந்திய நான்கைந்தாக, சென்னையில் இருந்த தினங் களில் அவனுடைய ஞாபகம் ஒருமுறை வந்தது என்று சொல்லிக் கொள்ள எந்தத் தருணமும் இல்லை. வாசிப்பதற்கு எந்தப் புத்தகமும் எடுத்துக்கொள்ளாத தப்பைச் செய்த, வழக்கம்போல அதிகம் உரையாடலற்ற சதாப்திப் பயணத்திற்குப் பிந்திய மின்னணுநகரின் இரவில் அவன் அவ்வளவு தீவிரமாக என்னை அழைக்கும் கனவு வர எந்த முகாந்திரமும் இல்லை. நட்பைவிடக் கூடுதல் முகாந்திரம் என்ன வேண்டியதிருக்கிறது?

அதே வெள்ளைக் கதர் சட்டை. கதர் வேட்டி. அவனும் நானும் ஏதோ ஒரு நகரமும் கிராமமும் அற்ற ஊரில் நடந்து போய்க்கொண்டு இருக்கிறோம். பகலா இரவா, தெரியவில்லை. வெயில் அல்ல, நிலவு அடிக்கிற பின்னிரவு போலத்தான் தெரு தன்னை வைத்திருக்கிறது. ஒரு வீட்டின் துப்புரவான திண்ணை நிறைய இறந்த காலத்தை அதன்மேல் பாய்போல விரித்து வைத் திருந்தது. அந்த மரத்தூணின் வயதை அனுமானிக்க முடியவில்லை. அந்தக் கொல்லம் ஓடுகளுக்கு என்ன வயதோ, அதற்குக் கூடக் குறைய தூணுக்கும் இருக்கலாம். எங்களைத்தவிர யாரின் நடமாட்டமும் இல்லை. அவன் பேசிக்கொண்டே வருகிறான். வாய்க்கு வாய் சிரிக்கிறான். சொல்லுக்குச் சொல். 'கல்யாணி' என்கிறான். கையில் எதையோ வைத்திருக்கிறான். என்ன என்று அவனும் சொல்லவில்லை. எப்போதும்போல நானும் கேட்க வில்லை. எனக்கு அல்லது யாருக்கோ கொடுத்து விடுவதற்கானதாக அதை அவன் வைத்திருக்கவேண்டும் என்று இப்போது தோன்றுகிறது.

ஒரு இடத்தில் பாதை திரும்பியது. நீர்க்கருவை மரங்கள் நிறைந்த பகுதி அது. அந்த இடத்தை மட்டும் ஏற்கனவே பார்த்த மாதிரி எனக்குத் தோன்றுகிறது. பார்க்கவே பார்க்காத ஊரில், ஏற்கனவே பார்த்த மரங்கள் எப்படி முளைத்தன எனத் தெரிய வில்லை. அவன் குனிந்து கையில் வைத்திருந்ததை அந்த முள் மரங்களின் மூட்டில் வைக்கிறான்.

'வாங்க கல்யாணி. இப்படி போய்விட்டு வருவோம்' என்கிறான். அவன் கூப்பிட்டால் இதுவரை எங்கும் போனவன்தான். இன்றும் போகத் தயாராக பக்கத்தில் நிற்கிறேன். 'இதையும் எடுத்துக் கொள் கிறேன்' என அவன் குனிகிற இடம் காலியாக இருக்கிறது. 'இங்கே தானே வைத்தேன்' என அவன் சொன்ன இடத்தின் காலியில்தான் எனக்கு ஏதோ ஒரு இருட்டு பிடிபடுகிறது. இல்லாமல் போனவன் எப்படி இருக்கிறான் என்று யோசிக்கும்போதே நான் விலகத் துவங்கிவிட்டேன். அவன் இங்கும் அங்கும் தேடித் தேடி நகர நகர, நான் ஒரு பதற்றத்தை அடைந்திருந்தேன். அவனுக்கும் எனக்கு மான இடை வெளியை அவனறியாமல் அதிகப்படுத்தும் கேவல மான உபாயங்களை நான் தேர்ந்தெடுக்கத் துவங்கிவிட்டேன். எனக்கும் அவனுக்கும் இடையே சாம்பல் படுதா அலைய, நான் இதுவரை என்னைச் செருகிவைத்திருந்த இடத்தில் இருந்து என்னைச் சத்தமே இன்றி உருவியபடி, என்னுடைய வேறொரு திசையைக் கண்டுபிடித்துவிட்டேன்.

'கல்யாணி' என்று அவனுடைய கூப்பிடுதலின் முதல் சத்தத்தை உடனடியாக நான் கத்தரித்துக் கொண்டவிதம், இப்போது நினைக் கையில் அருவெறுப்பு உண்டாக்குகிறது. எந்த அழைப்புக்காக நான் ஒவ்வொரு தினமும் சமீப நாட்களில் தொடர்ந்து தவித்தேனோ, அதைத் தவிர்ப்பதற்கு, ஏறக்குறைய நான் ஓடத் துவங்கியிருந்தேன். அவன் திரும்பத் திரும்ப, 'கல்யாணி, கல்யாணி' என்று கூப்பிடு கிறான். 'போகாதீங்க கல்யாணி' என்று அவன் சொல்லவில்லை.

'கல்யாணி, கல்யாணி' என்ற அந்த அழைப்பைப் புறக்கணிக்க முடிகிற இத்தனை அசிங்கமான ஒருவனாக நான் எப்போது மாறினேன் என்று தெரியவில்லை. அல்லது ஏற்கனவே நான் அப்படித்தான் இருந்து, அப்படி இல்லாதவனாகப் பாசாங்கு செய்து கொண்டு இருக்கிறேனா?

நான் வாய்விட்டு உளறிக்கொண்டு விழித்தபோது, அவனுடைய பெயரைச் சொல்லியிருக்கலாம். நிச்சயமாக என் கனவில்விட, நனவில் நான் உண்மையாக இருந்திருப்பேன். முன்பின் பரிச்சய மற்ற இந்த வீட்டின் கட்டிலில் அதிர்ந்து எழுந்து உட்கார்ந்தபோது, அவனுடைய குரல் 'கல்யாணி' என்று கூப்பிடுவது இன்னும் எனக்குக் கேட்டுக்கொண்டே இருந்தது.

துக்கமும் தவிப்பும் அடர்ந்த அந்தக் குரலின் அழைப்பை ஒப்புக்கொள்ள நான் இந்த நிமிடம் தயாராக இருக்கிறேன் என்பதை அவனிடம் எப்படிச் சொல்ல?

♦

பெய்தலும்

அதே சூரியன் தான். அதே வானம் தான். ஆனால் ஏப்ரல் மாதச் சூரியன் தன்னை உருப்பெருக்கிக்கொண்டு வேகமாகச் சுழன்று தன்னை ஒரு ஆம்புலன்ஸ் அவசரத்துடன் வானத்தில் இருந்து கிழித்துக்கொண்டு வெளியேறுகிறது போல இருக்கிறது. மேற்குப் பக்க வானம் தன் மேகங்களை வேறுவிதமாக வடிவமைப்பதைத் தொடங்கிவிட்டது. கோடை காலத்திற்கான தன்னுடைய பருத்தி ஆடைகளை அது உலர்த்துகிறது, முக்கியமாக மாலை நேரங்களில்.

மைதானம் முழுவதும் அக்டோபர் நவம்பர் மழையில் முளைத்துக் கிடந்த அத்தனை புல்லும் காய்ந்துவிட்டன. புல்லின் இதழ்கள் எத்தனை அழகோ புல்லின் பூக்களும் அத்தனை அழகு. திட்டுத் திட்டாக நாணல் பூப்பதைப் பார்த்திருப்போம். தரையோடு தரையாகப் பூத்துக் காய்ந்து அவை உதய வெயிலில் மினுங்குவதை நடக்கிறவர்களில் எத்தனை பேர் குனிந்து பார்த்திருப்பார்கள். ஒரு பசும் புல் செய்கிற அத்தனை காரியத்தையும் காய்ந்து மினுங்கும் புல்லும் செய்துகொண்டே இருக்கிறது. சிறு பறவைகளுக்கு காய்ந்த புற்கள் எதையோ உண்ணத் தருகின்றன. அல்லது அவை முட்டை யிட்டு இனம் பெருக்க இந்தக் காய்ந்த புற்கள் மெத்தையிடுகின்றன. சொந்தவீட்டில் புழங்குவது போன்ற துள்ளலுடன் சிறுபறவைகள் நரைத்த புற்களுக்குள் தத்துவதை, மீன் தொட்டி பார்த்து அசையாது அமர்ந்திருக்கும் சிறுவனாக, அங்கங்கே பூத்துக்கிடக்கும் அவுரியின் மஞ்சள் பூக்களிடம் தன்னை ஒப்படைத்துவிட்ட வெயில் பார்த்து ரசிக்கிறது.

இதுபோன்ற ஏழெட்டு வருடங்களுக்கு முந்திய கோடையில் தான் பாண்டியராஜுவும் நானும் இதே பகுதியில் நடந்துகொண்டு

இருந்தோம். வீட்டில் இருந்து பேசுவதைவிடப் பாண்டிய ராஜுவுக்கு நடந்துகொண்டே பேசுவது பிடிக்கும். நீண்ட காலமாக கோடம் பாக்கத்தின் திசையில் ஒரு புள்ளியைத் தேடி அலைந்துகொண்டே இருக்கிற கால்கள் தன் சலனத்தை நிறுத்த விரும்புவது இல்லை. ஏதோ ஒரு கொரியத் திரைப்படம், ஈரான் திரைப்படம் பற்றித்தான் என்னிடம் பேசிக்கொண்டு வந்திருப்பார். இதே போலக் காய்ந்த புற்கள் மினுங்கும் ஒரு மாலைப் பொழுதுதான் அதுவும்.

ஒரு மாநகரம் அல்லது திரைப்படத்தின் திசை சார்ந்து அலைந்துதிரிகிற வாழ்வு ஒருவனுடைய கவனத்தைச் சகல திசையிலும் கூர்மைப்படுத்திவிடும் போல. அவர் கதை சொல்கிறார். ஒரு மனநிலை தவறிய ஒருவனைப் பற்றிய அந்தக் கதையை, கிட்டத்தட்ட ஒரு மனநில தவறியவனின் உடல்மொழியோடு சொல்லிக்கொண்டு வருகிறார். பாண்டிய ராஜு எனும் ஒருவன் தொலைந்து காணாமல்போய் ஒரு மனநிலை பிறழ்ந்தவனுடன் மட்டுமே நான் நடந்துகொண்டு இருந்தேன். சட்டென்று அவர் பாண்டிய ராஜு ஆகிறார். என்னை நிற்கச் சொல்கிறார். அப்படியே நில்லுங்க என்கிறார். நிற்கிறேன். ‘ஒண்ணுமில்ல, சின்னப் பூச்சி போய்க்கிட்டு இருந்தது’ என்கிறார். கீழே பார்க்கிறேன், ஒரு சிறு பாம்புக்குட்டி நான் இதற்கு முன்பு வைத்திருக்கவேண்டிய காலடிக்குள் இருந்து காய்ந்த புற்களுக்குள் போய்க்கொண்டு இருந்தது.

அன்றிரவு மழை பெய்ததா என்று ஞாபகம் இல்லை. அந்தக் கதையை அன்று இரவே எழுதினேனா என்றும் சொல்லமுடிய வில்லை. ஆனால் ‘பெய்தலும் ஓய்தலும்’ என்கிற அந்தக் கதையில் ஒரு மனநிலை தவறிய மனிதர் வந்து அமர்ந்திருந்தார். காய்ந்த புல்லும் அந்த சின்னப் பூச்சியும் எங்கே போயிருக்கும் எனத் தெரியவில்லை.

இந்த காய்ந்த புற்களையும் கோடையையும் பார்க்கையில் நான் பாண்டிய ராஜுவைத் தேடுகிறேன். இத்தனை நீண்ட காலத்திற்கு அப்புறமும் பாண்டிய ராஜு என்னிடம் இன்னும் ஒரு கதையைச் சொல்லக் கூடியவராகவே தான் கோடம்பாக்கம் வைத்திருக்கிறது. அவரை நிற்கச் சொன்னாலும் நிற்கமாட்டார்.

அவர் இதைவிடக் காய்ந்த புற்களையும் இதைவிடப் பெரிய பூச்சிகளையும் பார்த்திருக்கக்கூடும்.

✦

இந்த தினத்தின் பக்கங்கள்

இந்த தினம் என்னைப் போன்ற ஒரு சராசரியனுக்கு அனேகமாக முடிந்துவிட்டது. அனேகமாக எல்லா ஒலிகளும் அடங்கிவிட்டன. முன் அறையில் நடமாடிக்கொண்டிருந்த நெடுந்தொடர் மனிதர்கள் தங்கள் சலனத்தை மறு தினத்திற்கு ஒத்திவைத்து விடைபெற்று விட்டார்கள். பக்கத்துத் தேவாலயம் தூரத்துப் பிள்ளையார் கோவில் எல்லாம் தங்கள் மணிகளின் அதிர்வுகளைப் பத்திரப் படுத்திவிட்டன, விடிகாலைப் பிரார்த்தனைகளுக்காக. இன்னும் சற்று நேரத்தில் அந்த ஒற்றை ஆந்தையின் குரல் பறந்துவந்து எரியாத தெரு விளக்குக் கம்பத்தின் வழக்கமான வளைகம்பியில் அமர்ந்து விடலாம். பூப் பூக்கும் ஓசையை கேட்க ஆசைப்படலாம், கேட்டு விட முடியாது. நல்ல குறுந்தகடுகள் இருந்தால் இசை கேட்கலாம். இசைகேட்டுப் பழகிய காதுகளுக்கு அமைதிகூட இன்னொரு சுழலும் இசைதான்.

முடிந்துகொண்டிருக்கும் இந்த தினத்தின் பக்கங்களை வாசிப்பது போல நான் இந்த அறையின் கட்டமிட்ட தரையையே பார்த்துக் கொண்டிருக்கிறேன். என் இடது கால் பாதம் மற்றும் விரல்களின் நிழல் அப்படியொரு கட்டத்தில் விழுந்து கொண்டி ருப்பது தவிர வேறு உயிர்ப்பு எதுவும் இல்லை. இன்று எந்த உணவுத் துணுக்கும் இங்கே சிந்தவில்லை அல்லது சிந்தி, உடன டியாகத் துடைக்கப்பட்டு சுத்தமாகிவிட்டது, எந்த எறும்பு வரிசையும் அதை இழுத்துச் செல்லும் வாய்ப்பு இன்றி.

அன்றாடங்களின் அத்தியாயங்கள் வேறு தேய்ந்த வரிகளைக் கொண்டிருக்க, என்னுடைய இந்த முடியும் இரவின் பக்கத்தில் இரண்டே இரண்டு படங்கள் இந்த நாளின் அடையாளமாக

எனக்கு மிஞ்சியிருக்கின்றன. என் அடுத்த, எதிர்வரும் தினங்களுக்கு என்னை இட்டுச்செல்லச் சித்தமானவையாகவும் கூட.

ஒன்று என் அதிகாலையில் இந்த நாளின் சரியான மனநிலையில் என்னை வைத்த அந்த முகப்புத்தகப் படம். ஓரள வுக்குத் தெரியும் தாமரை இலை. முழுவதுமாக நம் முன் நிற்கும் ஒரு தாமரை மொக்கு. அதன் கூம்புச்சியில் அமர்ந்திருக்கும், நம்மை நோக்காது அதனுடைய வலப்புற வாழ்வில் கவனம் குவித்த சிட்டுக் குருவி. எல்லாம் முழுதாகத் தெரியவேண்டியதில்லை. முழு வானம், முழு ஆறு, முழுக்கடலை நாம் அறியாததுபோல ஒரு முழுத் தாமரை இலையையும் நாம் அறிய வேண்டியதில்லை. அதைப் போல அந்த மொக்கும் மலர்ந்திருக்க அவசியமில்லை. அந்தச் சிட்டுக்கு நம்மைத் தவிர, உற்றறிய ஆயிரம் உண்டு ஆகாயத்தின் கீழ். நான் அந்த ஏகாந்த மொக்கையும் ஏகாந்தக் குருவியையும் சேமித்துக் கொண்டேன். இதை எழுது முன்பு கூட பார்த்துக் கொண்டேன். அந்த மொக்கு இன்னும் மலரவில்லை. அந்தச் சிட்டு இன்னும் பறந்துவிடவில்லை.

இன்னொன்று, இன்றைய 'ஹிந்து' தினசரியில் வந்திருந்த யானைகளின் படம். அமராவதி அணைப்பக்கம் தண்ணீர் தேடி ஏழெட்டு உறுப்பினர் உள்ள அந்த யானைக்குடும்பம். நம் ஆதி வீட்டுப் பட்டாசல்களில் தொங்கும் கூட்டுக் குடும்பப் புகைப் படங்களின் கருப்புவெள்ளைக்குள் குறைந்தது நான்கு தலைமுறை முகங்களின் வெவ்வேறு வண்ண அடர்த்திகள் நிரம்பி வழிவது போல, அந்த எட்டு ஒன்பது யானைகளுக்குள் எல்லாப் பருவமும் வயதும் உள்ள தாகத்தின் துதிக்கைகள்.

ஒரு யானையின் சித்திரத்தை, நாம் முன்பு எப்போதோ பார்த்த யானையின் அசைவுகளோடு மட்டுமே பார்க்கமுடியும். அந்த ஐந்தாம் பக்க அசட்டுக் காகித நிற மூலையில் அவை ஒரு பெரும் வனத்தை உண்டாக்கியபடி தலையை அசைத்து வாலைச் சற்று உயர்த்திச் செல்கின்றன. அதன் மூப்பனின் துதிக்கை, புறப்படுகிற நேரத்தின் ஈரக் காற்றிலேயே எந்தத் திக்கில் அருந்துவதற்கும் அவை அமிழ்வதற்குமான தண்ணீர் பெருகிக் கிடக்கிறது என்பதை உணர்ந் திருக்கும். அதன் மத்தக அசைவுகளுக்கு ஏற்ப, அது மலையில் இருந்து இறங்கும் முதல் காலடியில், அமராவதி அணையின் நீர்ப் பரப்புத் தளும்பி அசைய ஆரம்பித்திருக்கும். எங்கோ தேங்கிக் கிடக்கும் தண்ணீர், எங்கிருந்தோ இறங்கும் தவித்த தும்பிக்கை களுக்காகக் காத்திருக்கும் படியாகவே இயற்கை தன்னை எப்போதும் வைத்திருக்கும்.

இந்த இரவில், இப்போது அல்லது இன்னும் சற்றுப் பிந்திய நிசியில் அந்த அத்தனை யானைக்குடும்பமும் தண்ணீரில் அமிழ்ந்து துளாவி, உடலைப் பக்கவாட்டில் சாய்த்துக் கிடக்கும் என்று இந்தப் புகைப்படத்தை நீட்டித்துக் கொள்கிறேன்.

இதோ இந்த இரவின் அமைதியை. தாமரை மொக்கின் மேல் அமர்ந்திருக்கும் சிட்டுக் குருவிக்கும், தண்ணீர் தேடி அலையும் யானைக்குடும்பத்திற்கும் இடையில் வைக்கிறேன்.

◆

ஒரு மாதிரி இருக்கிறவன்

'என்ன ஒரு மாதிரி இருக்கீங்க?'

இந்தக் கேள்வியை வீட்டில் அதிகமும், என்னைத் தெரிந்தவர் களிடம் அவ்வப்போதும் நான் உண்டாக்கிக்கொண்டே இருக்கிறேன். இன்றைக்கு நீங்கள் என்னைப் பார்ப்பீர்கள் எனில் அந்தக் கேள்வியை நீங்களும் கேட்கக்கூடும். அது எப்படி நான் ஒரே மாதிரி இருக்கமுடியும்? என்னை ஒரே மாதிரி வைக்கவேண்டிய பொறுப்பு என்னைத்தவிர அதிக சதவிகிதம் உங்களிடம் அல்லவா உண்டு?

இன்றைக்கு இதுவரை நான் சரியாகத்தான் இருந்தேன். கொஞ்சம் கவலைக்கு உள்ளானது எனில், 'என்ன நினைச்சுக்கிட்டு இருக்க? கண்டார ஓழி. வந்தம்னா ஈரக் குலைய ரெண்டா வகுந்து போட்டிருவேம் பாத்துக்கோ' என்ற குரல் அந்த வயதான அம்மா விடம் இருந்து வந்துகொண்டிருப்பதைக் கேட்டபோதுதான். முந்திய தினத்தின் அத்தனை பூவும் உதிர்ந்து கிடக்கும் மரமல்லி மரத்தின் கீழ் வாசல் பெருக்கிக்கொண்டே, தன் நரைத்தமுடியை அள்ளிக் கொண்டை போட்டபடி, இங்கே பதிவு செய்யத் தயக்கம் தருகிற மேலும் சில உச்ச வசைகளுடன், திட்டிக்கொண்டிருந்த அவர் முன் யாருமே இல்லை. சற்று நேரம் குனிந்து பெருக்கியபடி இருந்தவர், தனக்கு முன் (எதுக்க)அந்த 'இல்லாதவன்' வந்து நின்று விட்டது போல, 'வாரியல் பிஞ்சுபோகும், இந்த ஜோலியெல்லாம் இங்க வச்சுக்கிடாதே' என்று வேறோரு தேர்ந்த வசையுடன் முடித் தார். வன்மத்துடன் வீசி எறிந்த ஈட்டி, புல் தரையில் நுனி செருகி, அப்புறம் சிலநொடிகள் அதிர்ந்தாடிச் சமனப்படுமே, அதுபோல

அந்த 'கெட்டவார்த்தை' அந்த இடத்தில் அசைந்து அடங்குவதை என்னால் உணரமுடிந்தது.

அவர் வளர்க்கிற நாயாகத்தான் தெரிந்தது. அதற்கு அன்றைக்கு கும்மியடிக்கிற மன நிலை இருந்திருக்கவேண்டும். அவரைச் சுற்றிச் சுற்றி வந்து ஒவ்வொரு அரைச் சுற்றிலும் அவர்மீது காலைத் தூக்கி வைத்து ஏறிட்டுப் பார்த்துவிட்டு, மறுபடி வட்டம்போட்டு அவரைச் சுற்றியது. "போமூதி, அந்தப் பக்கம். கவுட்டைக்குள்ள வந்து என்னத்த கொஞ்சிக்கிட்டுக் கிடக்க" என்று கையை உயர்த்தினார். அது என்னவோ அவரை மானபங்கப்படுத்த வந்தது போல, சேலைத் தலைப்பை எல்லாம் சரிபண்ணிக்கொண்டார், 'கொஞ்சுததைபாக்கப் படாது, கொஞ்சுததை' என்று முனகிக்கொண்டு மறுபடி குனிந்து பெருக்க ஆரம்பித்தார்.

இந்தப் பக்கத்தில் நான்கைந்து வீடுகளுக்கு இவர்தான் வாசல் தெளித்து வீடு கூட்டுகிறார். மிகவும் மெலிந்த மனுஷி. சற்று, கத்திக் கப்பல் செய்ய மடக்கின தாள் மாதிரி இருப்பார். செய்கிற வேலை துப்புரவாக இருக்கும் என்று நினைக்கிறேன். இல்லாவிட்டால், இந்த வித வசைகளுடன் ஒரு நாளைத் துவங்க யாரும் விரும்ப மாட்டார்கள். நான் அவரை மட்டுமல்ல, அவர் சதா சண்டைக்கு நிற்கும் அந்த இன்னொரு மனிதரையும் அனேகமாகப் பார்த்து விடும் அளவுக்கு, அவர் வீசும் கெட்டவார்த்தைகள் உத்தேச அங்க அடையாளங்கள் தந்து உதவியிருக்கின்றன. நான் என் வழியில் தேடுவது எல்லாம் அந்த உத்தேச மனிதரின் எதிர்வரவைத்தான்.

ஆனால், நடப்பில் அவருக்குப் பதிலாக எதிரே வந்தது அவரல்ல, ஒரு சிறு பெண். கல்லூரிக்குப் போகிற வயது. ஏதாவது பக்கத்து கிராமத்தில் இருந்து பஸ்ஸில் வந்து பாரதி நகர் ஸ்டாப் வந்துவிட்டதா, வந்துவிட்டதா என பக்கத்தில் இருப்பவரைப் பதற்றத் துடன் கேட்டு, பெருமாள்புரம் விலக்கு வந்ததில் இருந்தே எழுந்து நின்று குனிந்துகுனிந்து பார்த்துக்கொண்டே வந்து இறங்கியிருக்க வேண்டும். களங்கமே இல்லாத 'சிறுசிறு பருக்கள் வெடித்த, எந்தப் பூச்சுமற்ற முகம். இது ஒன்றும் பெரிய தெரு இல்லை. இவ்வளவு அகலத் தெருவைக்கூட இதுவரை பார்த்திராதது போல் அகன்றிருந்த கண்கள். சற்றுமுன் தரையில் உதிர்ந்த ஒரு பழுத்த இலையின் சத்தத்துடன் அந்தப் பெண் என்னுடன் பேச ஆரம்பித்தது., "பாரதி நகர் அஞ்சாவது தெருவுக்கு எப்படிப் போகணும்?"

என்னைப்போல, திசைதப்பி அலைகிறவன் முகத்தில் கை காட்டிகள் தன் அம்புக்குறிகளை நட்டிருக்குமோ என்னவோ?

பெரு நகரங்களில் நான், 'ரெங்கநாயகி அபார்ட்மெண்டுக்கு எப்படிப் போகணும்?' என்று பத்து பேரை அடுத்தடுத்துத் தேர்ந்து, தயங்கி, ஒரு ஆட்டோக்காரரிடம் கேட்டே விடுவது என ஒரு முடிவுக்கு வரும் நிமிடத்தில், என்னிடம் யாராவது வந்து, மிகுந்த பணிவன்புடன், "நியூ டெக் அபார்ட்மெண்ட் எந்தப் பக்கம் சார் இருக்கு?" எனக் கேட்பார்கள். இந்தப் பெண் கேட்ட பாரதி நகர் ஐந்தாம் தெரு வழியாகப் போனது இல்லையே தவிர, அது எங்கிருக்கிறது எனக்குத் தெரியும்.

எனக்கு அப்படித் தெரியும் என நானே நம்பியும், அந்தப் பெண்ணுக்கு வேறுயாரிடமும் வழி கேட்க அவசியமின்றி நானே சரியாகச் சொல்லிவிடமுடிவதில் மனநிறைவு கொண்டும், "இது மூணாவது தெரு. ஒம்பதாவது தெருவரை இப்படியே போகலாம். மூணு, நாலு, அஞ்சுண்ணு கணக்கு வச்சுக்கிட்டுத் திரும்பீருங்க. பக்கம்தான். சிரமம் இல்லை" என்று என் உடம்பைச் சற்றுத் தெருப்பக்கம் திருப்பி, கையை உயர்த்திக் காட்டினேன்.

நான் செய்த தப்பு அங்கே தான். தெருவின் வலது பக்கம் கையைக் காட்டுவதற்குப் பதிலாக இடது பக்கம் காட்டிவிட்டேன். அப்படித் திரும்பினால் நேத்தாஜி தெருவுக்குப் போய்விடும். இந்தத் தவறை நான் என்னையறியாது செய்திருக்கிறேன் என்பதை, அந்தத் தெருவைவிட்டு விலகி, ஆட்டோ ஸ்டாண்ட் தாண்டி, சிபி டெய்லர் போர்டு வரைக்கும் வந்தபிறகுதான் தெரிந்தது.

இதற்குள் அந்தப் பெண் எங்கெல்லாம் போயிருக்கிறதோ? நேத்தாஜி தெரு ஒன்றும் தொலைந்து போகச் சொல்லும் அளவுக்குப் புதிரான திருப்பங்கள் உள்ளது அல்ல. இன்னும் (என்னைப்போல் அல்லாத) ஒருவரிடம் கேட்டால், பத்தே நிமிடங்களில் அந்த ஐந்தாவது தெருவைச் சுலபமாகவே அது கண்டுபிடித்து விடலாம். ஆனால் அந்தப் பத்து நிமிடங்கள் அந்தப் பெண்ணுக்கு எத்தனை நெடுந்தூரம் உண்டாக்குகிற ஒரு நேரம். மறுபடியும் எச்சில்விழுங்கி, நாலைந்தாக பாதுகாப்புக்கு வருவது போல ஒரு கொத்தாக நகரும் தெரு நாய்களுக்குத் தயங்கி, சாய்ந்த பல்ஸர் பைக்கில் காலூன்றிக் கொண்டு வேப்பமரத்தடியில் நிற்கும் இரண்டு பையன்களுக்குத் தேவையின்றிப் பயந்து, பிள்ளையார் கோவிலில் இருந்து வந்து கொண்டிருக்கும் யாரிடமாவது வழி கேட்கும் வரை எவ்வளவு பதற்றம் உண்டாகியிருக்கும்?

எனக்கு இந்த தினத்தின் மிகப்பெரிய தவறை, நான் செய்து விட்டது உறுதியாகிவிட்டது. நான் இப்படித் திரும்பத் திரும்ப

ஏதாவது எளிய தவறுகள் செய்வது அதிகமாகிவருவதை நினைத்து எனக்குக் கஷ்டமாக இருந்தது. வாகை மரத்தடியில் பிளந்து பிளந்து குவிந்து கிடக்கும் இளநீர்ப் பாதிகள் எல்லாம் யார் யாரின் முகங்களோ ஆகி, ' என்ன ஆச்சு? என்ன ஒருமாதிரி இருக்கீங்க?' என்று என்னைக் கேட்பது போல இருந்தது.

'என்ன ஒரு மாதிரி இருக்கீங்க?' என்று தயவு செய்து கேட்காதீர்கள்.

'என்ன நினைச்சுக்கிட்டு இருக்கே. வந்தம்னா...' என்று இரண்டு மூன்று கெட்டவார்த்தைகள் சேர்த்து, அந்த வயதான மனுஷியின் குரலில் திட்டுங்கள்.

நேற்றைய பூக்கள் உதிர்ந்துகிடக்கும் மரமல்லி மரம் ஏதாவது இந்தப் பக்கத்தில் இருக்கிறதா, தெரியவில்லை. அல்லது என்னைச் சுற்றிச் சுற்றிவந்து வட்டம் அடித்துக் கொஞ்சும் ஒரு நாயாவது?.

✦

ஒரே பாடல், வேறு வேறு ராகங்களில்

அவரை எனக்குப் பிடித்திருந்தது. இந்த தூய மரியன்னை தெரு முடிந்து கொஞ்சம் செம்மண்ணில் நடந்து மைதானத்துடன் இணைகிற அதே திருப்பத்தில் அவரைப் பார்க்கிறேன். ஈர்க்குக் குச்சி மாதிரி உருவிவிட்ட உடல். தீவிரமான முகம். எளிய உடைகள். இடது கை இல்லை. சட்டை தொய்ந்து கிடந்தது ஒரு முறிந்த சிறகு போல. விசாலமாகத் திறந்துகிடக்கும் வெளிக்குள் ஒரு அம்பு போல விசையுடன் தன்னைச் செலுத்திக்கொண்டு போனபடி இருந்தார். அயலூர்க் காரராக இருக்கும். எப்படியும் உள்ளூர்க்காரனுக்கு அயலூர்க்காரன் தெரிந்துவிடுகிறான். இன்றைக்கும் அதே இடம். அதே வேகம்.

சாரல் விழுகிற இந்த தினத்தின் காலைக்கு யாரும் சாட்சியம் அளிக்கத் தயாராக இல்லை. யோசனையும் வருத்தமும் எனக்கு. வழக்கமாக வருகிறவர்கள் கூட நடையை ஒத்திப் போட்டிருந் தார்கள். சாரலில் நனைந்துவிடுவார்களாம். இத்தனை நாட்கள் வெயிலில் உலர்ந்தவர்கள் இதில் சற்று நனைந்தால்தான் என்ன? காற்றில் தலை கலையக்கூடாது என்று நினைப்பவர்கள் தானே நாம் எல்லாம்.

இந்த இடத்தில்தான் அவர் மேலும் முக்கியமானவர் ஆகிறார். அதே வேகம்தான். ஆனால் அந்த அம்புப் பாய்ச்சல் இல்லை. வேறு வேறு ராகங்களில் ஒரே பாடலை இசையமைக்க அவருக்கு முடியும்போல. தனக்கு முன் இருக்கும் செம்மண் வெளியில் விழும் அத்தனை சாரல் துளியையும் மிச்சமிருக்கும் தன்னுடைய வலது கையில் வாங்கிவிடும் மெய்மறப்பில் இருந்தார். தன்னுடைய வலது

கையை மலர்த்தி, விழுகிற ஒவ்வொரு துளியையும் வாங்குகிற முயற்சியில் உயர்த்தியும் தாழ்த்தியும் ஏந்திக்கொண்டே போனார்.

நான் நம்புகிறேன், அவருக்கு ஒரு கை அல்ல. ஆயிரம் கைகள். நான் நம்புகிறேன், அவர் எல்லாச் சாரல் துளியையும் உள்ளங் கையில் வாங்கியிருப்பார்.

நான் நம்புகிறேன், எல்லோர்க்கும் அல்ல, அவருக்காகவே இன்று பெய்தது இந்தச் சாரல் மழை.

◆

வாழ்வெனும் பெரும் பூ

எதிர்த்த வீட்டில் நெல்லி மரம் இருக்கிறது. அல்லது நெல்லிக்காய் மரம் சுவரோரமாகத் தெருப்பக்கம் சாய்ந்திருக்கிற வீட்டிற்கு எதிரே நாங்கள் இருக்கிறோம். எப்படிச் சொன்னாலும் சரிதான்.

இது ஜோதியம்மா வீட்டில் நிற்கிற ஒட்டு ரக வீரிய நெல்லி இல்லை; இப்போது பழமுதிர்சோலைகளில் மினுமினுவென முன்வரிசைக் கூடைக்கு வந்துவிட்ட, வேறு ரகம் அது. அந்த வகை நெல்லியின் நிறத்தை ஒரு ஓவியன் வரைவதில் ஒரு சவால் இருக்கும். 'தண்ணிக் கலர்' என்று தெய்வக்கா, வேறு யாரும் இல்லை, எங்கள் அம்மா, சொன்ன நிறத்தையும் என்னால் வரைய முடியாது. சில வார்த்தைகளே ஓர் அற்புத நிறம் உடையது.

கோபாலின் இடைகால் வீட்டில் இருந்து, அவனை நெல்லி மரத்து ஊஞ்சல் கவிதை எழுதச் சொல்லிய அரிநெல்லியும் இல்லை. வீட்டு முன் திண்ணையில் உட்கார்ந்திருக்கிற கோபாலை, தன்னு டைய வேறு வடிவ இளம்பச்சையால், கலாப்ரியா ஆக்கிவிடும் மாயம் அரிநெல்லி இலைகளுக்கு உண்டு. "யப்பா. எனக்கு வேண்டாம்ப்பா. புளிச்சுக் கொடுக்கீரும்" என்று சொன்ன பால்யகால சகி அல்லது சகாக்கள் நம் எல்லோர்க்கும் இருப்பார்கள். இப்படி சொல்லும் போது இடுங்குகிற கண்களின் அழகை சாகும் வரை மறக்க முடியாது.

சற்றுப் பழுத்த அரிநெல்லியின் மிச்சமாக கடைவாய்ப் பற்களில் உருளும் சிறுவிதையை உணரும் நேரம், சற்று யோசித்தால், கிட்டத்தட்ட இந்த வாழ்வை உணர்வது போலத்தான். விழுங்கவும் முடிவதில்லை. துப்பவும் முடிவதில்லை. ஆனால் அதன் பல் கூசாத, நீர்த்த புளிப்பு நமக்குத் தேவையாகவே இருக்கிறது. அதிகம்

ருசிசாராத ஒரு களங்கமின்மை இருப்பதால்தான் ஆரம்பப் பள்ளிக் கூடப் பிள்ளைகளுக்கு அரிநெல்லிக்காய் விற்கிற கிழவிகள் இன்னும் கூடத் தென்படுகிறார்கள். சில சமயங்களில் அதே அரிநெல்லிக் காய்கள் போலத்தான், அதைச் சாக்கில் கூறுகட்டி விற்கிற அந்த மனுஷிகளும் இருக்கிறார்கள். எதில் புழங்குகிறோமோ, அதன் சாயல் கொஞ்சம் நமக்கு ஒட்டிகொள்ளும் போல.

வெளியூரில் இருந்து வந்தவர்கள், பொதுவாக இந்தப் பக்கம் வெயிலடித்தால் காரை எதிர்வீட்டுச் சுவர்ப் பக்கம் நிறுத்துவார்கள் தானே. நான் பார்க்கும்போது அந்த டிரைவர் உதிர்ந்துகிடந்த நெல்லிக்காயைப் பொறுக்கிக் கடித்துவிட்டு, கடித்த வேகத்திலேயே துப்பிக்கொண்டு இருந்தார். இதுபோன்ற நேரங்கள் யாரிடம் வேண்டு மானாலும் உடனே ஒரு உரையாடலைத் துவக்கிவிடச் செய்கின்றன. தான் நினைப்பதை தன்னிடம் சொல்வதுதான் அது.

அவர் என்னைப் பார்த்துக் கொண்டு சொன்னார், “கடுத்துக் கிடக்கு ஸார். புளிப்பும் இல்ல. இனிப்பும் இல்ல.” என் முகத்தில் இருந்து பார்வையை நகர்த்தி அவர் சுவருக்கு அந்தப் புறம் நிற்கும் நெல்லிமரத்தைப் பார்த்தார். அது இதுவரை இவர் பார்ப்பதற்கு முன், எப்படிச் சடை சடையாய்க் காய்த்து, கனம் இழுத்த, தணிந்த கொப்புடன் அசைந்ததோ அப்படியே இருந்தது. இப்போது அவர் மறுபடியும் என்னிடம் தொடர்ந்தார். “காட்டு நெல்லிபோல ஸார்”. அவர் காடு பார்த்திருப்பாரோ என்னவோ. நான் பார்த்த தில்லை. பார்க்காத ஒரு வனத்தில் ஒரு நெல்லிமரத்தை உடனடியாக எனக்கு முன்னால் வளர்த்துவிட அவரின் அந்தச் சொற்கள் போதுமானதாக இருந்தன.

காட்டு நெல்லி என்ன, எல்லா நெல்லியுமே இப்படிச் சடை சடையாகக் காய்த்து நிற்பவை தான். இப்படி காய்த்துக் கிடக்கும் நெல்லி மரத்தை, அது கண்ணில் பட்டும், ஒரு தடவை ஏறிட்டுப் பாராமல் செல்கிற ஒருவனை நான் முற்றிலும் சந்தேகிக்கிறேன் அல்லது அவனுக்காகப் பரிதாபப்படுகிறேன். சற்று அவனிடம் எனக்கு பயம் கூட. கீழாநெல்லி இலையின் கீழ் கடுகுகடுகாக வரிசை கோர்த்திருக்கிற நெல்லியின் அழகை தன்னிடம் கற்கவந்திருக்கும் அத்தனை பிள்ளைகளுக்கும் ஒரு ஆரம்பப் பள்ளி ஆசிரியன் காண்பித்துக் கொடுத்தால், அதைவிட அவன் எந்த மொழியின் ஆனா ஆவன்னாவையும் கற்றுக் கொடுக்கவேண்டியதே இல்லை. சிறு தாவரங்களின் தன்னிச்சையான மொழி அத்தனை அபூர்வ முடையது. ஒரு நெல்லி இலையை அறியமுடியாத ஒருவன் ஒரு போதும் ஒரு வனத்தை அறிவதற்கில்லை.

நான் அந்த டிரைவருக்கு நன்றி சொல்லவேண்டும். அது காட்டு நெல்லி என்று அறிந்த பின் அதை நான் அதிகம் பார்க்க ஆரம் பித்தேன். எனக்கு ஒரு மரத்தின் காய்களைவிடவும் கனிகளைவிடவும் அதன் கிளைகளின் அசைவும் இலைகளின் அசைவுமே தொடர்ந்த ஈர்ப்பைத் தருகின்றன. அப்போதுதான் விடிந்திருக்கிற அதிகாலை களில், தூக்கம் வராத அல்லது தூக்கத்தை நானே தவிர்த்துவிட்ட பின்னிரவுகளில் நான் இந்த நெல்லி மரத்தை வெகுநேரம் பார்த்து நின்றிருக்கிறேன். என்னைப் போலவே நெல்லி மரத்தைத் தேர்ந்து, வேறெந்த பக்கத்து மரங்களிலும் அமராமல், அதன் அடர்த்திக்குள் இருந்து, அமர்ந்து, மறைந்து, பறந்து போகிற சிறிய கருங்குருவிகளை சில காலைகள் எனக்குக் காட்டியிருகின்றன. அந்தக் குருவிகள் நெல்லி மரத்தில் அமர்ந்து இசைப்பதற்கென்றே சில பாடல்களை வைத்திருக்கும்போல. திரும்பத் திரும்ப அந்த நெல்லிமரப் பாடலையே அவை பாடுவதாகவும், அப்பாடலை அவை வேறெந்த மரக்கிளை யிலும் பாடாது என்று கூட எனக்கு ஊகம். அவை அப்படிப் பாடிப் பறந்த பின் சுவோரோரம் தெருப்பக்கம் உதிர்ந்து கிடக்கும் நெல்லிக்காய்களில் அந்தப் பாடல் கேட்கக்கூடும். இப்படியெல்லாம் தோன்றுகிறதே தவிர, நான் அந்த நெல்லிக்காய்களைக் காதருகே வைத்துக் கேட்க இதுவரை முயன்றதே இல்லை.

எனக்குப் பதிலாகத்தான் அந்தக் கிழவன் அதைச் செய்து கொண்டிருந்தான். தெருப்பக்கம் உதிர்ந்து கிடந்த நெல்லிக் காய்களை அவன் பொறுக்கிக்கொண்டு இருந்தான். முகர்ந்து பார்த்தான். காதோரம் வைத்து, ஒரு கிலுக்கு போலச் சத்தம் வருகிறதா என அசைத்தான். உலர்ந்த காட்டுப் பழங்களுக்குள் குலுங்கும் விதை களை அறிந்த ஒருவனின் நுட்பமான குலுக்கல் அது. அந்தக் கிழவனை இதற்குமுன் இந்தப் பக்கம் பார்த்ததில்லை. அவனுடன் அவன் மகளும் இருந்தாள். சிறியதும் பெரியதுமாய் இரண்டு குழந்தைகள். இரண்டும் பெண் குழந்தைகள். அழகிய முகங்களைப் பார்க்கையில் அதைப் பெற்ற தாயையும் தகப்பனையும் நினைத்து வணங்கிக் கொள்வேன் என்று மகுடேஸ்வரன் முகப்புத்தகத்தில் இட்டிருக்கும் நிலைத்தகவல் முற்றிலும் மெய். அந்த இரு குழந்தைகளையும் பெற்ற தற்கு அவற்றின் தகப்பனையும். இவளைப் பெற்றதற்கு இந்தக் கிழவனையும் வணங்கத்தான் வேண்டும். அந்தப் பெண் குப்பைகள் பொறுக்கிக் கொண்டுவந்த பெரிய உரச்சாக்குப் பை அவள் அருகிலும் முதுகிலும் இருந்தது. அவளும் குழந்தைகளும் நெல்லிக் காய்களைப் பொறுக்கிக்கொண்டு இருந்தார்கள்.

அந்தக் கிழவன் தன் கால்களை அகலமாக நீட்டி, ஒரு வினோ தமான இருப்பு நிலையில் தன்னை வைத்திருந்தான். அவனுடைய

இடுப்பில் இருந்து அந்தக் கால்கள் வெகுதூரம் நீண்டிருந்தன. அவன் பிறந்து, வளர்ந்து, திரிந்த அத்தனை ஊர்களையும் இப்போதும் அவை தொட்டுக்கொண்டு இருந்ததாகவே சொல்லமுடியும். அவற்றின்மீது படிந்திருக்கும் மண்ணையும் புழுதியையும் ஒரு போதும் கழுவுவதற்கு இல்லை என அவன் இதுவரை தாண்டிவந்த நீர் நிலைகளிடமும் அவனை நனைத்த மழையிடமும் அறுதி யிட்டிருக்கவேண்டும். அவனுடைய முகத்தையும் கைகளையும்விட அந்த மண்ணும் புழுதியும் படிந்த கால்களும் பாதங்களும் மிகுந்த சோபையுடன் இருந்தன. வலது கரண்டை மேல் ஒரு செப்பு வளையம் கிடந்தது. அது சதா சுழன்றுகொண்டு இருப்பது போலவும், அந்தச் சுழற்சி ஒரு வண்டு தூரத்தில் பறக்கும் உறுமலை உண்டாக்குவதாகவும் நான் நினைத்துக்கொண்டேன். அவன் என்னைப் பார்த்தால் நன்றாக இருக்கும்.

பார்க்கவே இல்லை. அந்தப் பெண்ணும் குழந்தைகளும் நெல்லிக்காய்கள் பொறுக்கிக் கொண்டிருக்க, அவன் தன்னுடைய கையில் வைத்திருந்த ஒரு குச்சியால் தன்னுடைய நீண்ட கால்களுக்கு இடையே இருந்த மண்ணைக் கொத்திக்கொண்டே இருந்தான். அப்படிக் கொத்தும்போது, கிளம்பி வந்த சிறு கற்கள் ஒவ்வொன் றையும் எடுத்து எடுத்து முகர்ந்து பார்த்துவிட்டுத் தூர வீசினான். ஒரு சிறு கல். ஒரு நொடி நேர நுகர்வு. ஒரு எறிதல் என அந்தக் கிழவன் தொடர்வதில் ஒரு பெரும் வினோதம் இருந்தது.

இந்த முறை கிடைத்த கல்லை ஒருமுறை நுகர்ந்தான். நாசித்து வாரம் அழுந்தும்படி அந்தக் கல்லை மிக நெருக்கமாக வைத்து ஆழமாக மூச்சை உள்ளே இழுத்தான். மூக்கில் இருந்து கல்லை அகற்றி, விரல்களுக்குள் லேசாக உருட்டி அதைத் தீர்க்கமாகப் பார்த்து விட்டு, மறுபடியும் அந்தக் கல்லை நுகரத் துவங்கினான். இதுவரை தீவிரமாக இருந்த அவனுடைய முகத்துத் தசைகள் எல்லாம் இளகி, ஒரு சிரிப்பாக உருவடைந்திருந்தன. வாயோரமும்,கண்களின் பக்க வாட்டிலும் விழுந்திருந்த சுருக்கங்கள் அந்தச் சிரிப்பில் மேலும் துலங்கின.

அவன் அப்படி நுகர நுகர, மலர மலர, எனக்குள் நிரம்பத் துவங்கியது வாழ்வெனும் பெரும் பூவின் வாசம்.

✦

ஒவ்வொருவர் பறிக்க

அது போன்ற காட்சி எப்போதாவதுதான் வாய்க்கிறது.

கட்டுமானத் தொழிலாளியாக இருக்கவேண்டும். இயற்கை உபாதைக்கு ஒதுங்கித் திரும்புகிற வழி. மடித்துக்கட்டின சாரம். அடர்த்தியான மீசை. பிடரியில் வழியும் முடி. ஒரு முழுநாள் வேலையின் அலுப்பை மீறித் தெரியும் வயதின் துறுதுறுப்பு. வாயில் பீடி.

அந்தப் பாதையின் வளைவில் புதராக வளர்ந்து கிடக்கிற இலந்தைச் செடிப்பக்கம் குதிகால் ஊன்றிப்போய், இலந்தம் பழம் பறிக்கிறான். நுட்பம் கூடின விரல்கள், பறித்த பழங்களை உள்ளங்கைகளுக்குள் திரட்டிக்கொள்கின்றன. எட்டின நுனியில் இருக்கிற பழங்களை உடம்பு எவ்விப் பறிக்கும்போது, பல் கடிப்பில் இருக்கிற பீடி நுனி துப்பாக்கிபோல் நிமிர்கிறது. நான் பார்ப்பதைப் பார்த்ததும் ஒரு நொடிச் சிரிப்பு. மறுபடியும் பழங்களிடம்.

•••

இரண்டு நாட்களுக்கு முந்தியது அது. முதல் தினத்தின் மழை எழுதப்பட்ட இலைகளுடன் அடுக்கு நந்தியாவட்டை. 'பக்கத்தில கொஞ்சம் உட்காரு' எனச்சொல்லி, அது இடம் கொடுத்தது போல, அதற்குப் பக்கத்தில் தரையோடு தரையாகக் கவிந்து மணத்தக்காளிச் செடி. இந்தப் பக்கம் குறுத்தக்காளி என்கிறோம். தானாக விழுந்து தானாக முளைத்திருக்கிறது. கப்பும் கவருமான படரல். சடை சடையாய்க் காய். காய்கனத்தில், கனியின் பாரத்தில் ஒரு தாவரம் தணிந்து கிடக்கும்போது உண்டாகும் பேரழகுடன் இருந்தது. அதைவிட, மழை உலுக்கின உலுப்பலில் செடிக்கு அடியில் கருப்புக்

கருப்பாக உதிர்ந்த பழங்கள். அந்தப் பழங்களிடம் ஒரு அழைப்பு இருந்தது. 'என்னைப் பொறுக்கிக்கொள்' என்ற முதல்வரியுடனான ஒரு பாடலை அவை பாடின.

நான் வீட்டிலிருந்து ஒரு சிறு கிண்ணியை எடுத்துவந்து, அதன் அருகில் அமர்ந்தேன். பசுவின் மடியில் பால் கறக்கப் போவதற்குப் பொருந்துகிற குத்தவைத்த நிலை. முதலில் உதிர்ந்து கிடந்த பழங் களைப் பொறுக்கினேன். அப்புறம் செடியில் இருந்த கருத்த பழங் களை மட்டும். ஒவ்வொன்றாகத்தான் பறித்தேன். நூற்றுக் கணக்கில் இருக்கும். ஒவ்வொன்றுக்கும் ஒரு நொடி என்றாலும் நூற்றுக் கணக்கான நொடிகள்.

பறிக்கப் பறிக்க, எண்ணிக்கை தொலைந்தது. காலம் விலகியது. நான் பறித்தலின். தியானத்தில் இருந்தேன்.

●●●

அவரைப் பண்ணையார் என்றுதான் சொல்வார்கள். பெரிய அளவு விவசாயம் செய்கிறவர்களை, அதுவும் குறிப்பிட்ட அந்த ஊர்ப்பக்கத்துக்காரர்கள் எல்லோரும் அப்படியே குறிப்பிடப் படுகிறார்கள். எங்கள் வீட்டுக்கு மூன்றாவது வீடு.

பொதுவாக வேறு யாரிடமும் பேசாத அவர், வீடு தேடி வந்து என்னிடம் பேசுவார். நம் கண்களை, முகத்தைப் பார்க்கவேமாட்டார். அவரையும் என்னையும் தவிர, மூன்றாவது நபர் ஒருவர் இருப்பது போல, வேறொரு திசையிடம் அவர் பேச்சு இருக்கும். இப்படி அடிக்கடி என்னிடம் அவர் பேசிக்கொண்டிருப்பது அவருடைய வீட்டம்மாவுக்கு ஆச்சரியம். அதைவிட ரொம்ப சந்தோஷம்.

அவருக்குக் காய்ச்சல் என்று கேள்விப்பட்டு, பார்க்கப் போனோம். உள்ளே படுத்திருந்தார் போல. நாங்கள் வந்திருப்பதாக அவருடைய மனைவி சொன்னதும் எழுந்து வந்தார். எங்கள் பக்கத்து இருக்கையில் உட்கார்ந்தார். காய்ச்சல்காரர்களுக்கே ஏற்படும், ஒரு விருப்பம் உண்டாக்கும் களை அவரிடம் இருந்தது.

'முகம் சீர் சீர்'னு இருக்கே' இது என் வீட்டில்.

பண்ணையார் வீட்டம்மா 'ராத்திரிப் பூரா உறக்கமே இல்ல'.

நான், 'டாக்டர் கிட்டே போயிட்டு வந்தீங்களா?' என்று கேட்கிறேன். அவர் எதற்குமே பதில் சொல்லவில்லை. அவருக்கான பதிலை அவர் மனைவியே சொல்கிறார். அல்லது 'டயர்டா இருக்கும்லா', 'ஒரு நாள்தான் என்றாலும் உடம்பு வலி அக்கு அக்கா

பிச்சு எடுத்திருமே' என்று நாங்களே எங்களுக்குச் சொல்லிக் கொள்கிறோம். எதிரே தொலைக்காட்சியில் செய்திவாசிப்பு போய்க் கொண்டிருக்கிறது. நாங்கள் வந்த அவசரத்தில் ஊமையாக்கியதை இன்னும் ஒலிப்படுத்தவில்லை. ஜி.கே.வாசன், ப.சிதம்பரம் போன்ற தெரிந்த அரசியல்வாதிகளின் ஒலியற்ற அசைவுகள் வேடிக்கையான பொம்மலாட்டம் காட்டுகின்றன. அவர் அதையே பார்த்துக் கொண்டு இருக்கிறார்.

நாங்கள் வந்து நேரமாகிவிட்டது. புறப்படுகிறோம். 'ஓய்வு எடுங்க' என்று நான் சொல்கிறேன். ' சாதா காய்ச்சல்தான். ரெண்டு நாளில சரியாப் போகும்' என்று என் பக்கத்தில் இருந்து குரல் வருகிறது. இவ்வளவு நேரம் ஒரு வார்த்தை பேசாமல் அமைதியாக இருந்தவர், எழுந்திருந்தபடியே, 'இந்த வருஷம் மழை ஏமாத்திட்டுது' என்கிறார்.

எனக்குப் பிடிபடுகிறது.

அந்தப் பையன் இலந்தைப் பழம் பறிக்க, நான் குறுத்தக்காளி பறிக்க, இவர் இவ்வளவு நேரமும், மழையைப் பறிக்க முயன்றிருக்கிறார்.

ஒவ்வொருவர் பறிக்கவும் ஒவ்வொரு பழங்கள்.

◆

ஊர்த்துவம்

முருகவேள் அண்ணன் சொன்னதுபோல 'ஈகிள்' கடையில் முன் பதிவு செய்யவில்லை. புத்தக விழாவில் வாங்கவிட்டுப் போயிற்று. கடைசி தினத்தில் ஞாபகம் வந்தது. உமாசக்தியிடம் சொல்லி எடுத்துவைக்கச் சொல்லிவிடலாம் என நினைத்தேன். தொலைபேசி அழைப்பில் அவர் கிடைக்கவில்லை. கடைசியில், ஊருக்கு வந்து மூன்று நாட்களுக்குப் பின் தங்கராஜிடம் இருந்துதான் சில்பி அவர்களின் 'தென்னாட்டுச் செல்வங்கள்' தொகுப்பு இரண்டையும் எடுத்துவந்தேன்.

மதுரை மீனாட்சி அம்மன் கோவிலின் ஊர்த்துவ கணபதியை முதலில் வரைந்துதான் அந்தத் தொடரை ஆரம்பித்தாராம். நான் ஓவியர் சில்பியைச் சந்தித்தது, அப்படிச் சொல்லவும் முடியாது, 'தரிசித்தது' என்று சொன்னால் இயல்பாகவும் இராது, அதே மதுரை மீனாட்சி அம்மன் கோவிலில் தான். எந்தக் கோபுர வாசல் என்பது ஞாபகமில்லை. அனேகமாக மேலக்கோபுரவாசலாக இருக் கலாம். திண்டுக்கல் ரோடு வழியாக நடந்து, மேலக்கோபுரவாசலில் திரும்பி நடந்தால், சோத்துக்கடைத் தெரு முக்கில் இருக்கிற 'பாட்டா' கடை வந்துவிடும். அதில்தான் சொக்கன் வேலை பார்த் தான். முதலில் சேல்ஸ்மேன் அப்போது. முகங்களைவிடக் கால் களையே அதிகம் உற்றுப்பார்க்கவேண்டும். அதுவும் சிரித்துக் கொண்டே. மனுஷ்யபுத்திரனைவிட, முடிவற்ற 'கால்களின் ஆல்பம்' கவிதை எழுத சொக்கலிங்கத்தால் முடியக்கூடும்.

69 அல்லது எழுபதாம் ஆண்டாக அது இருக்கலாம். வேலை கிடைக்காத எனக்கு எல்லாக் காலமும் வேனில் காலம் போலத் தான் இருந்தது. வெயில் காலத்தில் மழை பெய்யக்கூடாது என்று கட்டாயமா என்ன? மழைக்கால மழையைவிட, வெயில் கால

மழைக்கு ரம்மியம் அதிகம். நான் மழைக்கு கோபுரவாசலில் ஒதுங்கினேன். எனக்கு முன்பே அப்படி ஒதுங்கிய ஒருவராக சில்பி நின்றுகொண்டிருந்தார். கையில் வரைபலகை. க்ளிப் மாட்டிய ஓவியக் காகிதம். பார்த்தவுடனே சில்பி என்று தெரிந்துவிட்டது.

எல்லா உயர்ந்த கலைஞனுக்கும் பார்த்தவுடனே தன்னை அடையாளம் தெரிவித்துவிடுகிற ஒரு தோற்றம் இருக்கிறது. தோற்றம் என்பதைவிட அப்படி ஒரு அம்சம் அவர்களிடம் அமைந்து விடுகிறது. ஜானகிராம் படிக்கட்டில் இறங்கிவருகிற ஒருவரைப் பார்த்ததும் இவர் பாடகி என்பதனை உணர முடிந்தது. அவர் பெயர் சுதா ரகுநாதன் என்பதை அப்புறம் யாரோ சொல்லத் தெரிந்து கொள்கிறேன். பாளை மார்க்கெட் பக்கத்து ஜவஹர் மைதானத்தில் ஏதோ ஒரு கலை இரவு. தூரத்தில் இருந்து பார்த் தாலே இவர்தான் ஓம் பெரியசாமி என்று தெரிந்துவிட்டது. அசோகமித்திரனை அவர் கதைகளை வாசித்திருக்கிற யார் பார்த் தாலும், அவர்தான் அசோகமித்திரன் என்று தெரிந்து போகும். சில்பியும் அப்படித்தான் இருந்தார். இதுவரை அவர் வரைந்து வந்த அத்தனை கோடுகளையும் பார்த்தவர்களுக்கு, அவரை அடை யாளம் காண்பதில் எந்தச் சிரமமும் இருந்திராது.

ஒரு ஓவியன் அவனுடைய எல்லாக் கோடுகளிலும் தன்னையும் சேர்த்தே வரைகிறான். சோபனாவின் இரண்டு நடனத் தோற்றங் களை சமீபத்தில் சுரேஷ்குமார இந்திரஜித் முகப்புத்தகத்தில் பதிவேற்றி யிருந்தார். அலர்மேல் வள்ளியைப்போல சோபனாவையும் எனக்குப் பிடிக்கும். சோபனா எப்போதும் சோபனாவையே ஆடிக்கொண்டி ருக்கிறார். அந்த இரு படங்களிலும் கூட. எந்த மெல்லிசைக்குழுவின் புல்லாங்குழல் கலைஞனும் அவனையே அவன் வாசித்துக் கொண்டிருப்பதை நாம் பார்க்கமுடியும்.

நான் சில்பியை இரு கை கூப்பி வணங்கினேன். அகன்ற நெற்றியில் திருநீறு துலங்க, யாரையும் பார்க்காமல் எல்லோரையும் பார்த்துக்கொண்டிருந்த அவர் முகம் தீர்க்கமாக இருந்தது. அவரைத் தொழுவது என்பது அவர் அந்த தினத்து மழையின் முதல் தாரை விழும்வரை வரைந்திருந்த அத்தனை ஆயிரம் சிற்பங்களையும் ஒரு சேரத் தொழுவது போன்றது. எந்தெந்த நூற்றாண்டுக் கல்லையும் உளியையும் விரலையும் தொழுவது அது. அடுக்கடுக்கடுக்கான பாறைகளில், அகாலம் கண்ட பெருந்தச்சர்கள் ஆண்டாண்டு செதுக்கிய கல்லோவியங்களின் ஒற்றைப் பிரதிநிதியாக, மேலக்

கோபுரவாசலில் அந்தத் தேர்ந்தெடுத்த கணத்து மழை வடித்த சிலையாக அவர் நின்றுகொண்டு இருந்தார். அவருடைய சிரிப்பு மட்டுமே அவரின் ஆசீர்வாதமாக இருந்தது.

நான் அவருடன் ஒன்றும் பேசவில்லை. மழை நிற்கும் வரை நானும் நின்றேன். மீண்டும் அவரை வணங்கிக்கொண்டேன். அவருடைய அகன்ற நெற்றியே எனக்கு விடை கொடுத்தது.

இன்று மறுபடியும் அந்த நெற்றியும் நீறும் துலங்குகிறது. சிதம்பர நகரில் அல்ல. நான் இப்போது மேலக் கோபுரவாசலில் ஒதுங்கி நிற்கிறேன்.

சொல்லமுடியாது, ஜன்னல் வழியாக எட்டிப் பார்த்தால் இப்போது இந்த தை நிசியில் மழைபெய்துகொண்டு இருக்கக்கூடும். சில்பி இப்போது மழை நடனத்தைப் பார்த்துக் கொண்டிருப்பார்.

அவருக்குத்தான் ஊர்த்துவம் பிடிக்குமே.

◆

உயிரின் மீதான

பெருமாள்புரம் மக்கள் நலச்சங்க பேருந்து நிழற்குடையை தாண்டும் போதுதான் அவளைச் சமீபத்தில் பார்க்கவே இல்லையே என்று தோன்றிற்று. நாள் முழுவதும், வெற்று வெளியில் ஒரே ஒரு முகத்தை வரைந்து, அதை நோக்கி உச்ச வசைகளை இறைத்துக் கொண்டே இருக்கும் அந்த மனுஷி, இங்கே உட்கார்ந்துதான் அடுப்பு மூட்டிச் சமைத்துக்கொள்வாள். அல்லது அதற்குச் சற்று முன்பு கட்டுமானத்திற்குக் குவிக்கப்பட்டிருக்கும் மணல் அம்பாரத்தில் உட்கார்ந்திருப்பாள்.

இந்த சி.எஸ்.ஐ. சர்ச் தெற்குத் தெருவில் நடமாடும் எல்லோருக்கும் அவளைத் தெரியும். நிறைய வீடுகளில் அவள் ஏதாவது சில காலம். ‘வெளி வேலை’ பார்த்திருப்பாள். நிறையப் பூ உதிர்க்கும் மரமல்லி மரம் உள்ள ஒரு வீட்டின் வாசலைப் பெருக்கிக் கொண்டு, நடமாடும் ஒரு 7 போல அவள் உடல் மடங்கி நகர் வதையும், அப்போதுகூட அவள் யாரையோ திட்டிக்கொண்டே இருந்தாள் என்பதுமே அவளுக்கும் எனக்குமான முதல் காட்சி.

சதா ஒரு நகர்விலும் இயக்கத்திலும் இருக்கிற அந்த மெலிந்த உருவம் எனக்கு மதிப்புமிக்க ஒன்றாகவே இருந்தது. எந்தக் காலத்திலோ எழாயிரம் ரூபாய் கொடுத்து வாங்கிய நிலத்தை அவளிடமிருந்து யாரோ ஏமாற்றி எடுத்துக்கொண்டார்கள் என்பதன் மீதான கோபம் எப்படி வசையாகும்? கொஞ்சம் கொஞ்ச மாக அவளுடைய பிறழ்வு கூடிக்கொண்டே போய், அவளை, குளிர்ச்சிக்குப் படுத்திருக்கும் இரண்டு மூன்று தெரு நாய்கள் சகிதம், மணல் குவியலில் அயர்ந்து தூங்கிய நிலையில் பார்த்த காலை துயரமானது.

இந்த மழைக்காலத்தில் அவளைப் பார்க்கவே இல்லை. ஒரு சருகைப் போல, உதிர் பூவைப் போல மழை தன் பெருகும் தாரையில் அவளை இழுத்துக்கொண்டு போயிற்றோ என்னவோ? 'எஸ்தர் சித்திக்கு மட்டும் ஞாபகம் வந்த, கூரையைப் பார்த்து நிலைகுத்தி நின்ற பாட்டியின் ஈரமான கண்களை' மழை அவளுக்கு அளித்து விட்டிருந்தால் கூட ஒருவகையில் நல்லதுதான்.

அவளுடைய வசைகளை, அவளுடைய குரலை எல்லாம் தன் ஞாபகத்தில் வைத்திருக்கிற ஈரக் காற்று என்னுடன் கொஞ்ச நேரம் வந்தபடி இருந்தது. அது முற்றிலும் அப்புறப்படுத்தப் பட்டு, வெறும் போக்குவரத்து இரைச்சல் ஆகிவிட்ட தூரத்தில் தான் அந்தக் காட்சி என் கண்ணில் விழுந்தது.

வெள்ளையும் அரக்கு நிறமுமாக இருக்கும் சீருடையுடன் அந்தப் பள்ளிச் சிறுமி தன்னுடைய சைக்கிளைத் தன்னுடைய வீட்டின் முன் நிறுத்தியது. முந்திய வீட்டின் அகலமான இரும்புக் கதவுகளுக்குப் பின், கவிந்திருக்கும் மர நிழலின் கீழ் அந்த நடுவயது மனுஷி அவருடைய கையில் ஒரு பழுப்பு நிறப் பூனைக் குட்டியை வைத்திருந்தார். சைக்கிளைவிட்டு இறங்கிய சிறுமி, தோளில் கனக்கும் புத்தகப் பையுடன் அந்த இரும்புக் கதவுகளுக்கு மேல் ஒரு குழந்தையை வாங்கப் போவது போலக் கையை நீட்ட, உள்ளே இருக்கும் அந்த மனுஷி, மிகப் பளீரென்ற சிரிப்புடன், ஒரு குழந்தையை நீட்டுவது போலவே அந்தப் பூனைக் குட்டியை நீட்டினார். கைகளுக்குள் பூனைக் குட்டி, அதன் முன்னுடலும் பின்னுடலும் வளைந்து தொங்கச் சத்தமிட்டது. பூனைக்குட்டியைத் தொடும் கூச்சத்துடன் அதை வாங்கிக்கொண்ட இந்தச் சிறுமியைப் பார்த்து மேலும் பிரகாசமாகச் சிரித்த அந்த மனுஷியின் முகம் இன்னும் கண்ணுக்குள்ளேயே இருக்கிறது.

ஒன்று உண்மை. ஒரு பெரிய மனுஷி இடம் காலியாகிறது. அந்த இடத்தை நிரப்ப இன்னொரு மனுஷி தன் கையில் ஒரு பூனைக்குட்டியுடன் வந்துவிடுகிறாள். மழை பெய்கிறதோ இல்லையோ, தண்ணீர் பொங்கி வழிந்தோடுகிறதோ இல்லையோ, உயிரின் மீதான கருணை அவளின் கைகளில் இருந்து, இன்னொரு சிறு பெண்ணின் கைகளுக்கு மிகுந்த நீர்மையுடன் பாய்ந்துவிடுகிறது.

✦

மணல் மேடும் காக்காய்ப் பொன்னும்

அப்பாவைப் பார்த்துவிட்டு வருகிறோம்.

அப்பாவுக்கு இன்று 89 துவங்குகிறது. நேற்றைவிட இன்று உற்சாகமாக இருக்கிறார். வந்து கொண்டே இருக்கிற தொலைபேசி வாழ்த்துகள். நாங்கள் நுழைகிற சமயம் பாரதிமணியின் அழைப்பு வந்திருக்கிறது. 'ஏ. அதை எடுப்பா' என்று சீனி குலசேகரனிடம் சொல்ல, தொலைபேசி சீனியிடம் இருந்து அப்பாவின் கைக்கு மாறுகிறது. பக்கத்தில் வரிக் கோடுகள் இட்ட உடையுடன், எங்களுக்கு நாற்காலிகளை எடுத்துப் போடுகிற சரவணன். சரவணன் கழுத்தில் இருக்கும் ஒற்றை உத்திராட்சமும் கயிறும் எனக்குப் பிடித்திருக்கிறது. வள்ளிநாயகத்தைக் காணோம். முத்துக்குமார் வேலை முடித்து மாலை வரக்கூடும்.

நான் பிறந்த தினங்களைக் கொண்டாடியதில்லை. என் அறுபதாம் வயது நிறைவைக்கூட, வாசலில் கெட்டிக்கிடக்கிற மழைத் தண்ணீரைத் தாண்டி வீட்டு நடையில் ஏறுவது போலத் தான் எடுத்துக்கொண்டேன். அப்பா சமீப காலமாக அவருடைய பிறந்த தினங்களைக் கொண்டாடுகிறார். தன்னுடைய தனிமையை அகற்றிக்கொள்ள இந்தக் கொண்டாட்டம் அவர்க்குத் தேவைப் படலாம். இன்று சந்திக்கிற நண்பர்களின், இன்று நடத்துகிற கலகலப்பான உரையாடல்களின் வெளிச்சத்தில் அவருக்கு அடுத்து வரும் தினங்களை வாழ்வதற்கான அவருடைய ஒற்றையடிப்பாதை தெளிவடைகிறதாகவும் இருக்கலாம்.

இன்றும் அப்படித்தான் இருந்தார். இதற்கு முந்திய இரவுடன் முடிந்த 88 வருடங்களின் எந்த பாரமும் அவரிடம் இல்லை.

வியர்வையோ, கண்ணீரோ எதன் சுவடும் முற்றிலும் துடைக்கப் பட்டதாக முகம் இருந்தது. முக்கிச் சுமந்த வாழ்வின் சுமை எதையும் அவருடைய குரல் அடையாளம் காட்டவே இல்லை. பேசும் பொழுதின் குரலும், கையசைவுகள் உள்ளிட்ட அவருடைய உடல் மொழியும், உணர்வு பூர்வமான ஆனந்த அலையும் என்னுடைய இந்த 67ன் விளிம்பிலும் கூட எனக்கு வசப்பட்டதே இல்லை.

ஆனந்தமாக இருப்பதை விடுங்கள். நான் சந்தோஷமாக இருக்கிறேனா என்றே தெரியவில்லை. எங்கள் அப்பாவின் முகத்தில் இருக்கிற மலர்ச்சியை என்னுடைய துணைவியோ பிள்ளைகளோ இதுவரை என் முகத்தில் கண்டிருப்பார்கள் என்று சொல்ல முடியவில்லை. என் அந்தரங்கமான நிலைக் கண்ணாடிகள் உட்பட, என்னிடம் இத்தனை குமிழியிடும் ஆனந்தத்தின் இடவல பிம்பங் களை அறிந்திருக்க முடியாது. பெரும் துக்கமொன்று கவிந்து கொண்டே இருக்கிறது போன்ற ஒரு சாம்பல் நிறத் திரைச்சீலைதான் என்னுடைய எல்லா மேடைகளின் பின்புலத்தில் தொங்கவிடப் பட்டிருக்கிறது. என்னுடைய பாத்திரங்களின் நகைச்சுவை உரை யாடல்களைக் கூட அவர்கள் துவர்த்த பாக்குகளை மென்று கொண்டே பேசுகிறார்கள்.

ஓர் எண்பத்தொன்பது வயதுத் தந்தைக்கும் அறுபத்தேழு வயது மகனுக்கும் இடையில் வாழ்வு குறித்தும் வாழ்தல் குறித்தும் எப்படி இருவேறு புரிதல்கள் உண்டாகின்றன? அதே கரும்பலகையில் அதே சாக்பீஸ் துண்டுகளால் வெவ்வேறு சிறு அளவே வித்யாசம் உடைய விரல்கள் எழுதுகையில் எப்படி அதே மொழி தன் வரி வடிவங்களை முற்றிலும் வேறொன்றாக மாற்றிக் கொள்கிறது?

நான் இந்த யோசனைகளுடன்தான் வண்டியை வீடு நோக்கி ஓட்டிவந்திருக்கிறேன். எப்போது நயினார்குள முக்குத் திரும்பினேன், மேம்பாலம் தாண்டினேன், புறவழிச் சாலை வந்தேன், புதிய பேருந்து நிலைய வளைவு திரும்பினேன், பெருமாள்புரத்தில் புகுந்தேன் என்பதையெல்லாம் உணரவே இல்லை. பின்னால் உட்கார்ந்திருக்கிற துணைவியாரின் முந்தானை படபடக்கிறது தெரிந்தது. ஏதோ ஒரு இடத்தைத் தாண்டுகையில், நீண்ட காலத் திற்குப் பின் பார்த்த ஊமத்தம் பூக்களின் அசைவு மட்டும் நீர்த்த கருநீலத்தில் மங்கலாக. வீட்டில் வண்டியை நிறுத்துகையில் எனக்கு, இரண்டு நாட்களுக்கு முந்திய அதிகாலையில் பார்த்த இரண்டு சிறுமிகள் நினைவுக்கு வருகிறார்கள்.

கல்வெட்டாங்குழியைத் தாண்டினால் துவங்குகிற அந்தத் தெருவின் இடதுபுற முதல் வீட்டில் கட்டுமானம் நடக்கிறது.

ஏற்கனவே இருக்கிற வீட்டின் பக்கவாட்டில் புதிய அறைகள் கட்டுகிற உத்தேசம். வீட்டின் முன் ஒரு பெரும் மலையாக மணலைக் குவித்திருக்கிறார்கள். ஈர மணல். சமீபத்தில் பார்த்த கிட்டங்கி மணல் அல்லாமல், ஆற்றில் இருந்து நேரடியாக அள்ளிய, நேற்றிரவு ஓடிய நீரின் பாடல்களை இன்னும் முணுமுணுக்கிற மணல். ஒரு பத்தடி உயரத்திற்கு, பிரமிடு போலக் கிடக்கிறது.

அந்த மணல்கோபுர உச்சியில் வெறும் ஜட்டி மட்டும் அணிந்த அந்த வீட்டின் ஆறு ஏழு வயதுச் சிறுமி உட்கார்ந்திருக்கிறது. கீழே நிற்கிற தந்தையை, மேலே ஏறிவர, ஆங்கிலத்தில் சொல்கிறது. கைகளை அகலவிரித்து நீட்டி, அவர் வந்ததும் அணைத்துக் கொள்ளக் காத்திருக்கிறது. கீழே இருக்கிற தகப்பன், அவருக்கு மேலே ஏறிவரத் தெரியாதென்றும், ஏறினால் தொப்பென்று விழுந்து விடுவார் என்றும் மேலே இருக்கிற அவருடைய தைரியசாலி மகளைப்போல அவர் கெட்டிக்காரர் அல்லவென்றும் ஆங்கிலத்தில் சொல்கிறார். பயப்படுவது போலவும் கீழே விழுந்துவிடுவது போலவுமான அவருடைய பாசாங்குகளை, சுற்றுச் சுவருக்கு உள்ளே, கசங்கல் அற்ற புதிய காலைக்கென அணிந்த தளர்வாடை யுடன் நிற்கிற பெண் ரசித்தபடியே, மணல் உச்சியில் இருக்கிற மகளிடம், 'உன் அப்பனுக்கு ஒன்றும் தெரியாது மகளே' என்று கொஞ்சுகிறாள். இந்தக் காலை வேறு எதற்கானதும் இல்லை. இப்படி மணல் குவியலின் மேல் நிற்கிற மகளையும் அடிவாரத்தில் பொம்மலாட்டம் நிகழ்த்தும் கணவனைப் பார்த்து நிற்பதற்கு மட்டுமே என்பதுபோல இருக்கிறது அந்த முகம்.

கல்வெட்டாங்குழிக்கு மேல் புறம், 'சிக்ஷா' வீட்டுக்குப் பக்கத்தில் இருந்து புதிதாக விழத் துவங்கியிருக்கும் பாதையில் அந்த இன்னொரு பெண்ணும் குழந்தையும் நடந்து வருகிறார்கள். அந்த வரிசையில் ஏதோ ஒரு வீட்டில் அள்ளப்பட்ட குப்பை, தலையில் ஒரு ஆரஞ்சு நிற பிளாஸ்டிக் வாளியிலும், இடுப்பில் இன்னொரு அகலப் பாத்திரத்திலும் இருக்கிறது. இங்கே கொண்டு வந்து கொட்டினால் யாரும் கேட்கமாட்டார்கள். எவ்வளவு தூரம் என்றால் என்ன, வீட்டு வேலை செய்கிறவள் தானே வீட்டுக் குப்பையை அப்புறப் படுத்தவேண்டும்.

கூடவருகிற பெண்குழந்தைக்கு, மணல்மேல் நிற்கிற சிறுமி வயதுதான் இருக்கும். ஒரு வயது குறைவாகக்கூட இருக்கலாம். ஒரு கை அம்மாவின் சேலையைப் பிடித்திருக்கிறது. இன்னொரு கையில் அம்மா வைத்திருப்பது போலவே, அது சக்திக்குத் தூக்கும் அளவுக்கு ஒரு உடைந்த பிளாஸ்டிக் கோப்பை. அதைத் தூக்கிக்

கொண்டே வருகிறது. அம்மா பேசுகிறதும் அதற்கு மகள் பதில் சொல்கிறதும் இத்தனை தூரத்தில் காதில் விழவில்லை. நிறுத்தாத அவர்களின் உரையாடல்கள் அவர்கள் பின்னால் இழுபடும் நிழல்களுடன் கல்வெட்டாங்குழிப் பக்கமாக நகர்கின்றன.

முன் பக்கத்தில் இருந்து பாய்கிற வெயிலில், அந்தக் குழந்தை அணிந்திருக்கிற உடை காக்காய்ப் பொன் போல மினுமினுக்கிறது. அது ஒரு நர்சரி பள்ளி ஆண்டு விழாவில், ஒரே ஒரு நாள் ஆடுவ தற்காகத் தைக்கப் பட்ட, ஒரு இளவரசி அல்லது தேவதைக்கான உடையாக இருக்கலாம். வெயிலின் வெள்ளிப் பிரதிபலிப்பில் சிறகு முளைத்துக்கொண்டு இருந்தது அந்தக் குழந்தையின் இரு புறமும். அதனுடைய அம்மா வேலை பார்க்கிற ஏதோ ஒரு வீட்டுப் பாப்பா உடுத்திய உடையாக இருந்தால் என்ன? இரவல் உடையில் இரவல் சிறகுகள் முளைத்த இரவல் தேவதைகள் இரட்சிப்பு அருளாமலா போவார்கள்.

வெகுகாலம் தன் அம்மாவுடன் இப்படி நடப்பது போலவும், இன்னும் வெகுகாலத்திற்கு அம்மாவுடன் நடப்பதற்காகவே இந்தப் பாதை புதிதுபுதிதாக விழுந்திருப்பதாகவும் மிகத் தெளிவாக உணர்ந்து விட்ட முகத்துடன், நிறுத்தாத உரையாடலுடன், அதற்குச் சற்று முந்திய மண்ணில் உட்கார்ந்திருக்கும் பத்துப் பதினைந்து காக்கை களை விரட்டுவதும் அம்மாவுடன் மறுபடி வந்து சேர்ந்துகொள்வது மாக அது போய்க்கொண்டிருந்தது.

வண்டியை இழுத்து நிறுத்தி, அதன் பாரம் நகர்ந்து தன் இருப்பு நிலையில் வந்ததும், நான் யாரும் அற்ற அந்தப் பாதையைப் பார்க்கிறேன். எதையும் பார்க்காத வெற்றுப் பார்வை. இரண்டு தினங்களுக்கு முந்திய காட்சிகள் இதுவரையில் குவிந்திருந்த இடத்தில் இப்போது எதுவும் இல்லை.

ஒரே ஒரு கணம் தோன்றுகிறது. அப்பா அந்த மணல் மேட்டில் நிற்பதாகவும், நான் மினுமினுக்கும் காக்காய்ப் பொன் உடையுடன் நடந்துகொண்டு இருப்பதாகவும்.

◆

இக்கணம் அவராக

எனக்கு அப்படித்தான் தோன்றுகிறது. ஒன்று, எல்லா மீன் வியாபாரிகளும் அழகாக இருக்கிறார்கள். அவர்கள் பரதவராக இருக்க அவசியமில்லை எனினும் அவர்களிடம் கடல் இருக்கிறது, உப்பிருக்கிறது. இரண்டு, எல்லா மீன்வியாபாரிகளும் பூனைகளிடம் பிரியமாக இருக்கிறார்கள். தங்கள் இஷ்ட பூனைகளுக்கு அளிப்பதற் கென்றே சில பிரத்யேக மீன்களை அவர்களின் பிரப்பங்கூடையில் எடுத்துவருகிறார்கள். அந்த நாவல் மரத்தடி வீட்டுப்பக்கம் வரும் போதே சைக்கிளுக்குப் பின்னால் கருப்புப் பூனை வர ஆரம்பித்து விடுகிறது. 'இரு, இரு' என்று ஒரு செல்லப் பெயரையும் சொல்லி அந்த வளைவில் திரும்புகிறார். சைக்கிள் டயர் தெரு மணலில் பிருபிருக்கிற சத்தத்தை அந்தப் பூனைக்குப் பிடித்திருக்கிறது. நாவல் பழங்கள் சிதைந்து கருஞ்சிவப்பு நசுங்கலாகக் கிடக்கும் காற்றுக் காலங்களில் அந்த மணல் உராய்வை விரும்பும் கருத்தபூனையின் கண்களை யாருக்குமே பிடித்துப்போகும். அவரவருக்கு மனதில் இருக்கிறவர்களின் பிரியம்நிறைந்த கண்களாகியிருக்கும் அவை.

இன்று நான் பார்த்தது அந்தப் பூனையை அல்ல. அந்த மீன் காரரையும் அல்ல. இவர் சைக்கிளில் விற்பவர் கிடையாது. புனித தோமா தெரு முனையில் புதன் மற்றும் சனிக்கிழமைகளில் கடை போடுகிறவர். வியாபாரம் துவங்கு முன்பு அவர் அதற்குத் தயாராவது நன்றாக இருக்கும். முழுவதும் நின்று பார்க்க வாய்க்கவில்லை. துண்டு துண்டான அவர் தயார் நிலைகளை நான் ஒட்ட வைத்திருக்கிறேன்.

அவருடைய பைக்கில் இருந்து மீன் கூடையை இறக்கி வைத்துவிட்டு பைக்கை பக்கத்தில் பாம்பு அடைந்துகிடக்கும்

வேலிக்கு அருகில் நிறுத்துவார். மீன் வியாபாரிக்கும் மீன் வாங்குப வருக்கும் நெருக்கம் இல்லாதா போகும். அப்படி ஒரு நெருக்கமான வீட்டில் தன்னுடைய இரண்டு பிளாஸ்டிக் வாளிகளிலும் தண்ணீர் பிடித்துக்கொண்டுவந்து வைப்பார். ஒரு சிகரெட்டைப் பொருத்திப் புகைத்தபடி செல்ஃபோனில் பேச ஆரம்பிப்பார். அவர் பேசி முடிப் பதற்குள் அந்தப் பெரியவர் சைக்கிளில் வந்து ஓரமாக இறங்குவார். இவருக்கு ஒத்தாசைக்கு அவர். ஏற்கனவே அவரும் மீன் விற்றவ ராகத்தான் இருக்கவேண்டும். தண்ணீருக்குத் தவிக்கிற, காற்றில் சுவாசத்திற்குப் பிரயாசைப்படுகிற மீனின் திறந்தவாய் அவருக்கும் இருந்தது.

அவர்தான் மீன்களைக் கழுவி கீழே உட்கார்ந்து அரிவாள் மணையில் அரிந்து சுத்தப்படுத்தி கருப்பு பாலித்தீன் பையில் இட்டு வாடிக்கையாளரிடம் கொடுப்பார். அப்படிக்கொடுக்கும்போது அவர் பேசமாட்டார். முன் பற்கள் இல்லாது கருஞ்சிவப்பு ஈறு மினுங்க அவர் சிரிப்பதே பேச்சுதான். அவரையே அந்த நோஞ்சான் பூனை சுற்றிச் சுற்றி வரும்.

நோஞ்சானாக இருப்பதால் கருவுறக் கூடாது என்று இருக்கிறதா என்ன? நோஞ்சான் சூலிப்பூனையை அந்தப் பெரியவர் சீராட்டுவதை நான் முன்பே பார்த்திருக்கிறேன். நான் மீன் வாங்க வில்லையே தவிர, இந்த மீன்காரப் பெரியவரைப் பார்த்துக் கொண்டுதானே இருக்கிறேன் சில காலமாக. எந்த ஜீவராசிகளிடம் நாம் மனதாரப் பழகுகிறோமோ அவர்களின் அடையாளம், அவற்றின் மந்தைக்கு மத்தியிலும் நமக்குப் பிடிபட்டுவிடுகிறது. எறும்புச் சாரியில் ஒரு குறிப்பிட்ட எறும்பை அடையாளம் சொல்லக் கூடியவர்கள் இருக்கக்கூடும். எனக்கு இரண்டு மூன்று பூனை களுக்கு இடையில் இந்த நோஞ்சான் பூனையை, ‘எங்கே ஆளைக் காணோம்?’ என்று கேட்கிற அளவுக்கு முடிந்தது. அப்படி முடியா மலே இருந்திருக்கலாம் என இப்போது படுகிறது.

வாசல் இரும்புக்கதவில் பிறை நட்சத்திரச் சின்னம் போட்டிருக்கிற முன்னாள் பட்டாளத்துக்காரரின் வீடு தாண்டியதும் ஒரு காலி மனை. அதற்குப் பக்கத்தில் ஒரு சிறு வேப்பமரம். மரம் கூட அல்ல. கன்று. அதன் அருகில் குப்பையோடு குப்பையாகக் கிடந்தது அந்தப் பூனை. ஒரு வளர்ந்த வேப்பமரத்தின் அடியில் கிடந்தால் கூட அது வேறு மாதிரியாக இருந்திருக்கும். அசையும் தாமிரத் துளிர்கள் உள்ள வேப்பங்கன்றின் கீழ் அது மீன்களையும் மீன்காரத் தாத்தாவையும் விட்டு வெகுதூரம் விலகிப்போய் அப்படிக் கிடந்தது பெரும் துக்கம் உண்டாக்கியது. ஏதோ தளரத்

தளர படுத்துத் தூங்குவது போலவும், நெட்டி முறித்து சற்று நேரத்தில் அது எழுந்து வெயிலில் புரண்டு உடம்பு நக்கி இன்றைய திசை நோக்கி நகர்ந்துவிடும் என்றும் தோன்றியது. மரணமடையாத பார்வையுடன் அந்தக் கண்கள் என்னையே பார்த்தன. இறப்பின் சாயல் எந்த மிருகத்தின் கண்களிலும் வந்து சேராது அவை திரிந்த ஆதிவனம் வடிகட்டிவிடும் போல.

என்னை அதற்கு நிச்சயம் அடையாளம் தெரிந்திருக்காது. அடையாளம் தெரியவேண்டும் எனில் நான் அந்த மீன்காரப் பெரியவராக இருந்திருக்கவேண்டும்.

நான் இதுவரை வேறு எவராகவும் இருக்கவிரும்பியதில்லை. இக்கணம் அந்த மீன்காரராக இருக்க விரும்புகிறேன்.

◆

இப்போது தோன்றுகிறது

இன்னும், மெல்லிய தகரத் தகடைக் காற்றில் உதறுவதுபோல, அந்தச் சத்தம் கேட்டுக்கொண்டே இருக்கிறது.

ஒன்றை ஒன்று துரத்தி, உக்கிரமாகச் சண்டைபோடும் குரங்குகள் உண்டாக்கும் பகைக் குரல் அது. அப்போதுதான் குற்றாலத்தில் இறங்கி, பராசக்தி கல்லூரிக்கு எதிர்ப்புறத் தெருப் பக்கம் திரும்பிக் கொண்டிருந்தேன். ஏழெட்டு நிறைந்த ஒரு குரங்குக் குடும்பம் சாலையின் குறுக்கில் அந்தக் கிழிந்த சத்தத்தையும் வால்களையும் இழுத்தபடி தாவின. பருண்மையாக, சாட்டை யடிகள் போல என் மேல் விழுந்த சத்தத்தில் நான் அதிர்ந்திருந்தேன். தப்பி வந்ததுபோல, தங்களை ஆசுவாசப்படுத்திக் கொண்டு என் இடப்பக்கத் தரையில் மீண்டும் ஒரு குடும்பமாக இணைத்து அடுக்கிக்கொண்ட அந்தக் குரங்குகளைப் பார்க்க ஆரம்பித்தேன்.

முதல் பார்வையிலேயே பெரும் துக்கமே உண்டாயிற்று. குட்டி முதல் பெரியது வரை எல்லாமே உடல்மெலிந்துபோன தோற்றத்தில் இருந்தன. பசியில் வாடினவை போல விலாப் பக்க சாம்பல் ரோமங்கள் உட்குழிந்திருந்தன. ஆரம்ப சுகாதார நிலையங்களில் முன்பு தென்படும் காசநோய்க்காரர் படம் இப்போது ஞாபகம் வந்து, அதுபோல இருந்ததாக எழுதச் சொல்கிறது.

எனக்கு குரங்கைப் போலத் தன்னிச்சையாகத் தன்னுணவைத் தேடி உண்டு, தின்று விளையாடி இன்புற்று இருக்கும் உயிரினங்கள், அதற்குரிய உணவின்றி மெலிந்து திரிவது, இயற்கை குறித்த, சூழலியல் சீர்குலைவு குறித்த பெரும் கவலையை / அச்சத்தை உண்டாக்குகின்றது. தாவரவியல், மிருகவியல், பறவையியல் அறிந்தவர்கள் இதற்கும் மேலான சீரழிவுகளை, ஆதாரங்களுடன்

சொல்லக்கூடும். ஒரு மெலிந்த வண்ணத்துப் பூச்சியை, ஒரு சீக்காளிப் பூவை நம்மிடம் சொல்லக்கூடியவர் எங்கேனும் என் பக்கத்திலேயே இருக்கலாம். அவர்களுக்கு மெலிந்த குரங்குகள் என்பது ஒரு பெரிய அதிர்ச்சியாக இருந்திராது. நான் அவ்வளவு பக்கத்தில் இருக்கும் அருவியை எட்டிக்கூடப் பார்க்காததற்கு, மற்றக் காரணங்கள் தவிர, இந்த மெலிந்த குரங்குகளும் அதன் பயந்தோடி வந்த சத்தமும் ஒரு அழுத்தமான உளவியல் காரணமாக இருக்கும்.

இப்போது தோன்றுகிறது. அருவியும் ஒருவேளை மெலிந்து இருக்குமோ?

◆

நான் இப்போது

இந்து பேப்பர் கடைசிப் பக்கத்தில் இப்படி ஒரு படம் வந்திருக்கும் என்று எதிர்பார்க்கவில்லை.

முனிசிபாலிட்டி பார்க் கொய்யா மரத்துக்குக் கீழ் உச்சிப்படை ‘வேனா வெயில்’ அடிக்கையில் படுத்துத் தூங்கும் வயசாளியைப் போல, அந்த ஊஞ்சலில் ‘போலோ’ படுத்து உறங்குகிறது. காய்ச்சல் வந்து படுத்திருக்கிற, பள்ளிக்கூடத்தில் இருந்து வந்த கையோடு அசந்து தூங்குகிற பச்சைப் பிள்ளைபோல இருக்கிறது. அதைக் கொரில்லா என்று சொல்லமுடியாது.

நான் போலோவை இருபது வருடங்களுக்கு முன் பார்த்திருக் கிறேன். என் தம்பி சேது அப்போது மைசூரில் வேலையாக இருந்தான். அவனும் அந்த மிருகக் காட்சிசாலையில் பொறுப்பில் இருந்த புண்டரீக ராவும் நல்ல சினேகிதர்கள். புண்டரீக ராவ் அற்புதமான மனிதர். ஜெயமோஹன் நமக்குக் காட்டின யானை டாக்டர் மாதிரி அவர். புண்டரீக ராவுக்கு எல்லா மிருகங்களுடனும் உரையாட முடியும். அந்தந்த மிருகங்களின், அந்தந்தப் பறவைகளின் மொழியை அவர் அறிந்திருந்தார். அல்லது தனித்தனி சங்கேத மொழிகளை அவரே உருவாக்கியிருந்தார்.

அவர் விசில் செய்து கூப்பிட்டால் கருப்பு வாத்துகள் நீர் கிழித்துப் படகுவிட்டுக் கொண்டு அவர் நிற்கிற கரையோரம் வரும். அவர் சிம்பன்சியின் உள்ளங்கை ரேகைகளை வருட எனக்கு அருளினார். சூலுற்றிருக்கிற ஒரு பெண் சிம்பன்சியுடன் பெற்ற தாயைப் போலப் பேசினார். கட்டிப் போட்டிருந்த ஒரு மூர்க்கம் நிறைந்த இளம் புலியை அவிழ்த்துவிட்டு அதன் முதுகை நான்

தடவிக்கொடுக்கும் புகைப்படம் ஒன்று எடுக்கும் வரை அதனுடன் உரையாடிக்கொண்டு இருந்தார்.

இதோ இந்த போலோ என்கிற கொரில்லா மிகுந்த பதற்றத் துடன் ஆவேசமாக, உள்ளங்கைகளில் கற்களை அள்ளி நிரப்பிப் பேருருவாக எழுந்து நின்றுகொண்டு ஒரு தாக்குதலுக்குத் தயாராக இருந்தது. அதனிடம் புண்டரீக ராவ் ஏற்கனவே தெலுங்கில் சொல்லியிருந்தார், 'கலாட்டா பார்ட்டி வருது' என்கிற அர்த்தத்தில். கல்லூரி மாணவர் குழு ஒன்று எல்லா மிருகங்களையும் கலைத்துக் கலைத்து அவற்றின் இயல்பைக் கலவரப்படுத்திக் கூண்டு கூண்டாக நகர்ந்து வந்துகொண்டிருந்தார்கள். போலோவின் கூண்டை அவர்கள் நெருங்கும் சமயம் போலோ தன் கைகளில் வைத்திருந்த கற்களை அத்தனை விசையுடன் அவர்கள் திசையில் எறிந்தது. ஒரு ஆதி மனிதனின் போர்க்குணத்தோடும் உறுமலோடும் இரண்டு கால்களும் அழுந்த ஊன்றி நின்ற அதன் தோற்றம், அதைச் சாந்தப் படுத்த ஓடிவந்த புண்டரீக ராவின் தந்தைமை, இரண்டும் இப்போதும் அப்படியே நெஞ்சிலும் கண்ணிலும். அந்தப் போலோ இறந்து போனான். முதுமையில் மட்டுமல்ல, 18 வருடங்களாக இணையற்று இருந்த தனிமையிலும்.

மீண்டும் நான் இந்து நாளிதழில் அந்தப் படத்தைப் பார்க் கிறேன். போலோ தளர்ந்து படுத்திருக்கிற அந்த ஊஞ்சலை ஆட்டி விடத் தோன்றுகிறது.

இப்போது காலியாகியிருக்கும் அந்த ஊஞ்சலில் போய்ப் படுத்துக்கொள்ளக் கூட.

நான் இப்போது புண்டரீக ராவ். நான் இப்போது போலோ.

◆

என்னை என் மூலமாகவே

ஆறு ஏழு வருடங்களாக இதே பாதையில் தான் நடக்கிறேன். மாற்றிகொண்டதே இல்லை. கனத்த மழையிடையே கூட ஒதுங்க இடமற்ற மைதானத்தின் வழியாகவே சென்று, கட்டுமானம் நடந்து கொண்டிருக்கும் ஒரு தேவாலயத்திலிருந்து மழை பார்த்துக்கொண்டு நின்று, மழை சற்று 'வெறித்ததும்' அதே பாதையில் தான் மீண்டும் போனேன். போகிறேன். அடையாளம் தெரிகிற அளவுக்கு ஒரு செம்போத்தும் மூன்று ஆட்காட்டிக் குருவிகளும் உண்டு. பார்த்தால் சிரிக்கிற வகையில் பூமி பூஜை செய்த தினத்தில் இருந்து, காம்பவுண்ட் சுவர் எழுப்பப்பட்டுக்கொண்டிருக்கும் நேற்று வரை, அந்த வீட்டுக் காவலர் உண்டு. வேறு யாரையும் நானும், என்னை வேறு யாரும் கண்டுகொண்டதில்லை.

ஆனால் அவரிடம் மட்டும் எனக்குப் பேசத் தோன்றியது, எண்பது வயது அல்லது அதற்குச் சற்றுக் கூடுதலாகவும் இருக்கலாம். வீசி நடக்க இயலாமல், கால்களைத் தரையோடு நகர்த்தி நகர்த்தி நடப்பார். உயர்தரக் காலணிகள், அரைக்கால் சட்டை, பனிக்காலம் எனில் அதற்கான உடைகள் என்று நல்ல தோற்றத்தில் இருப்பார். வட்டக் கண்ணாடி, அடர்த்தியான நரை மீசை, முக அமைப்பு, ஒதுங்கும் சிரிப்பு எல்லாம் காந்தியை நினைவு படுத்தும். காந்தியைக்கூட அல்ல, காந்தியாக நடித்த பென் கிங்ஸ்லியை.

அவரை நான் தான் முதலில் வணங்க ஆரம்பித்தேன். முதலில் எந்த முகமனும் சொல்லாது, கைகளின் மரியாதையான கூப்பல் மட்டும் என் வணக்கமாக இருந்தது. அவர் அதை ஏற்றுக் கொண்டார். ஏற்கனவே அவரிடம் உண்டாகும் கிறிஸ்தவப் புன்னகை, நாளுக்கு நாள் விகாசம் அடைந்தது. நான், 'வணக்கம்

ஐயா' என்று சொல்ல ஆரம்பித்தேன். ஒரு கையில் ஊன்றிய கம்பு, இன்னொரு கையில் உள்ள பையில் ஏதாவது உணவுப் பொட்டலங்கள். நான் நினைத்துக் கொண்டேன், படுக்கையில் இருக்கும் அவருடைய மனைவிக்கு உரியவை அவை என.

அந்தத் தெருவில் அந்தப் பெரியவர் பற்றி விசாரிக்கும் அளவுக்கு எனக்கு இரண்டு நண்பர்கள் இருந்தார்கள். ஆனால் அவர் யார், என்ன வேலை பார்த்து ஓய்வு பெற்றார், குழந்தைகள் இல்லையா, மனைவிக்கு உடல்நலக் குறைவா என்று எதையும் யாரிடமும் கேட்கத் தோன்றவில்லை. அவரை அவர்மூலமாகவே அறிந்துகொள்ள வேண்டும், அப்படி அறிந்துகொள்வதே அவரைச் சரியாக அறிவதாகும் எனத் திடமாக நம்புகிறேன்.

அவருடைய வீடு எது என்பதை சமீபத்தில்தான் தெரிந்து கொண்டேன். ஆற்றுத்தண்ணீர் குழாய் பதிக்க தெருவின் பக்கங்களில் தோண்டியிருந்தனர். அவர் வீட்டுக்குச் செல்லும் பாதை துண்டிக்கப்பட்டிருந்தது. செம்மண் குவியல் மேல், யாருடைய தோளிலோ ஆதரவாகச் சாய்ந்துகொண்டு, வேப்ப மரக்கிளையில் தபால் பெட்டி தொங்கும் அந்த வீட்டிற்குள் அவர் சென்று கொண்டிருந்தார்.

அந்தத் தோள் என்னுடையதாக இருந்திருந்தால் நன்றாக இருந்திருக்கும். அவரைக் கை தாங்கியபடியே அவருடைய வீட்டுக்குள் பிரவேசிப்பது என்பது என் வரவைக் கூடுதலாக அர்த்தப்படுத்தியிருக்கும். உள் அறைகளில் படுக்கையில் இருக்கும் அவருடைய துணைவியாரை கூட நான் பார்த்து நலம் விசாரித்திருக்க முடியும். புறங்கைத் தோல்களிலிருந்து கழன்று நரம்புகளோடிக் கிடக்கும் தளர்ந்த கைகளை நான் பற்றியிருக்கவும் முடிந்திருக்கலாம். அந்த மனுஷி ஒருவேளை என் உச்சந்தலையில் கை வைத்து ஆசீர்வதித் திருப்பார்.

எல்லாவற்றுக்கும் மேலாக, அவர் மூலமாகவே அவரைப் புரிய விரும்பிய என்னை, என் மூலமாகவே அவர் சற்றுப் புரிந்திருப்பார் இல்லையா?

◆

அன்றன்றைக்கு உரிய அப்பத்தை

சைக்கிள்களை சின்னப் பையன்கள் தான் ஓட்டவேண்டும், அதுவும் இப்படிக் காலைகளில்.

மிஞ்சிப்போனால் எட்டு அல்லது ஒன்பது வயதிருக்கும். விடுமுறையை உணர்ந்த, பள்ளிக்கூட ஞாபகம் அற்ற முகம். ஒரு வேலையும் குறிப்பாக இருந்திருக்காது. சும்மா சைக்கிளில் ஒரு ரவுண்ட் அடித்துவிட்டு வரத் தோன்றி வந்திருப்பான்.

கஷ்டப்படுகிற வீட்டுப் பையன் எல்லாம் இல்லை. வசதியான களையும் இல்லை. ஒருவகையில் என் பேரன் மாதிரி ஸ்திதி என வைத்துக் கொள்ளலாம். வரும்போது கடையில் ஏதோ தின் பண்டம் வாங்கியிருக்கிறான். எண்ணெய்ப் பண்டம், ஹேண்டில் பாரில் ஊன்றியிருக்கும் இடது கைக்குள் கசங்கும் எண்ணெய் படர்ந்த தாளில் இருந்து பிட்டு வாயில் இட்டுக்கொள்கிறான். எந்த அவசரமும் இல்லை. இந்த உலகில் அவன், அவன் சைக்கிள், அவன் தின்பண்டம் மட்டுமே உண்டு. அவை மட்டுமே நிஜம். அவை நிஜமாகிவிட்டதால் இந்தக் காலை நிஜம். நாள் நிஜம். உலகமே நிஜம்.

அவன் முகம் ஒரு கிளை நுனித் துளிரில் சொட்டுவதுபோல் தொங்கும் மழைத் துளியாகப் பளிங்கிடுகிறது. துளி ஒருபோதும் சொட்டப் போவதில்லை. திரண்ட கணம் திரண்ட படி, உருண்ட துளி உருண்டபடி.

நான் அவனிடம் எனக்கும் ஒரு வாய் தா என மனதுள் கேட்கிறேன். வாய்விட்டுக் கேட்டிருந்தால் அவன் தந்திருப்பான்.

அன்றன்றைக்கு உரிய அப்பத்தை நான் பெறுவதெல்லாம் இது போன்ற கைகளில் இருந்துதான்.

✦

வண்ணத்துப் பூச்சிகள் என்பது

எனக்குப் பழக்கமான, என் பதிவில் இருக்கிற எண் தான் அது.

என்னுடைய சிநேகிதன், உறவினன் எப்படி வேண்டுமானாலும் வைத்துக் கொள்ளலாம் அவனை. அவனுடைய எண் அது. சமீபத்தில் அந்த எண்ணில் இருந்து எந்தத் தொடர்பும் இல்லை. இது அவனுடைய குறுஞ்செய்தி நேரமும் கிடையாது.

அதிகாலைகளில் பின் இரவுகளில் வரும். ராஜேஷ் வைத்யா கேட்டுக்கொண்டு இருப்பதாக. 'அனல் மேலே பனித்துளி' பாடலின் வரிகள் எத்தனை அருமையானவை என்று. 'மலர்கள் நனைந்தது பனியாலே' எந்தப் படத்தில்? இதய கமலமா வேறு ஏதாவதா? என்று அந்தக் குறுஞ்செய்திகள் இருக்கும்.

இந்தக் குறுஞ்செய்தி வேறு விதமாக இருந்தது. முற்றிலும் அந்தரங்கமான குரலில், 'எனக்கும் உன்னை ரொம்ம்ம்ம்பப் பிடிக்கும் புஜ்ஜிம்மா' என்று சிகை ஒதுக்கி, யாரோ ஒருவரின் காதோரத்திலே சொல்லிகொண்டு இருந்தது.

நமக்குத் தெரியாதா? நாமும் இந்த மைல் கற்களைத் தாண்டிய இந்த நெடுஞ்சாலையில் தானே இந்த இடத்திற்கு வந்து சேர்ந்து இருக்கிறோம். வேறு எவருக்கோ போய்ச் சேர்ந்திருக்க வேண்டிய ஒன்று. ஒருவேளை அவனுடைய பதிவின் 'க' வரிசைப் பட்டியலில், என் பெயருக்கு உடனடியாக முன்போ அடுத்தோ இருக்கிறவருக்குப் போகவேண்டியது அது என்று தெரிந்தது. நான் அது எனக்கு வந்ததாகக் காட்டிக் கொள்ளவில்லை. 'அப்படியா சங்கதி' என்று பேசாமல் விட்டுவிட்டேன்.

அதெப்படி அவனுக்கு தவறி அனுப்பிவிட்டது தெரியாமல் போகும்? புஜ்ஜிம்மாவிடம் இருந்து பதில் வந்திருக்காதே. என்னுடைய எண்ணுக்கு அனுப்பப்பட்டதைப் பார்த்திருப்பான். கூச்சமாக இருந்திருக்கும். யாரோ எட்டிப் பார்த்துவிட்டது போல. கல் விழுந்த வட்டம் அடுத்தடுத்த வட்டங்களாகி கரை தொட்டு, தண்ணீர் மீண்டும் தகடான பின், எனக்கு மீண்டும் அவனிடமிருந்து ஒரு செய்தி வந்தது.

'நான் இப்போது ஒரு பட்டாம் பூச்சியுடன் பயணம் செய்து கொண்டு இருக்கிறேன்' என்று, என்னுடைய பழைய பட்டாம் பூச்சிக் கவிதை ஒன்றை, அவனுடைய ஞாபகத்தில் இருந்து, ஞாபகமறதி தவறவிட்ட வரிகளுடன் இருந்தது. இது ஒரு தூண்டில், முந்திய குறுஞ்செய்தி கிடைத்ததா என்ற ஆழம் பார்த்தல்.

நான் அந்த புஜ்ஜிம்மா பற்றி எதுவும் கேட்கவில்லை. சொல்லவும் இல்லை. அவன் அரைகுறையாக அனுப்பியிருந்த என்னுடைய கவிதையை, முழுமையாக

பாதி வழியில் | ஓடுகிற பஸ்ஸில்
ஏறி இடம் தேடிப்
பறந்தலைந்த வண்ணத்துப் பூச்சி
நான்
இறங்கின பின்பு
மனதில் உட்காரும்
ஒரு கவிதையின் மேல்.

என்று மட்டும் பதில் அனுப்பி வைத்தேன். வண்ணத்துப் பூச்சி மனதில் உட்கார்ந்ததா, கவிதையில் உட்கார்ந்ததா என்ற தகவல் இதுவரை இல்லை. எனக்கு அந்தத் தகவல்கள் அவசியமும் இல்லை.

என்னைப் பொறுத்தவரை வண்ணத்துப் பூச்சிகள் என்பது வெறும் தகவல்கள் மட்டும் இல்லை. அதற்கும் மேலே.

✦

பார்க்கவே முடியாதவள்

இரண்டு நாட்களாக எல்லா தொலைக்காட்சி அலைவரிசைகளின் செய்தி வாசிப்புக்களிலும் காவேரியும் கொள்ளிடமும் அமராவதியும் பவானியும் கரைபுரண்டு பொங்கிவருவதைக் காட்டுகிறார்கள். பார்த்துக்கொண்டிருக்கும் இந்த அறைக்குள் தண்ணீர் புரண்டு புகுவதுபோல இருக்கிறது. அதுவும் ஹொகனேக்கல் அருவி புகைப் படலமாய்த் திரள்வதைப் பார்க்கையில் அதில் குதித்துவிடலாம் போல ஒரு பரபரப்பு. மெய்யாகவே, இந்த ஏதோ ஓர் நுரைக்கும் நீர்ப்பெருக்கில் நான் அடித்துச் செல்லப்பட விரும்புகிறேன். சுழன்று கொண்டே நதியில் ஏகும் ஒரு பலா இலை அல்லது புன்னை இலை மினுமினுப்புடன் வெகுகாலமாய் நான் உதிரக் காத்திருக்கிறேன்.

நேற்றைய ஹொகனேக்கலைப் பார்த்தது போலத்தான், ஒரு மாதத்திற்கு முன், இதேபோல ஒரு தொலைக்காட்சிச் செய்தியில் குற்றாலம் அருவி எத்தனையோ பத்தாண்டுகளுக்குப் பின் இப்படி ஒரு நீர்த்துவ தாண்டவம் ஆடுகிறது எனக் காட்டிக்கொண்டு இருந்தார்கள். இந்தத் தொலைக்காட்சியர்களுக்கு என்ன வேலை? யாரிடமாவது, குறிப்பாக பெண்களிடம், (அவருடைய கணவர் பிள்ளையை வைத்துக்கொண்டு கடைசி வரை ஒரு வார்த்தை பேசாமல் சிரித்துக்கொண்டே இருக்க) ஒலிவாங்கியை நீட்டு வார்கள். அவர்கள் தொலைகாணப்படும் பரவசத்தில், “சீஸன் சூப்பரா இருந்துது. எவ்வரிபடி நல்லா எஞ்சாய் பண்ணினோம். ஃபால்ஸ்ல குளிக்கறது த்ரில்லா இருக்கு. நெக்ஸ்ட் இயரும் ஷ்வேரா வருவோம்” என்று அவரிடம் கையைத் தூக்கிப்போடும் குழந்தையைத் தவிர்த்துக்கொண்டே, காமெராவைப்பார்த்து சிரிப்பார்கள்.

அன்றைக்கு அருவியில் சுற்றுலா பயணியர் யாரையும் குளிக்க அனுமதிக்கவில்லை. யாருமே அற்ற ஒரு ஆதிவனாந்திரத்தில்,

தன்னுடைய அத்தனை சுதந்திரத்தையும் விடுதலையையும் தானே அனுபவிக்கிறது போல, நீரின் பேரிசையுடன் அருவி விம்மித் திரிகூடராசப்பனைத் தேடிக்கொண்டிருந்தது. அதைத் தொலைக் காட்சியில் பார்க்கிற எனக்கு தண் எனும் ஒரு பெரும் தீ பற்றி எரிவதாக அருவி தழலுற்று நெளிந்தது. கும்பிடத் தோன்றியது.

அப்போதுதான் அந்தப் பெண் முன் ஒலிவாங்கி நீண்டதைக் காட்டினார்கள். ஒரு நடுத்தரக் குடும்பத்து, நடுத்தர வயதுப் பெண் அவர். அந்த ஒலிவாங்கியை அவர் பொருட்படுத்தவில்லை. அவர் கண்களில் அருவி இருந்தது. முகத்தில் அந்தத் தண் எனும் தீ எரிந்தது. தூரத்து அகலின் வெளிச்சம் படுவதுபோல முகத்தில் மகிழ்ச்சியின் மெல்லிய பிரகாசம் இருந்தது. அதிகம் சொல்ல வில்லை. சுருக்கமாகத்தான் சொன்னார். "இதுதான் முதல் தடவை யாக வருகிறோம். அருவியில் குளிக்க முடியவில்லை. அதைப் பற்றிப் பரவாயில்லை. இப்படி ஒரு விஸ்வரூபத்தில் அருவியைப் பார்க்க முடிந்ததே. அதுவே போதும்". இதைச் சொல்லும்போது அவர் கைகள் கும்பிடுவதுபோல இணைந்து கொண்டன. அருவியைத் தான் கும்பிட்டிருக்கவேண்டும்.

அருவியை அல்ல. இன்றைக்கு அந்தப் பெண்ணை எனக்குக் கும்பிடத் தோன்றுகிறது. என்ன துயரம் எனில், அருவி அங்கேயே தான் இருக்கும். அருவியை மீண்டும் பார்த்துவிடலாம். அந்தப் பெண்ணைத்தான் பார்க்கவே முடியாது.

◆

இன்னும் வந்துகொண்டு

அவர் மீண்டும் இந்த வழக்கமான பாதையில், எங்கள் வீட்டை ஒட்டி, நடந்து செல்வதை இரண்டு மூன்று மாதங்களுக்குப் பிறகு இப்போதுதான் பார்க்கிறேன். கடைசியாக அவரைப் பார்க்கும் போது அவர் வீடு துக்கத்தால் நிரம்பியிருந்தது. அவருடைய மனைவி கண்ணாடிப் பேழையும் ஆழ் துயிலில், ஓட்டத்தை ஓடி முடித்திருந்தார். பிரார்த்தனைப் பாடல்களாலும் வேத வசனங்களாலும் அடர்ந்திருந்த சுவர்களின் மத்தியில் நின்ற அவருடைய கையைப் பிடித்து நிற்கும் சிறுபொழுதைக்கூட நான் அடையமுடியாத நிலையில் இருந்தேன்.

அவர் ஒரு கல்லூரி முதல்வராகவும், அவர் மனைவி ஒரு கல்லூரிப் பேராசிரியை ஆகவும் இருந்து சமீபத்தில் ஓய்வு பெற்றவர்கள். இந்தக் குடியிருப்புப் பகுதியின் ஆதிக் குடிகளில் அவர்கள் முக்கியமானவர்கள். இந்தப் பகுதி மக்கள் நலச் சங்கத்தின் ஆரம்ப அமைப்பில் அவர் பெயர் உண்டு. இப்போது வளர்ந்து காற்றுத் துளாவும் வேப்பமரங்கள் கன்றுகளாக இருக்கும்போது அவர் பார்த்திருப்பார். அவரால் நடப்பட்டவை கூட சில இருக்கும். இப்போது தூர்ந்து போகத் தயாராகி வரும், பாலிதீன் தாட்கள், தக்கைக் கழிவுகள் மிதக்கும், கல்வெட்டாங்குழி நிரம்பிக் கிடக்கும் மழைக் காலங்களை அவர் அறிந்திருப்பார். இந்தப் பகுதி, கட்டிடங்களால் நெரிசலடைவதற்கு முன்பு நின்ற உடைமரப் பூக்களின் வாசத்தில் நிரம்பிய வேனில் காலங்களை அவர் கடந்திருப்பார். 'முள்ளு கிடக்கும், பாத்துப் போங்க. டயர் பஞ்சராயிரும்' என வழக்கமாக இங்கே மீன் விற்கிறவர், புதிதாகக் கோலப்பொடி விற்கவந்தவரிடம் சொல்லியிருப்பார்.

நாங்கள் இங்கே குடிவந்த முதல் சில நாட்களிலேயே, அவர் இந்தப் பக்கம் நடை செல்வதைப் பார்த்திருக்கிறோம். முதல் நாள்

பார்க்கும்போதே பேசினார், ஆயுள் முழுவதும் பார்த்தால் கூட ஒரு வார்த்தை பேசத் தயாராக இல்லாத இந்தக் காலத்தில். ஜாக்கிரதையாக இருக்கச் சொல்வார். தெரு விளக்கு எரியவில்லை எனில், தண்ணீர் வரவில்லை எனில் எங்கே புகார் செய்யவேண்டும் என வழி காட்டுவார். மாநகராட்சிக்கு கூட்டாகப் புகார் மனுக் கொடுக்கவேண்டும் எனத் தூண்டுவார். மாமிசக் கழிவுகளைக் கொட்டி, இந்தப் பகுதியின் காற்றை மாசுபடுத்துகிறவர்கள் மேல் தனி நபராக நடவடிக்கை எடுத்தார்.

ஒருகட்டத்தில், இரண்டு பேரும் ஓய்வு பெற்ற பின், அவர் முன்னே நடந்து செல்ல அவருடைய மனைவி சற்று மெதுவாக நடந்து செல்வார்கள். பத்து முப்பது அடி அவர் முன்னால் போய் விடுவார். இவர் வாசல் தெளித்துக்கொண்டு இருக்கிற, கோலமிடு கிற எங்கள் வீட்டு, அடுத்த வீட்டுப் பெண்களிடம் பேசிக்கொண்டு நிற்பார். அவர் கூப்பிடமாட்டார். இங்கேயே பார்த்துக்கொண்டு நிற்பார். ‘ஸார், ரொம்ப நேரமாக உங்களுக்காக நிற்கிறார்’ என்று யாராவது சொன்னாலும், பேச்சைப் பாதியில் விட மனது இராது. ஓய்வுபெற்ற பேராசிரியைக்கு உள்ளே இருக்கும் அடிப்படையான பெண் இந்தக் காலைநேரப் பேச்சுகளை நடையைவிட விரும்பியதில் ஆச்சரியம் இல்லை.

எல்லா நாட்களிலுமா பேசுகிற மன நிலை இருக்கிறது? அவர் முன்னால் வேகமாக நடக்க இந்த அம்மா, மெதுவாக அவர் பின்னால் போகும். அவர் திரும்பித்திரும்பி, பின்னால் இவர் வருகிறாரா என்று பார்த்துக்கொண்டே போவார். ஆட்டுக்குட்டி வருகிறதா என்று பார்த்துக்கொள்கிற மேரி.

‘வருகிறேன், வருகிறேன். நீங்கள் போங்கள்’ என்று சைகையில் இங்கிருந்து கையசைக்க, சார் முக்குத் திரும்பு முன் இந்தப் பக்கம் ஒருமுறை மீண்டும் பார்த்துக்கொள்வார்.

இன்று அவர் முகத்தைப் பார்க்கமுடியவில்லை. இந்த இடைப் பட்ட காலத்தில், அவர் மனைவியை இழந்த துக்கம் வடிந்து விட்டதா என்று தெரியவில்லை. தனிமை அவர் அசைவுகளில் எழுதப்பட்டிருக்கிறதா என்பதை நிதானிக்க முடியவில்லை.

ஒன்றை அவரால் மாற்றிக்கொள்ள முடியவில்லை. திரும்பித் திரும்பிப் பார்த்தபடியே நடந்தார். சற்று அங்கங்கே நிற்கக் கூடச் செய்தார்.

பின்னால் அவர் மனைவி இன்னும் வந்துகொண்டுதான் இருக்கிறார் என்பது அவருக்குத் தெரியும் இல்லையா.

✦

நான்கு ரம்பூத்தான் விதைகள், மற்றும் நாங்கள்

போகன் சங்கர் அவருடைய நண்பர் பாலமுருகனுடன் வந்தார். முதன் முறையாகப் பார்க்கிறோம். முதன்முறையாக, முன் பின் அறிமுகமற்ற இருவரை, எங்கள் வீட்டுக்கு வருகிற பாதையில் இருக்கும் இன்னொரு தெருவில், காற்றுக்கு மத்தியில் ஒரு சருகு இலைபோல நகர்ந்துகொண்டிருக்கும் ஞாயிற்றுக்கிழமை சாயுங் காலம் ஒன்றில், சந்திக்க வாய்த்தது எனக்குப் பிடித்திருந்தது.

பழங்கள் வாங்கி வந்திருந்தனர். 'ரம்பூத்தான் பழம் பிடிக்கும் இல்லையா?' என்று கேட்டுக்கொண்டே போகன், பாலமுருகனிடம் பழப்பையை வாங்கி நீட்டினார். ஒரு கை மாறி அவரிடமிருந்து அதைப் பெற்ற நேரம் போகன் சங்கரை எனக்கு மேலும் இணக்கம் ஆக்கிற்று. ஜெயமோகன் எப்படி அவர் படைப்புகளால் எனக்கு முக்கியமானவரோ அதேபோல போகனும் அவருடைய கவிதை களால் சமீபத்தில் எனக்கு முக்கியமானவராக உணரப்படுபவர்.

பையை வாங்கின கையோடு ஒரு சிறு கணம் உள்ளே உற்றுப் பார்த்தேன். மஞ்சளா, ஆரஞ்சா, சிவப்பா எனத் தீர்மானிக்க முடியாத ஒரு அற்புத நிறத்தில் பழங்கள். பழுத்த பாகல் பழங்கள் இப்படித் தான் இருக்கும். ஊமத்தங்காய்களுக்கு வண்ணம் பூசினால் கூட இப்படித்தான். எட்டாம் வகுப்பு சி பிரிவு தேவேந்திரன் தீப்பெட் டிக்குள் எப்போதும் அருகம்புல்லுடன் வைத்திருந்த வெல்வெட் பூச்சி இந்திரகோபப் பூச்சி என்ற பெயர் எல்லாம் 'வெல்வெட் பூச்சி'க்கு முன்னால் எம்மாத்திரம்? மாதிரிக் கூட.

'சாப்பிட்டதில்லை போகன், குத்தாலத்துல பார்த்திருக்கிறதோடு சரி' என்றேன். எனக்கு எது மங்குஸ்தான், எது ரம்பூத்தான் என்று தெரியாது. மருதங்காய் போல மஞ்சளாகப் பழுத்த நிறத்தில் ஒன்று இருக்கும். அதன் பெயரும் தெரியாது. போகன் அதை எப்படிச் சாப்பிடவேண்டும் என்று சொன்னார். சொல்லும்போதே, சாப்பிட வேண்டும் என்று தோன்றும்படி அவரால் சொல்லமுடிந்தது.

நேற்றுச் சாப்பிடவில்லை. பேசிக்கொண்டு இருந்துவிட்டு அவர் போன பின்பும் பார்க்கவில்லை. சில சமயங்களில் தூக்கம் வராத இரவுகளில் தண்ணீர் குடிக்கப் போகும்போது, மேஜையில் இருக்கும் கருப்புத் திராட்சைக் குலையைப் பார்ப்போம். அதை மேலும் பார்த்துக் கொண்டே இருக்கும்படி இரவு அதை வசியம் செய்திருக்கும். சற்றுப் புளித்த திராட்சை வாசனையை இந்த உலகம் முழுவதும் கசிந்து பரவச் செய்துவிடும் கனிவுடன் அந்த ஒற்றைக் குலை ஏதோ செய்யும். பறிக்கப் பட்ட கனிகள் நம்முடைய சாப்பாட்டு மேஜைகளின் யாருமற்ற இரவுகளில் பெரும் துக்கத்தின் சாம்பல் பளபளப்புடன் காத்திருக்கின்றன.

இன்று காலை சாரல் விழுந்து கொண்டிருந்தது. ஆடிக் காற்றுக்கு அதன் வரைபடக் கோடுகளை உயர்த்திச் சிகை கலைக்கிற உற்சாகம். இரவில் உதிர்ந்த வேப்பம் பழங்கள், சுபாஷ் கடைக்கு முன் உதிரத் தொடங்கியிருக்கும் 'நவ்வாப் பழங்கள்' பற்றிய கணக் கெடுப்பு காற்றிடம் இல்லை. நடந்து கொண்டிருக்கும்போதே எனக்கு போகன் ஞாபகமும் ரம்பூத்தான் பழங்கள் ஞாபகமும். வேலையில் இருந்த, களப்பணி அதிகாரி நாட்களில், மாறாந்தை தாண்டி உள்ளடங்கிய கிராமம் ஒன்றில் பாழடைந்த கிணறு ஒன்றுக்குள் எட்டிப் பார்த்தபோது, அந்தக் கிணற்றின் கர்ப்பத்தில் இருந்து படை படையாகப் புறப்பட்டு வெளியேறின குருவிகள் போல, நான் அந்த பிளாஸ்டிக் பையைத் திறக்கையில் ரம்பூத்தான் பழங்கள் பறக்கும் என்று நினைத்துக்கொண்டேன்.

நான் மேஜையில் இருந்த பையை எடுக்கையில் பையின் அடிவாரத்தில் ஆப்பிள் பழங்களும், வேறொரு பையில் ரம்பூத்தான் களும். கடல் சார் நீர் உயிரிகள் போல, என் கைகள் உண்டாக்கிய அதிர்வில் பழங்கள் புரண்டு தன் இருப்பை சற்றே இடம் மாற்றிக் கொண்டன. அவை நகர்கிறதாக நான் நினைக்க, அவை என்னை அனுமதித்தன.

உள்ளே இருந்து சத்தம் வந்தது. சங்கரியம்மா, "நான் ரெண்டு சாப்பிட்டுப் பார்த்தேன். நல்லாத்தான் இருந்தது" என்றார். "கொட்டை பெருசா இருக்கு. கழச்சிக்காய் மாதிரி அழகா இருக்கு. தூரப்போட மனசே வரலை. தனியா எடுத்து வச்சிருக்கேன்" என்று கத்தியையும் அந்த விதைகள் இருக்கிற சிறு தட்டையும் என் முன்னால் வைத்தார். அந்தக் கணம் விதைகள் இருந்த அந்த சிறு தட்டுப் போல உலகில் எனக்கு அழகான வேறொன்றே இல்லை.

எனக்கு, எத்தனையோ விஷயங்கள்போல, அந்தப் பழத்தை எப்படி வகிர்வது என்றும் தெரியவில்லை. நான் ஒரு ரம்பூத்தான் பழத்தின்மீது இதுவரை யாரும் செலுத்தியிராத வன்முறையுடன், அதன் தோலைப் பிய்த்துக் கொண்டிருந்தேன். சங்கரியம்மா உதவினார். ஒரு சுளைபோல, ஆலங்கட்டியென. ஒரு பறவை இட்டுச் சென்றிருக் கிற முட்டைபோல சதைப்பற்று இருந்தது. பனங்கொட்டைக்குள் தவண் இப்படித்தான் இருக்கும். சாப்பிட்டுப் பார்த்தேன். பிடித் திருந்தது. மேலும் ஒன்றை நானே வகிர்ந்தேன். ஒரு மகப் பேற்றுத் தாதி, சிரசுதயமாகும் குழந்தையை ஏந்தி வாங்கும் கருணையுடன் நான் இரண்டாவது ரம்பூத்தானின் சதைப்பற்றை உள்ளங்கையில் வைத்துக்கொண்டேன். இந்த இரண்டாவது கனியை உண்கையில் வாய்க்குள் புரண்டுருளும் விதையை என்னால் உணர முடிந்தது. ஒரு வகையில், பழத்தின் சதைப்பற்றை உண்ணுவதைவிட, நான் என் எச்சிலால் அந்த விதையை உண்ண முயன்று கொண்டிருந்தேன்.

இப்போது அந்தச் சிறு தட்டில் நான்கு விதைகள். ரம்பூத்தான் தோட்டங்களில் விளையுமா, தோப்பில் விளையுமா, சமவெளிப் பயிரா, மலையகப் பயிரா என்றெல்லாம் எனக்குத் தெரியாது. தெரிய விரும்பவும் இல்லை. என்னை அந்த விதைகள் ஒரு வனத்தில் நிறுத்தி யிருந்தன, ஒரு பழம் திண்ணி வெளவால் போல நான் அந்த ரம்பூத்தான் கனிந்து கிடக்கும் வனத்தில், அடர்ந்த இரவில் என் ஜவ்வுச் சிறகுகளுடன் பறந்துகொண்டு இருக்கிறேன்...

நான் அந்தக் கொட்டைகளைப் பார்த்தபடி ஒரு வனத்தில் நிற்கையில், சங்கரியம்மா, "என்ன பிடிச்சிருக்கா?" என்று கேட்டபடி அந்தத் தட்டை லேசாக மேலும் கீழும் சாய்த்தார். அந்தக் கொட்டைகள் நகர்வது அவருக்குப் பிடித்திருந்தது. நகரும் அதையே பார்த்தபடி,' எங்க மீனாட்சிபுரம் ஸ்கூல் பக்கத்தில நாங்க இதே மாதிரிக் குட்டிக் குட்டியா, இலந்தப்பழம் சைஸில இருக்கும். பறிச்சுச் சாப்பிட்டிருக்கோம். தொலி எல்லாம் இப்படியே தான் இருக்கும்' என்று சொல்லும்போதே அவருடைய முகம் மீனாட்சிபுரம்

மகளிர் உயர்நிலைப் பள்ளிப் பக்கத்தில் பழம் பறித்துத் தின்று கொண்டிருந்தது.

நான் இதுவரை அறியாத ஒரு வனத்தில் ரம்பூத்தான் மரத்தின் மேல் நிசி வௌவாலாகப் பறந்துகொண்டு இருக்கிறேன். சங்கரியம்மா அவருடையஎத்தனையோ வருடங்களுக்கு முந்திய பள்ளிக் கூடத்தில் பழம் பறித்து நிற்கிறார்.

ஒரு ரம்பூத்தான் பழத்தின் நான்கு விதைகள் இதைச் செய்தால் போதாதா, போகன் சங்கர்?

✦

ஜப்பானியம்

இன்றுவரைக்கும் அவர் இயற்பெயர் என்னவென்று தெரியாது. 'சண்முக சுந்தரம்' என்று நினைக்கிறேன். இப்படி 'நினைக்கிறேன்' என நினைப்பது அனேகமாகச் சரியாகவே இருக்கும். அவரை 'ஜப்பான்' என்றுதான் கணபதி அண்ணன் சொல்வான். அவனுடன் ஆரம்பப் பள்ளியில் இருந்து படித்தவர். எதனால் அந்தப் பெயர் என்று நானும் கேட்டதில்லை. அண்ணனும் சொல்லியதில்லை. அந்தக் காலத்தில் எல்லாம் கேட்டுத் தெரிவதைவிட, தானாகப் புரிந்துகொள்கிறதே அதிகம்.

எங்கே எந்த இடத்தில் பார்த்தாலும், காசு கேட்பார். 'ஏ. காப்பி குடிக்கக் காசு தரப்பிடாதா டே?' என்பார். 'ஒரு ரெண்டு ரூவா கொடு டே' என்பார். வங்கியில் காசாளராகக் குனிந்து வேலையில் இருக்கும்போது, மொஹைதீன் டாக்டரைப் பார்த்து விட்டு மருந்துவாங்க நிற்கையில், ஆனித் திருவிழா தேரோட்டம் பார்த்துவிட்டு, தேரைவிட கூட்டம் நகர்கிற (அதில் ஒரு தேர் அசைவின் லயம் வந்திருக்கும்) அழகைப் பார்க்கையில், கல்யாண வீட்டு வாழைமரக் குளிர்ச்சியைத் தடவிக்கொண்டு தெற்குமேட்டுச் சித்தப்பாவுடன் பேசிக்கொண்டு இருக்கையில், பரமனின் க்ராஜுவேட் காஃபி பாரில் நிற்கையில், ஒரு முறை கருப்பந்துறை மயானத்தில் வேம்படித் தெரு பெரியம்மைக்கு எரியூட்டிவிட்டு வருகையில் கூட, அவருடைய 'காப்பி குடிக்க துட்டுக் கேட்கிற' குரல் நமக்கு அருகில் கேட்கும்.

ஒருதடவை, நான் போயிருந்த கல்யாணவீட்டில் பந்தியில் உட்கார்ந்திருந்த அவரை எழுப்பி வெளியே விரட்டிக் கொண்டு இருந்தார்கள். கல்யாணமே ஆகாத அவருக்குத் தெரியாமலே

அவரைக் கூட்டிக்கொண்டு போய் குடும்பக் கட்டுபாடு ஆப்பரேஷன் பண்ணிவிட்டுவிட்டதாகவும் அதிலிருந்து அவர் பாதி ஆளாக மெலிந்துவிட்டதாகவும் சொன்னார்கள். சமீபத்தில் ஒன்றிரண்டு கல்யாண வீடுகளில் மேளக்காரர்களோடு ஒருவராக பின் வரிசையில் உட்கார்ந்து சிங்கியைத் தட்டிக்கொண்டு இருந்ததை நானே நேரில் பார்த்திருக்கிறேன். கையில் காசிக் கயிறு, கழுத்தில் உத்திராட்சம், திருநீறு என மிகுந்த ஒருமையுடன் தாளத்திற்கும் தவிலுக்கும் நாதஸ்வரத்திற்கும் ஒன்றி அப்படிஅவர் அமர்ந்திருப்பது எனக்குப் பிடித்திருந்தது.

எப்போது பார்த்தாலும் அண்ணனைப் பற்றிக் கேட்பார். அண்ணனுக்கு எத்தனை பிள்ளைகள், அண்ணனுக்கு பாரிஸ் கார்னரில் அலுவலகம் எங்கே, எங்கள் பூர்வீக சுடலமாடன்கோவில் தெரு வீட்டில் யார் இருக்கிறார்கள், ரத்தினச் சித்தப்பா இறந்து ஏழெட்டு வருடங்கள் ஆகிவிட்டது எல்லாம் அவருக்குத் தெரியும். அதைக் கேள்விகளாகக் கேட்டு உறுதிசெய்துகொள்வார். ஆனால், கடைசியில் அவருடைய நிழல் நம்முடைய நிழலைத் தொடுவது போல், மெதுவாக 'காப்பி குடிக்கக் கிடைக்குமா டே?' என்பார்.

நேற்று அவரை நீண்ட இடைவெளிக்குப் பின் பார்த்தேன். டவுணில் சின்னச் சின்ன ஜோலிகள் இருந்தன. அப்பர் க்ளாப்டன் பள்ளிக்கூடம் பக்கம் காத்திருக்கிறேன். சாரல் விழுந்துகொண்டு இருக்கிறது, ரத்னா நெய், வெண்ணெய் ஸ்டோர் என்ற போர்டைப் பார்க்கும்போதே அந்த வினோத வாசனை மூக்கில் ஏறுகிறது. ஜெய்ன் கோவிலில் இரண்டு மார்வாரிப் பெண்கள் மஞ்சள், சிவப்பு முக்காடிட்டு நிற்கிறார்கள். புகைத் திரளின் அரூபத்திலிருந்து தன்னைத் திரட்டிக் கொண்டுவந்தது போல் 'ஜப்பான்' வந்துவிட்டார். வழக்கமாக கையில் அகப்படுவதை அவரிடம் கொடுத்துவிடுவேன். நேற்று ஏன் அப்படித் தோன்றியது என்று தெரியவில்லை. காப்பி குடிக்கத் துட்டுக் கேட்டால் கொடுக்கக்கூடாது. என்ன நச்சரித்தாலும் கிடையாது என்ற முடிவில் இருந்தேன்.

'என்னடே நல்லா இருக்கியா?' என்றார். நான் ஒற்றைச் சொல்லில் பதில் சொல்லிவிட்டு, இப்படித்தான் ஆரம்பிப்பார், ஆனால் கடைசியில் துட்டுக் கேட்பார் என்று பக்கத்தில் நிற்கிற ஆட்டோ நம்பரை வாசிக்கிறேன். 'பென்ஷன் ஆய்ட்டுதுல்லா? அறுபத்தஞ்சு இருக்காது உனக்கு?' என்றார். நான் அதைச் சுருக்கமாக ஒப்புக்கொண்டேன். இன்னும் இரண்டு விசாரிப்புக்களின் பின் அவர் நிச்சயம் காசு கேட்பார் கொடுக்கக்கூடாது என்று என்னைக் கெட்டிப்படுத்திக் கொண்டேன். அவர் முகத்தைப் பார்க்கவில்லை.

'அண்ணனுக்கு என்ன டே செஞ்சுது? இடையில ஒரு நாள் அப்பாவைப் பார்த்தேன். அவ்வோ தான் அவன் தவறிப் போன விபரம் சொன்னா' என்றார். 'புள்ளகள் எல்லாரும் நல்லா இருக் காங்க இல்ல? எல்லாத்துக்கும் கல்யாணம் பண்ணிக் கொடுத் திட்டான் இல்லையா?' என்றார். 'நீ அடிக்கொருக்க எல்லாத் தையும் போய் எட்டிப்பார்த்துக்கோ என்ன?' என்று அவர் சொல்லும் போது எனக்குக் கண் கலங்கிவிட்டது.

'உன்னைப் பாத்ததும் கணவதியைப் பத்தி விசாரிக்கணும்னு தோணுச்சு' என்று சொன்னதுடன் நிறுத்தவில்லை, 'பொறத்தாலே இருந்து பார்க்கும்போது நீ அப்படியே அவன் மாதிரித்தான் இருக்கே' என்று சொல்லிவிட்டு 'அப்போ பாப்போம் டே' என்று புறப்பட்டார். போகும் போது முதல் முறையாக என் தோளை லேசாகத் தட்டிக் கொடுத்தார்.

அவர் மார்க்கெட் பக்கமாகத் திரும்பும்வரை அவரை அப்படியே பார்த்துக்கொண்டு இருந்தேன்.

அவர் இனிமேல் எதுவும் என்னிடம் கேட்கவே மாட்டாரோ என்று எனக்குக் கஷ்டமாக இருந்தது.

✦

அதன் போக்கில்

மனம் வனமிருகங்களைப் போல நுட்பமானது.

ஒரு சருகு உதிர்வதை, புல்லின்மீது புழு ஊர்வதை அது காதுயர்த்திக் கேட்கிறது. ஒடிபடும் கிளையின் பச்சையை, பின்கால்களால் பரபரவென்று கீறி, கழிவை மூடும் ஈரமண்ணை நாசி விரித்து உணர்கிறது. வேட்கையை, இணக்கத்தை, வேட்டை யாடலை, பயத்தை வாலசைவுகளில் எதிர் மிருகத்திற்குச் சொல்கிறது.

ஒரு மான் குட்டி பிறந்திருப்பதை, பேருடலுடன் யானை சாய்ந்துவிட்டதை, எங்கோ மழை திரள்வதை, தொடர்மலையின் மறுபக்கச் சுனை பெருகுவதை, குடும்பம் குடும்பமாக முளைத் திருக்கிற காளான் குடைகளை, வேதியத் துகளாகிவிட்ட சாணத்தின் மீது மொய்க்கிற இளம்பச்சை நீர் நிறப் பட்டாம் பூச்சிகளின் சிறகசையா தீப வடிவை எல்லாம் அது ஒரு கூரிய ஆதிப் புலனால் அறிகிறது.

முப்பது அடி தூரத்திற்கு அப்பால், புனித மேரி தெரு தன்னை வேறு சாயலில் வைத்திருந்தது. பின்மழைச் சிறு தாவரங்கள் தரை யோடு தரையாக இன்னொரு அமைதியில். இன்னும் நெருங்கினால், வெள்ளை வாகனம் சிவப்பு இட வல எழுத்துக்களுடன். சாயமிழந்த துணிப்பந்தலை இழுத்துக் கட்டும் இரும்பு முளைக்குத் தெருவில் குழி தோண்ட, தரை அதிர்ந்தது. தார்க் கருப்பில் பேபி ஜல்லிகள் குதித்தன. நான் மரணத்தை உணர ஆரம்பித்தேன்.

யாருடையது என அறியாமல் சுற்றிலும் நிகழ்ந்துகொண்டு இருக்கும் மரணத்தில், இது யாருடையது என அறிய விரும்பினேன்.

என்னைத் தாண்டி வேகமாக விரைந்துபோய் அந்த வாசல் பக்கம் நின்ற வாகனத்தில் வெளிறிய பிளாஸ்டிக் நாற்காலிகள். அந்த வீடு எனக்குப் பரிச்சயமான ஒன்று. அந்த குறிப்பிட்ட வீட்டில் இருக்கிற ஒரு பேராசிரியையும், அதற்கு அடுத்த வீட்டு ஓய்வு பெற்ற பேராசிரியரின் மனைவியும் எதிர்ச் சுற்றாக என் முன் நடந்து செல்வார்கள்.

மரணம் பைத்தியக்கார விரல்கள் உடையது. யாரையும் பறிக்கும். யாராக இருக்கும் எனத் திரும்பினேன். ஒரு சரிவான கோணத்தில் கண்ணாடிப் பேழை இன்னும் ஒரு குளிருடலை ஏந்துவதற்காக கிடத்தப்பட்டிருந்தது. வேறு யாரும் வாசலில் இல்லை. இருந்தால் கேட்டிருப்பேன். 'யாருமற்ற மரண வீடு' என்ற தலைப்பை மனம் உச்சரித்தது.

தெருப்பக்கம் பன்னீர்ப் பூக்கள் உதிர்ந்து கிடந்தன. எதிர்ப் புறக் கட்டுமானத்தில் ஒரு வடக்கத்திய இளைஞன், இடது காதில் பொருத்திய கைபேசியோடு, ஒரு அலுமினியப் பாத்திரத்தில் சமையல் துவங்கியிருந்தான். மூன்று கால்களை மட்டும் ஊன்றி அந்த வெள்ளை நாய் சூரியனைப் பார்க்க ஓடிக்கொண்டு இருந்தது. பன்னீர்ப்பூ வாசனையோடு பன்னீர்ப் பூ இருந்தது. அதிகாலைச் சமையல் அதனுடைய கொதிப்பில் மூடியிருக்கும் ஈய வட்டத் தட்டை சிறுகுரலுடன் நகர்த்தியது. வலப்பக்க பின் கால் தொய்வுடன் செல்லும் நாயின் வால் உயர்ந்திருந்தது.

நான் நடப்பதை நிறுத்தவில்லை.

சுற்றி நிகழ்வதை எல்லாம் அதன் போக்கில் நிகழ விடுகிறது. அது நிகழ்கிறது. மரணம் எப்போதுமே அப்படித்தான்.

◆

காற்றே, காற்றே

‘நான் மலரோடு தனியாக ஏன் இங்கு நின்றேன், என் மகராணி உனைக் காண ஓடோடி வந்தேன்’ என்ற வரிகளைக் கண்ணதாசன் மட்டுமே எழுதியிருக்க முடியும்.

அது ஹிந்தி இசைக்கு தமிழில் எழுதப்பட்டது வேதா இசைக்கோர்ப்பில் என எல்லோர்க்கும் தெரியும். சிறைச்சாலை திரைப்படத்திற்கு இளைய ராஜாதான் இசை. அது மலையாள மொழிமாற்றப் படம். அதன் அத்தனை பாடல்களையும் அறிவு மதியால் மட்டுமே அப்படி எழுதியிருக்கமுடியும். எந்தப் பாடலைக் கேட்டாலும் அது தமிழ்ப்பாடலாகவே இருக்கும், முக்கியமாக ‘பூவே செம்பூவே, உன் மேகம் நான்’.

இன்றைக்கு மீண்டும் அப்படியொரு பாடலைக் கேட்டேன். பழநி பாரதி எழுதியது. 'செல்லுலாய்ட்' மலையாளப் படத்தில் ஏற்கனவே வைக்கம் விஜயலட்சுமி பாடியே, ‘காட்டே, காட்டே’ (காற்றே, காற்றே) பாடலின் தமிழ் வடிவம்.

சாம்ராஜ் தான் முதலில் அந்த மலையாளப் பாடலை இணைத்து அனுப்பியிருந்தார். வைக்கம் விஜயலக்ஷ்மி பார்வைக் குறைவு உள்ளவர். அவர் பாடும்போதே இயல்பாகச் செய்யப்பட்ட ஒளிப்பதிவுகளுடன் அதைக் கேட்க நேர்ந்ததும் பெரும் நிலை குலைவு உண்டாகிவிட்டது. அகன்ற கண்களும் விசாலமான சிரிப்போடும் அவர் பாடப்பாட, தீப் பாய்ந்ததுபோல இருந்தது.

பொதுவாக பார்வைக்குறைவு உள்ளவர்களின் முகத்துச் சிரிப்பு பார்வையுள்ளவர்களை கூண்டில் நிறுத்தி விசாரிக்கிறது. அதிக பட்ச தண்டனைக்குரியவன் நான் என்ற குற்ற உணர்வை

ஒருகணம் நமக்கு உண்டாக்கி. மறுகணம் பெருங் கருணையுடன் மன்னித்து அனுப்பிவைக்கிறது. நான் விஜயலட்சுமியை அப்புறம் குரலாக மட்டும் கேட்டேன். என்னதான் முயன்றும் அந்தத் துரத்தும் சிரிப்பைவிட்டுத் தப்பிக்க இயலவில்லை.

இன்று பழநிபாரதி எழுதி, அதே வைக்கம் விஜயலக்ஷ்மி தமிழில், ஜி .ஸ்ரீ ராமுடன் இணைந்து பாடிய பதிவை சக்திஜோதி இணைத்து அனுப்பியிருந்தார். இதுவும் பாடல் பதிவின் போதே ஒளியும் ஒலியுமாய் வைக்கம் விஜயலக்ஷ்மியை நம் முன் வைக்கிறது. ஆச்சரியம். இப்போது அந்தத் துரத்தல் இல்லை. குற்ற உணர்வு இல்லை. நம் வீட்டுக்குள், நம் மூத்த அல்லது இளைய சகோதரி பாடுவதுபோல இருக்கிறது.

“காற்றே, காற்றே நீ
மூங்கில் துளைகளில்
கீதம் இசைப்பதென்ன?
வேனில் காலங்களும்
வேணு கானமும்
கீதம் இசைப்பதென்ன?

மேகம் மேகம் அது
போகும் வழிகளில்
நெஞ்சம் மிதப்பதென்ன?
பூட்டிவைத்த ஒரு
பூவின் கதவுகள்
காற்றில் திறப்பதென்ன?

நேற்று என்பது வெறுங் கனவு
இன்று என்பது புது நினைவு
சோகம் சுமந்த தோள்களிலே
பாய்ந்திட வருதே வெண்ணிலவு

முட்டி முட்டி பால குடிக்கும்
கன்னுக்குட்டிச் செல்லங்களும்
குட்டிக் குட்டிப் பூக்களிலே
தொட்டில் கட்டும் தென்றல்களும்
காதில் தேன் மொழி
சொல்கிறதே

அழகிய வானம் திறக்கிறது
ஆயிரம் கிளிகள் பறக்கிறது
பழகிய கிளிகள் கிழக்கினிலே
வானவில் ஒன்று வரைகிறது

மின்மினிகள் கண்களிலே
நட்சத்திரம் பூக்கிறதே

கிண்கிணியின் சந்தங்களில்
கீர்த்தனங்கள் கேட்கிறதே
நேரம் வந்தது
பூவாக"

இதைக் கேட்டு முடிக்கும் இக்கணம் ஜே.ஸி.டேனியல் மட்டும் அல்ல, வைக்கம் விஜயலக்ஷ்மி மட்டும் அல்ல, ஜி .ஸ்ரீ ராம் மட்டும் அல்ல, பழநி பாரதியும் எங்களுடன் இந்த வீட்டில் இருக்கிறார். இடையில் இடையில் அலையெனப் புரண்டு போகும் அந்த ஹார்மோனியத்தை வாசிக்கிறவனாக நான் இருக்க விரும்புகிறேன்.

✦

உள் ஆறுகள்

பாலருவி ஆரியங்காவு வனச்சரகத்தில் இருக்கிறது.

முந்திய நாள்வரை அருவியில் தண்ணீர் இல்லையாம். அன்றைய எங்கள் தினம் நீரால் ஆசீர்வதிக்கப்பட்டிருந்தது. வாகனத் திற்கும் பயணிகளுக்கும் சுங்கத் தீர்வை, அனுமதிக் கட்டணம் உண்டு. செலுத்தினால்தான் மேற்கொண்டு செல்லமுடியும்.

காத்திருந்த சமயத்தில் விற்பனைக்கு வந்த அந்தப் பெண் மாங்காய்க் கீற்றுகளுடன் வேறொன்றையும் சிறு தட்டில் ஏந்திக் கொண்டிருந்தாள். கருத்த பெண். மினுமினுக்கும் அந்தக் கருப்புக்கு வேறு உதாரணங்கள் இல்லை. அப்படியொரு பல் வரிசை. சுடரும் கண்கள். பதினெட்டு அல்ல. இருபது அல்ல. முப்பத்தைந்து இருக்கலாம். இந்த வாழ்வின் துக்கத்தை, சந்தோஷத்தை, ஆணை, குழந்தைகளை அறிந்திருந்த முழுமை.

காகிதக் கப்புகளில் வைத்திருந்ததை 'பன்னீர் கொய்யா' என்றாள். அது கொய்யாவைவிட்டு வெகுதூரத்தில் இருந்தது. பழ வடிவு கிடையாது. பூ வடிவில் இருந்தது. ஒரு மலைபடு பூவாகக் கூட இருக்கலாம் அது. மஞ்சளும் ஆரஞ்சுமாக நிறத்தில் ஒரு பழுக்கிற தக்காளியை ஞாபகப் படுத்தியது.

இரண்டு பேர்களிடம் துவக்கிய வியாபாரத்தில், நான் வாங்கத் தயாராகிவிட்டேன் என்பதை அந்தப் பெண்ணால் படித்துவிட முடிந்தது. 'வாங்கிக்கொள்ளுங்கள். ருசியாக இருக்கும்' என்னிடம் நியாயப்படுத்தினாள். வாங்குவதா வேண்டாமா என்ற தயக்கத்தின் புள்ளியை நான் அடைந்துவிடும் முன் என்னுடைய கையில் அதைச் சேர்த்துவிடும் நேரத்தை ஒரு சிரிப்புடன் அந்தப் பெண் அறிந்திருந்தாள்.

வாங்கிக் கொண்டேன். வியாபாரம் நவீனமடைந்து, ஒரு காகிதக் கப்பில் அவை அடுக்கப்பட்டிருந்த விதம் எனக்குப் பிடித் திருந்தது. தின்றுபார்த்தால் அடிப்படையில் அரி நெல்லிக்காய் ருசியுடன் துவங்கி, அப்புறம் எந்த ருசியும் அற்றுப்போனது. ருசியற்ற இடத்தை அடைந்ததுதான் ருசியைவிட எனக்குப் பிடித்திருந்தது.

முரப்ப நாடு வல்ல நாட்டுக்கு முந்திய கிராமம்.

சிவகாமசுந்தரி சமேத கைலாச நாதர் கோவில் ஆற்றின் கரையில் இருந்தது. நாங்கள் கோவில் துறையில் குளிக்கவில்லை. அதைவிட்டு விலகி இன்னொரு துறை இருந்தது. சிந்து பூந்துறையும், குறுக்குத் துறையும், முன்னடித் துறையும், கருப்பந்துறையும் மணலற்றுப் போக, தாமிரபரணி இங்கே மணல் உள்ள ஆறாக ஓடிக்கொண்டு இருந்தது. நல்ல 'இழுப்பு' தண்ணீரில். ஆனால் இடுப்பளவு இருந்தால் அதிகம். மீன் கடித்தது. குனிந்து மணல் அள்ளினால் சிப்பி கிடைத்தது. கூழாங்கல் கிடைத்தது. ஆகாயத் தாமரை ஒன்றிரண்டாக தண்ணீர் ஓட்டத்தில் நம்மைத் தாண்டி பச்சை அகலாய் நகர்ந்து போனது.

ஓடுகிற தண்ணீர் காலத்தைத் தொலைக்கிறது. வயதை அழிக்கிறது. கவலை எதுவும் உண்டெனில் அதைக் கழற்றிக் கரையில் வைத்துவிடுகிறது. நீரில் சிரிக்க மட்டுமே முடியும். எல்லோரிடமும் மகிழ்ச்சியின் ஈரம் மட்டுமே. எல்லோருடைய கண்களும் சிவந்து, ஒரே ஒருவருடைய கண்களாகி.

குளித்து முடித்து, ஒரு வேப்பமரத்தடியில் உட்கார்ந்து சாப்பிட்டோம். அந்தப் பாட்டி வந்தாள். பாட்டி என்பது நன்றாக இல்லை. 'என்னமோ' மாதிரி இருக்கிறது. ஆச்சி வந்தாள். அதுதான் சரி. ஆச்சிக்கு பசலிக்கொடி மாதிரி உடம்பு. மருந்துக்குக் கூடப் பல் இல்லை (மருந்துக்கு எதற்குப்பல்? விருந்துக்குத் தானே வேண்டும்). பொக்கை வாய்க்கு ஒரு அழகு வந்துவிடுகிறது. பள்ளத் தாக்குக்கு ஒரு அழகு. காலியாகக் கிடக்கும் மத்தியானத் தெருவுக்கு ஒரு அழகு. எண்ணெய் தேய்த்துக் குளிக்கத் தோடு மூக்குத்தி கழற்றிய முகத்துக்கு ஒரு அழகு. இப்படியாக இதுவும்.

வயது எழுபதுக்கு மேல் எதுவுமாக இருக்கலாம். மைல்கல் இல்லாவிடில் ஊர்போய்ச் சேர முடியாதா என்ன?

ஒரு கம்பை ஊன்றியபடி விரைப்பாக வந்தாள். கூனல் கிடையாது. ஆச்சிக்கு முன்னால் ஆச்சி சிரிப்பு வந்தது.

'ஆச்சி, இட்லி தரட்டுமா? எங்க கூட இருந்து ரெண்டு சாப்பிடுதியா?'

'சாப்பாடு ஆச்சுய்யா' இதுவும் சிரிப்போடுதான். ஆச்சி கை நீட்டிக் காசு எதுவும் கேட்கவில்லை. நான் கொடுத்தால் அது நன்றாக இருக்காது இல்லையா. இரண்டரை வயது ஆதியிடம், 'ஆச்சிகிட்ட கொடு' என்றேன்.

ஆதி கொடுத்தான். சந்தோஷமாக வாங்கிக் கொண்டாள். எவ்வளவு காசு அது, எட்டணாவா, ஒரு ரூபாயா, இரண்டா, ஐந்தா என்று எல்லாம் பார்த்துக் கொள்ளவில்லை. 'மகராசன்' என்று ஆதியை முத்தினாள். எந்த ஊரிலிருந்து வந்திருக்கிறோம் எனக் கேட்டாள். ஆற்றில் 'நல்லா'க் குளித்தீர்களா? கோவிலுக்குப் போய் சாமி கும்பிட்டீர்களா? என்று விசாரித்தாள். குனிந்து அணிலோ வௌவாலோ கடித்துப் போட்டிருந்த மாம்பழத்தை எடுத்துக் கொண்டாள். 'வீட்டுக்குப் போகும் போது ஒரு குடத்துல ஆத்துத்தண்ணி எடுத்துகிட்டுப் போங்க. கைலாச நாதரு தீர்த்தம்' லா அது' என்று அதற்கும் சிரித்தாள். சிவகாமசுந்தரிச் சிரிப்பு.

இது எல்லாம் பெரிதில்லை. அவள் அடுத்துச் சொன்னதுதான் முக்கியம்.

'எல்லாரும் ஏம் வீட்டுக்கு வந்துட்டு, வெயில் தாழப் போகலாம் 'லா' சிரிக்காமல் இதையும் அவளால் சொல்லமுடியவில்லை. சிரிப்பு இல்லை. ஆனந்தம். வெயில் மாதிரி, நாங்கள் உட்கார்ந்திருந்த வேப்ப மர நிழல் மாதிரி, ஆச்சியின் சிரிப்பு எல்லோர் மேலும் பிரகாசமாக, குளுமையாக விழுந்தது.

நாங்கள் பதிலே சொல்லவில்லை. சொல்ல முடியவில்லை. உலகத்தில் எல்லாவற்றிற்கும் பதில் சொல்லவேண்டும் என்று கட்டாயமா என்ன?

முக்கூடல் ஆறு அத்தனை தெளிவாக இருந்தது.

பளிங்கு மாதிரித் தண்ணீர். கடுகையோ மிளகையோ போட்டால், விழுந்த இடத்தில் அப்படியே மணலோடு அள்ளி விடலாம். அப்படி ஒரு சுத்தம்.

ஓடுகிற ஆற்றில் மணலை அள்ளிப் பார்க்கவேண்டும். அது ஒரு அனுபவம். முதலில் ஒரு குத்துத் தண்ணீரை அள்ளுகிற மாதிரி இருக்கும். அப்புறம் ஒரு குத்து மணலை அள்ளின மாதிரி இருக்கும். பின்பு யார் யாரின் அஸ்தியையோ ஒரு குத்து அள்ளின மாதிரி. ஒரு குத்து காலத்தை அள்ளிய மாதிரி உற்றுப் பார்த்தால் உள்ளங் கையில் அகாலத்தின் பொன் மினுங்கும். கைப்பிடியில் மணல்கடிகை ஒழுகிக் காலம்அளக்கும். மணலை அள்ளுவதற்கே

கை. கையால் அள்ளப்படுவதற்கே மணல் என்பதே கணக்கு அல்லது கணக்கின்மை.

இரண்டு மூன்று பேரிடம் கேட்டுவிட்டோம். முக்கூடல் (திரிவேணி சங்கமம் என்பதற்கு எவ்வளவு அழகிய தமிழ்) என்றால் என்னென்ன ஆறுகள்? முதல் ஆறு தாமிர பரணி. இரண்டாம் மூன்றாம் ஆறுகள் எவை? யாருக்கும் தெரியவில்லை. தெரியவில்லை என்று சொல்லமாட்டார்கள் அல்லவா.

சிரித்தார்கள். ஆறும் நீரும் சிரிக்கச் சொல்லும். ஆற்றங்கரைச் சிரிப்பு ஆற்றங்கரை நாணல் மாதிரி, தாழை மாதிரி.

கரையோரம்தான் கோவில். முத்துமாலை அம்மன் கோவில். அப்புறம் போகாவிட்டால் எப்படி? முத்துமாலை அம்மன் அழகாக இருந்தாள். பொதுவாக நான் பார்த்த எல்லா அம்மன்களுமே இப்படி நன்றாகத்தான் இருக்கிறார்கள். உயரமாக, தீர்க்கமாக, வாட்ட சாட்டமாக, நேரில் நிற்கிற மாதிரி.

கோவில் என்றால் பக்கத்தில் இரண்டு கடை இல்லாமலா? ஒரு கடை இருந்தது. 'டீ கிடைக்குமா?' என்று கேட்டோம்.

'இருக்கு' என்று சிரித்தார். ஒடுங்கிய 'சித்துப் போல' முகம். நரைத்த தலை. நரைத்த மீசை. நரைத்த சிரிப்பு. எல்லாம் பஞ்சு மாதிரி. டவுண்காரர்களின் சந்தேகம் நம்மைவிட்டுப் போகுமா?

'தம் டீயா தாத்தா?'

தாத்தா சிரிப்பு மாறாமல் இடப்பக்கம் கையைக் காட்டினார். ப்ரூ கலவை இயந்திரம். காஃபி சதுரம் தனி. தேனீர் சதுரம் தனியாக. 'எவ்வளவு?' என்று நாங்கள் கேட்போம் என்று நினைத்திருப்பார் போல. 'ரெண்டும் ஆறாறு ரூவா; என்றார். அப்படிச் சொல்லும்போதே என் கையில் ஏந்தியிருந்த ஆதியின் கன்னத்தை லேசாகத் தடவினார். முதலில் இரண்டு பேர் குடித்து 'டேஸ்ட்' பார்த்தோம். நன்றாக இருக்கிறது என்று மேலும் மூன்று பேர் குடித்தார்கள். அவர்களுக்கும் பிடித்துப் போகவே, தூரத்தில் மரத்தடியில் நின்ற பெண்கள் இருவரை வரச்சொல்லிக் குடிக்கச் சொன்னோம். மொத்தமாகச் சொன்னால் என்ன என்று அவர் அலுத்துக்கொள்ளவில்லை.

'கணக்கு ஒழம்பீராம' என முணுமுணுக்கவில்லை. சிரித்துக் கொண்டே ஒவ்வொரு கப்பாக ஊற்றிக் கொடுத்தார். ஒரு துணியால் அவ்வப்போது சிந்திய துளிகளைத் துடைத்தார். 'சூடா

இருக்கா? ஆத்திக் கொடுக்கவா?' என்று அர்ச்சனாவைப் பார்த்துக் கேட்டார். 'ஒங்க பேத்தியா, முழுப்பரிட்ச லீவுக்கு வந்திருக்காளா?' என்ற கேள்வி என்னிடம்.

'எவ்வளவு ஆச்சு?' என்று கணக்கு முடிக்கும்போது எனக்கு அவரிடம் கேட்கத் தோன்றியது. 'இந்த முக்கூடல்னு சொல்லுதாங்களே. மூணு ஆறு எதெல்லாம்? ஒண்ணு தாமிரபரணி. மத்த ரெண்டு?'

அது புறப்பட்டு வருகிற திசைகள் எல்லாம் சொல்லி, 'ரெண்டாவது கருணை ஆறு. மூணாவது உள்ளாறு" என்றார்.

எனக்கு மூன்றாம் ஆற்றின் பெயர் பிடிபடவில்லை. 'மூணாவது ஆறு என்ன?' மறுபடி கேட்டேன்.

'உள். உள். உள்ளாறு. உள்ளே வெளியேண்ணு சொல்லு தோம்லா. அந்த உள். கண்ணுக்குத் தெரியாம உள்ளே ஓடுத ஆறு. எப்பவுமே கண்ணுக்குத் தெரியாம ஓடுத ஆறுதான் விஷேசம்' அவர் சொல்லி முடித்தார். சிரிப்பு இப்போதும் இருந்தது. கண்ணுக்குத் தெரியாத ஆறு மாதிரிச் சிரிப்பு அது.

'வடக்கே கூட இப்படித்தான். கங்கே தெரியும். யமுனே தெரியும். மூணாவது ஆறு சரஸ்வதி கண்ணுக்குத் தெரியமாட்டா. அவ உள்ளாறு, உள்ளாறு தான் எப்பவுமே விஷேசம்' அவர் எங்களைப் பார்த்து அல்ல, முக்கூடல் ஆற்றைப் பார்த்துச் சொல்லிக் கொண்டிருப்பது போல இருந்தது.

நாங்கள் புறப்படும்போது ஒரு அமைதி வந்துவிட்டிருந்தது. அதுவரை தொங்கி அசைந்துநின்ற ஆலமரவிழுதுகள் எல்லாம் அங்கங்கே அசைவை நிறுத்தி இந்தக் கடையைப் பார்த்துபோல இருந்தது. அவரிடம் சொல்லிக் கொள்வது போல சிரித்தேன். அவர் பின்னால் திரும்பினார். கடையில் ஒரு முருகன் படம் இருந்தது. அதற்கு முன்பு ஒரு கொத்து மயில் பீலிகள். அதிலிருந்து ஒன்றை உருவி ஆதியின் கையில் கொடுத்தார். மறுபடியும் கன்னம் தடவிச் சிரித்தார். ஆதி என்னிடம் காட்டிச் சிரித்தான்.

எனக்கு மறுபடியும் முங்கிக் குளிக்கிற மாதிரி இருந்தது. அதுவும் அந்த கண்ணுக்குத் தெரியாத உள் ஆற்றில்.

✦

சைகைப் பேச்சு

நேற்றுக் கூடத் தென்காசியில் சாரல் விழுந்து கொண்டு இருந்தது. ஒரு கல்யாணத்திற்குப் போயிருந்தோம். கோமா வீட்டில்தான் தங்கல். கோமா என் அலுவலக சகா. அதை விடவும் அருமையான சிநேகிதர். இரண்டு மகன்கள், மருமகள்கள், பேரக் குழந்தைகள் என்று, நான் சமீபத்தில் பார்க்க முடிகிற சந்தோஷமும் நிறைவும் மிகுந்த கூட்டுக் குடும்பம்.

கோமாவின் நகைச்சுவை அவர் பையன்களிடமும் உண்டு. கோமாவின் கலகலப்பு அவர் மருமகள்களிடமும் எப்போதும். அவர் பேரன் பேத்திகள் அவரிடம் காட்டும் பிரியத்தை எங்களிடமும் காட்டும்.

பொதுவாக அதிகம் பேசாத என்னை அவர்களின் மற்றும் அந்த வீட்டின் இதம் சற்றுக் கூடுதலாகப் பேச வைக்கும். சிரிக்க வைக்கும். நாதஸ்வரத்தில் மூத்த கலைஞர் வாசிப்பதை, அவர் துணைக் கலைஞர் 'வாங்கி' வாசிப்பதுபோல, அவர்கள் சொல்லும் நகைச்சுவையின் அதே இழைகளில் நானும் அதே குரலில் திருப்பிச் சொன்னவை ஒரு நல்ல அலையை நேற்று எங்களுக்குள் உண்டாக்கி யிருந்தன. நான் அதிகம் பேசினேன். அதிகம் சிரித்தேன்.

ஊர் திரும்ப வந்துகொண்டிருந்தோம். பேருந்து நிலையத்தில் எங்களைத் தன்னுடைய வாகனத்தில் விட்டுவிட்டு வர, அவர் தன் பையனையே அனுப்பியிருந்தார். அவனுடனும், காரை விட்டு இறங்கும் வரை நான் சிரித்துக் கொண்டும், அவனைச் சிரிக்க வைத்துக்கொண்டும் வந்தேன். எனக்கே நான் வேறு விதமாக இருந்தேன். என்னைப் புதிதாகக் கண்டுபிடித்தது போலவும் இருந்தது.

அதிகம் பேசாத என்னைவிட, இப்படிச் சற்று அதிகம் பேசும் என்னைப் பிடித்திருந்தது.

பேருந்து நிலையத்தின் பக்கம் போக்குவரத்து அதிகம். ஒரு வளைவு. திரும்புவதற்காக நிறைய வாகனங்கள். நாங்கள் சற்று முன்னால் இறங்கிக் கொண்டோம். கதவை மூடுகிறவரை நான் அதிகம் பேசுகிறவனாக இருக்கும் சந்தோஷம். கையில் இருக்கும் கல்யாண வீட்டுத் தாம்பூலப் பையைப் பார்த்தால் கூடச் சந்தோஷமாக இருந்தது. அதனுள் உருளும் தேங்காயுடன் கூட என்னால் பேச முடியும் போல இருந்தது.

அப்போதுதான் எங்களுக்கு முன்னால் உறுமிக்கொண்டு நின்ற அந்த ஷேர் ஆட்டோவைப் பார்த்தேன். எந்த ஷேர் ஆட்டோவில் குறைவாக ஆள் ஏற்றுவார்கள்? வழிய வழிய உள் இருக்கைகள் போக, வெளிப்பக்கமாகவும் காலைத் தொங்கப் போட்டுக்கொண்டு ஆணும் பெண்ணுமாக உட்கார்ந்திருந்தவர்கள் ஒவ்வொருவராக இறங்கிக் கொண்டு இருந்தார்கள். முதலில் இறங்கியவர் அடுத்த வரை இறங்கச் சொல்லிக்கொண்டு இருந்தார். அடுத்து இரண்டு நடுத்தர வயதுப் பெண்கள். அவர்கள் இறங்கினார்கள். அப்படி அடுத்தடுத்து பத்துப் பன்னிரண்டு பேர். ஒரு ஷேர் ஆட்டோவில் இருந்து குற்றாலம் போய்விட்டு தென்காசி பஸ் ஸ்டாண்டில் இப்படி இறங்குவது புதிய காட்சியே அல்ல.

அவர்கள் சைகைகளில் பேசினார்கள், சைகைகளில் சிரித் தார்கள், சைகைகளில் ஓரமாக வந்து நிற்கச் சொன்னார்கள். பைகளை எடுத்தாகிவிட்டதா என்று சைகைகளில் கேட்டுக் கொண்டார்கள். யாரையோ தேடி, அவர் இறங்கிவிட்டாரா என, சைகையால் கேட்டு உறுதி செய்துகொண்டார்கள். பக்கத்தில்தான் பேருந்து நிலையம் என ஒருவருக்கொருவர் சைகையால் தெரிவித்துக் கொண்டார்கள். தேநீரருந்தலாமா, யாருக்காவது வேண்டுமாக எனச் சைகையால் கேட்டுக்கொண்டார்கள். நான் நானாக நினைத்துக் கொள்கிறேன். அந்தப் பெண்களில் யாராவது ஒருவர், செண்பகப் பூ கிடைக்குமா எனச் சைகையில் கேட்டிருப்பார் என.

சட்டென்று எனக்குள் எல்லாம் வடிந்து போயிற்று. நான் சற்று அதிகம் பேசுகிறவனாக வடிவெடுத்து இருந்ததில் இதற்கு முந்திய கணம் வரை அடைந்திருந்த அத்தனை சந்தோஷமும் காணாமல் போயிற்று.

அவர்களையே நான் பார்த்துக்கொண்டிருந்தேன். அவர்களை விட ஒன்றும் நான் அதிகம் பேசிவிட முடியாது. அவசியமும் இல்லை. ஒரு அருவியை அவர்களால் மட்டுமே சரியாக வர்ணிக்க முடியும். விழுகிற சாரலை அவர்களின் சைகைகள் உச்சரிப்பது போல ஒருபோதும் என் எச்சில் செய்துவிடாது.

ஒரு குறிப்பிட்ட தூரம் வரை நான் என் கைகளையும் விரல்களையும் மட்டுமே பார்த்துக்கொண்டிருந்தேன்.

அவற்றின் பேச்சை அவை துவங்கியிருந்தன.

◆

செய் முகம்

இன்றும் மஞ்சளில் அம்மன் முகம் செய்தேன். ஒவ்வொரு வருடமும் ஒவ்வொரு விதமான சாயலில் அந்த முகம் திரண்டு வந்து நிறையும் நேரம் தான் என்னுடைய சரஸ்வதி பூஜையின் தருணம்.

இன்று அம்மன் முகத்தை ஆயிரம் தடவைகள் பார்ப்பேன். அதைவிட மஞ்சள் நிறமும் வாசனையும் படர்ந்த என் விரல்களை ஆயிரத்து ஒரு முறைகள் பார்ப்பேன்.

எல்லோரும் ஒரு முகத்தைச் செய்து பார்க்கவேண்டும். அது அம்மன் முகம், சாமி முகமாக இருக்கவேண்டியது இல்லை. ஏதோ ஒரு மனுஷியின் முகம் அல்லது மனுஷனின் முகமாக இருந்தால் போதும். நம் விரல்களுக்கு இடையில் இருந்து ஒரு முகம் திரண்டு எழும் அந்த அருமையான நேரம் நமக்கு வாய்க்கும் போது, நாம் இன்னும் மேன்மையான மனிதன் ஆகியிருப்போம்.

ஒரு முகத்தைச் செய்த பிறகு இன்னொரு முகத்தைச் செய்யாமல் உங்களால் இருக்கவேமுடியாது. ஏன் எனில், நீங்கள் செய்வது உங்கள் வாழ்வின் பருண்மையான முகம். சொல்லப் போனால் அது வேறு யாருடையதும் அல்ல. நம்முடைய முகம் தான்.

✦

பதிலற்றவை

அந்தத் தெருப் பெயர் கூட எனக்குத் தெரியாது.

ஆனால் அந்தத் தெருவில்தான் அவரை எப்போதும் பார்த்து வருகிறேன். அடுத்தடுத்து மூன்று பிள்ளைகள். இரண்டு பையன்கள், ஒரு பெண். குழந்தைகள் இல்லாமல் அவரைப் பார்த்ததில்லை. தலையில் ஒரு பாத்திரம் இடுப்பில் ஒரு பாத்திரம் எனத் தண்ணீர் எடுத்துக்கொண்டு போகிறபோது கூட ஒரு பையன் அவர் கையைப் பிடித்துக்கொண்டே நடப்பான். ஒரு பெண் குழந்தை அவர் பின்னாலேயே போகும்.

தளர்வாடை என நான் சொல்கிற நைட்டிதான் அவருடைய முழு நாள் உடையாக இருக்கவேண்டும். அந்த தொண்ணூற்றுச் சொச்சம் இருக்கும் மிகத் தளர்ந்த முதிய பெண்ணை அந்த வீட்டுக்கு உள்ளே இருந்து மிகக் கனிவுடன் அழைத்து வந்து முன்பக்கத்துப் பிரம்பு நாற்காலியில் அமர்த்தும் போதும் அதே உடைதான். அந்த நேரத்தின் சித்திரம் இப்போதும்கூட எனக்குள் தொங்குகிறது. வேலை செய்கிற மற்றொரு வீட்டுக்கு மீனோ முட்டையோ வாங்கிக் கொண்டு போகும்போதும் நைட்டியில்தான். கைபேசியில் பேசிக் கொண்டே மஞ்சள் சரக்கொன்றை உதிர்கிற வீட்டுப் பக்கத்தில், அவரைப் போல இன்னொரு வீட்டில் வேலை பார்க்கிறவரிடம், அல்லது தேய்ப்பு வண்டிக்காரரிடம் பேசும் போதும் அதே தளர்வாடை.

தான் அழகு என்று அவருக்குத் தெரியும். அவருடைய உயரம், கருப்பு நிறம், அதையெல்லாம் விட எப்போதும் அவரிடம் இருக்கும் துறுதுறுப்பின் வெளிச்சம் அவர் எதிரே வரவேண்டும் என்ற எதிர் பார்ப்பை அந்தத் தெருவில் ஒவ்வொரு முறையும் எனக்கு உண்டாக்கி

இருக்கிறது. பார்க்காதது போல் பார்ப்பதையும், பார்க்கப் படாதது போல பார்க்கப் படுவதையும் யார்தான் விரும்பவில்லை. 'பராக்குப் பார்த்துக்கிட்டே நடக்காதேண்ணு எத்தனை தடவை சொல்லுததுʼ என்று நான் அவரை எதிர்கடக்கும் நுட்பமான சிறுபொழுதில், அவர் அவருடைய இரண்டாவது பையனைப் பார்த்துத்தான் சொல்கிறார் என்பதை நீங்களும் நானும் நம்புவோமாக, அதற்கும் அப்பால் புரிந்துகொண்ட ஒரு சிறு புன்னகையுடன். அகராதிக்கு வெளியே வழியும் அர்த்தங்கள் உடைய சொற்கள் சிந்தாத வாழ்வின் பக்கங்கள் உண்டா?

இன்று அவரைக் காய்கறிக் கடைப் பக்கம் பார்த்தேன். அந்தக் கடையில் ஏதோ வாங்கிக் கொண்டு திரும்பிக்கொண்டிருந்தார். அவருடைய வழக்கமான உடையான தளர்வாடையில் இல்லை. சேலையில் இருந்தார். வாடா மல்லிக் கலர் சேலை. சற்று அதிகப் பளபளப்பு உடையது. இடையிடையே மினுங்கும் பூக்கள் தைக்கப் பட்டிருந்தன. அந்த ஆழ்ந்த கருநீலத்தில் போர்த்தப்பட்டு அவர் பெரும் கனிவுடன் நடந்துவருவது நன்றாக இருந்தது. நான் எதிரே வருவதை அவரும் பார்த்துவிட்டார். தான் முதல் முறையாக இப்படி ஒரு முழுமையான உடையில் பார்க்கப்பட்டதில் அவருக்கு சந்தோஷம், நிறைவு, வெட்கம். தலை குனிந்தே இருந்தது. வகிட்டுப் பிளவு தெரிந்தது. உள்ளிருந்து பொங்கும் அத்தனை பெரு ஊற்றையும் உதடு நடுங்கும் ஈரச் சிரிப்புக்குள் தடுத்துவிட முடியும் போல.

நான் அவரை எதிர்கொண்டு கடந்து போகிற அந்தச் சிறுகணம் அது. அவர் என் முகத்தைப் பார்த்தார். 'காய் வாங்க வந்தீங்களா ஸார்?' என்று மிகத் தணிந்த குரலில் கேட்டார். சிரித்தார். போய் விட்டார். ஒரு மீன் கொத்திச் சிறகுகளுடன், வாடாமல்லி நிறம் பறந்தது.

நான் பதில் ஒன்றும் சொல்லவில்லை.

எல்லாக் கேள்விகளும் நம்மிடம் பதிலை எதிர்பார்ப்பதும் இல்லை. எல்லாக் கேள்விகளுக்கும் நாம் பதில் சொல்லும் அவசியமும் இல்லை. இது கூட நமக்குத் தெரியாதா என்ன?

◆

ரதோற்சவம்

ஏற்கனவே இரண்டு நாட்களாக மழை. இன்று ஞாயிற்றுக் கிழமை வேறு. இரு சக்கர, நான்கு சக்கரப் பாய்ச்சல் எதுவும் அற்ற நனைந்த தெருக்கள். மழை நட என்றும் சொல்கிறது. நடக்காதே என்றும் சொல்கிறது. நடக்கிறேன். சைக்கிளில் செல்கிறவர்கள் மட்டும் எதிர்ப்படுகிறார்கள். தாண்டிச் செல்கிறார்கள்.

கல்வெட்டாங்குழிப் பக்கம் சைக்கிளில் செல்கிறவரை இதற்கு முன் பார்த்ததில்லை. தினசரி தாள் வினியோகிக்கிறவர். வேட்டியை மடித்துக்கட்டி, கட்டம் போட்ட சட்டை போட்டிருக்கிறார். பொடி ஊதாக் கட்டம். தனக்குத் தானே, பேசிக்கொண்டே போகிறார். நிச்சயமாகக் காதிலிருந்து வயர் தொங்கப் பேசும் கைபேசிப் பேச்சு அல்ல. எந்த இழையும் அற்ற, எல்லா இழையும் அறுந்த பேச்சு. பேச்சுக்கிடையே வலது இடது வாசல்களில் தினசரியை வீசுகிறார்.

டிங் டாங் தேநீர்க் கடைப் பக்கம் பார்த்தவரும் தனக்குத் தானே பேசுகிறவராகவே இருந்தார். முதுகை வைத்து வயதை நிதானிக்க முடியவில்லை. மிக உரக்க, விழுகிற தூறலே கொஞ்சம் பதறுகிற வகையில், யாரோ ஒரு 'மணிகண்டன் பெண்டாட்டியை'த் திட்டிக்கொண்டே போகிறது சைக்கிள் குரல்.

தென்றல் நகர் பக்கம் வழக்கமாகத் தென்படுகிற, சைக்கிளில் கீரை விற்றுப்போகும் அம்மாவைக் காணோம். அப்படியே பார்த்திருந் தாலும் இப்படி எல்லாம் வாய்விட்டு ரோடு வழியே புலம்புகிற வராக நிச்சயம் இருக்கமாட்டார் அவர்.

நான் கொஞ்சம் முந்திவிட்டேன். அல்லது அந்தத் தலைப் பாகைக் காரர் கொஞ்சம் பிந்திவிட்டார். அவர் வழக்கமாக சைக்கிள்

கேரியரில் வைத்து விற்கும் பூச்செடி நாற்றுகளை இன்றும் வைத் திருந்தார். எல்லாம் இளம் நாற்றுகள். என்ன பூஞ்செடி என்று தெரியவில்லை. ஒன்றில் மட்டும் கத்தரிப் பூ நிறத்தில் ஒரு பூ அசைந்தது. சின்னஞ் சிறு பூ. அது அதனுடன் அல்ல, காற்றுடன், மழையுடன், என்னுடன், உங்களுடன் பேசிக்கொண்டே வந்தது. மனிதர்போல அல்லவே தாவரங்கள். அவை எல்லோருடனும் பேசும்தானே.

இந்த வரியில்தான் வருகிறார், நான் இந்தப் பதிவை இடத் தூண்டிய சைக்கிள்காரர். வக்கீல் அய்யா வீடு தாண்டி வருகிறேன். ஒரு எட்டு வைத்து வலது புறம் திரும்பவேண்டியது தான் பாக்கி. எதிரே சைக்கிளில் விக்ரமாதித்யன் வருகிறார். விக்ரமாதித்யன் என்றால் அவரேவா? இல்லை, அச்சு அசல் அதே ஜாடை. அதே தாடி மீசை. அவர் என்னையோ ராமச்சந்திரனையோ கோபாலையோ பார்த்தால் ஒரு சிரிப்புச் சிரிப்பாரே, அதே பிரியமான சிரிப்பு.

'என்ன நம்பி, அதிசயமா இருக்கு?' என்று சத்தம் போட்டுச் சொல்லியிருந்தால் கூட ஆச்சரியமில்லை. ஆனால், அப்படிக்கூப்பிட வில்லையே தவிர, நான் நம்பிக்கு என்று மனதில் சேகரித்து வைத்திருக்கிற சிரிப்பை அப்படியே அவருக்குச் சேர்த்துவிட்டேன். சைக்கிளில் வந்துகொண்டு இருந்தவரும் ஒரு குறையும் வைக்க வில்லை. தான் நம்பிராஜன் என்பது போலவும், 'என்ன கல்யாணி. உங்க வீட்டுக்குத்தான் வந்துக்கிட்டு இருக்கேன்' என்று சொல்வது போலவும் சிரித்தார். சிரிப்புக்கூட, பல் இல்லாததால் உதடு மடங்கி தாடி மீசை உள்வாங்க, அவருடையது போலவே இருந்தது.

நம்பியைப் போல இருக்கிற ஒருவர் தானாக எல்லாம் பேசுவாரா என்ன? அவர் இவ்வளவு தூரம் எனக்காக சைக்கிளில் வந்ததே பெரிது. ரதோற்சவம் வருகிற மஹாகவியல்லவா அவர்.

◆

கெட்டி மேளம்

நான் கிடைத்த இடத்தில் உட்கார்கிறவன்.

அந்தக் கால திரையரங்குகளில், தலைக்கு மேல் மின் விசிறி இருக்கிற இடமாகப் பார்த்து உட்கார்கிறவர்கள் உண்டு. அவர்களே போல்வர் இப்போது கல்யாண வீடுகளில் வசதியான உறவினர்கள், அல்லது நெருக்கமானவர்கள் இருக்கிற இடத்தைப் பார்த்து உட்கார் கிறார்கள். அது ஒரு வகைத் தேர்ந்தெடுப்பு தான். நான் மனிதர் களைத் தேர்வதில்லை. நான் நடக்கும்போது காலியாக இருக்கும் இருக்கைகளில் உட்கார்கிறேன். பக்கத்து நாற்காலியில் யார் இருப்பினும் சரி.

இன்றும் கூட அப்படித்தான். ஆனால் இடப்பக்கத்தில் இருந்த மூன்று பேரும் தெரிந்தவர்கள் தான். அப்படியே எல்லாவற்றையும் எல்லோரையும் பார்த்துக்கொண்டே இருந்தேன். புகைப் படம் எடுக்கிற, வீடியோ பதிவிடுகிற வீரபாகு எனக்கு ஏற்கனவே தெரிந்தவர். ஒரு புகைப்படக்காரர் இயங்கும் நேரத்தில் அவரைக் கவனிப்பது எனக்குப் பிடிக்கும். குழந்தைகள் வாசலில் விளையாடு வதை, உங்கள் நண்பர் வீட்டு வரவேற்பறையில் நீங்கள் இருக் கையில், அந்த வீட்டில் இயல்பாக நடமாடுகிற ஒரு பெண்ணை அல்லது முதியவரைக் கவனிப்பது போல அது.

எனக்கு முந்திய வரிசைக்கும் முந்திய வரிசையில், தூண் ஓரத்தில் அந்தப் பதின்வயதுப் பெண் உட்கார்ந்திருந்தார். இட வலமாக, மேல் கீழாக முகத்தை ஒரு கடிகார நொடி முள் போல நகர்த்தியபடி சிரித்துக்கொண்டே இருந்தார். யாரைப் பார்த்து? எல்லோரையும் பார்த்து. எதை நோக்கி? எல்லோரையும் நோக்கி.

அப்படி ஒரு சிரிப்பு. எல்லாவற்றுடனும் இருந்து, எல்லாவற்றையும் தாண்டிய சிரிப்பு. சித்தப் பிசகு என்பதே சித்த ஒருமை அல்லவா. அவர் சிரிப்பில் ஒன்றிப் போய் சிரிப்பாகவே ஆகியிருந்தார்.

இன்னொருவர் எனக்கு முந்திய வரிசையில் வந்து உட்கார்ந்தார். அவர் என்று சொன்னால் நன்றாக இல்லை. அந்த ஆச்சி என்றுதான் சொல்லவேண்டும். எழுபத்தைந்துக்கு மேல் இருக்கும். வீட்டையா இல்லை என்று பார்த்தாலே தெரிகிறது போல வெள்ளைச் சட்டை. நெற்றியில் அள்ளிப் பூசிய திருநீறு. கழுத்தில் இரண்டு மூன்று ஸ்படிக மாலை, வெள்ளியில் கோர்த்த உத்திராட்சம்.

ஆச்சி தானாக உட்காரவில்லை. அவளைப்பார்த்ததும் ஆளாளுக்கு எழுந்திருந்து அவள் கையைப் பிடித்து, 'இங்க உக்காரு, இங்க உக்காரு' என்று ஏக உபச்சாரம் செய்கிறார்கள். ஆச்சிக்குக் 'கொள்ளவில்லை'. அப்படிச் சிரிக்கிறார். அப்போதுதான் முளைத்த விதைபோல, ஒரே ஒரு பல் மட்டும் கீழ்ப்பக்கம் இருக்கிறது. மற்ற இடத்தைப் பூராவும் சிரிப்பு நிரப்பியிருக்கிறது. அது சிரிப்பு இல்லை. சந்தோஷம். இந்த வாழ்வில் இருந்து திரட்டித் திரட்டி யெடுத்து வைத்து, அவள் எல்லோர்க்கும் விநியோகித்துக் கொண்டிருந்த வாழ்வின் சாரம்.

ஆச்சி ஒருத்தர் கையைப் பிடிக்கிறாள். ஒருத்தர் தோளைப் பிடித்து, 'எம்புட்டு நாளாச்சுய்யா எல்லாரையும் பார்த்து' என்கிறாள். ஒருத்தரைப் பார்ப்பதே அவளுக்கு எல்லோரையும் பார்ப்பது ஆகி விடுகிறது. ஆண் கிடையாது. பெண் கிடையாது அவள் உலகத்தில். எல்லோர்க்கும் ஒரே கன்னம். கைவிரல்களைக் குவித்துக் கன்னத்தில் வைத்து, அதற்கு ஒரு முத்தம். ஒரு நொடி கூட யாரும் ஆச்சியைத் தொடாமல் இல்லை. ஆச்சியும் ஒருத்தர் பாக்கிவைக்காமல் தொடுகிறாள். சிரிக்கிறாள். விசாரிக்கிறாள். மறுபடி சிரிக்கிறாள். மறுபடி முத்துகிறாள். ஒரு பல் சிரிப்பில் உலகம் சுழல்கிறது.

நானும் பின்னால் தான் இருக்கிறேன். எனக்கும் கன்னம் இருக்கிறது. ஒரே ஒரு தடவை , என்னைக் கிள்ளி ஆச்சி முத்திக் கொள்ளமாட்டாளா என்று இருக்கிறது. நான் ஆச்சிக்கு முன் வரிசையில் சிரித்துக்கொண்டிருந்த அந்த சித்தம் மலர்ந்த பெண்ணைத் தேடுகிறேன். இந்தச் சிரிப்பு அந்தச் சிரிப்பைத் தொலைத்துவிட்டது. நிஜமாகவே அந்தப் பெண்ணைக் காணோம். அது இருந்த இடத்தில் வேறு யாரோ இருக்கிறார்கள்.

எனக்குப் புரிந்துவிட்டது. அந்தப் பெண் தான் இந்த ஆச்சி. அந்தச் சிரிப்பே இந்தச் சிரிப்பு. அவள்தான் இவளாக இருக்கிறாள். நான் இப்படிக் கிறுக்குத் தனமாக நினைக்கையில், ஆச்சி யார் கையைப் பிடித்துக்கொண்டோ அப்படிச் சிரிக்கிறாள். ஆச்சி சிரிக்கும் போது, சொல்லிவைத்தது போல கெட்டிமேளச் சத்தம் கேட்கிறது.

தாலி கட்டுவதற்கு மட்டும் தானா, ஆச்சியின் இந்த சிரிப்புக்குக் கெட்டி மேளம் வாசிக்கக்கூடாதா என்ன?

◆

வேம்பு, அவர், நான்

நான் போகும்போது அவர் வீட்டு முன் வாசலில் இருந்த செடி களுக்குத் தண்ணீர் பாய்ச்சியபடி இருந்தார். பெரிய முன் வாசல். பந்தல் போட்டால், அந்தக் காலம் போல வீட்டிலேயே மணமேடை போட்டுத் தாலிகட்டச் சொல்லிவிடலாம். அவ்வளவு பெரியது.

என்னை விட இரண்டு வயதாவது இளையவர். 'வாங்க அண்ணாச்சி' என்று சிரித்தார். இயல்பாகவே அவர் எதைச் சொல்வதற்கு முன்னாலும் பின்னாலும் சிரிக்கும் வகை. இந்தச் சிரிப்பில் அவர் கையிலிருந்த ரப்பர் குழாய்வழியாகப் பாய்ச்சிக் கொண்டிருந்த தண்ணீர்க் குளிர்ச்சியும் இருந்தது.

நிலத்தில் நீரோட்டம் பார்க்கிறவர்கள் ஒரு இடத்தில் டக்கென்று அசையாமல் நிற்பது போல, அவரை நோக்கிப் போய்க் கொண்டிருந்த நான் ஒரு இடத்தில் நின்றேன். மூச்சை இழுத்தேன். 'நல்லா இருக்கே. என்ன பூ வாசனை இது?' என்றேன். அவர் ஒரு நிமிடம் நான் நிற்கிற இடத்தைப் பார்த்தார். மறுபடி தண்ணீர்ச் சிதறலுக்குள் குனிந்தபடி, 'பவழ மல்லி அண்ணாச்சி. புற வாசல்ல நிக்கில்லா' என்றார். நான் குனிந்து குனிந்து வாசனையைப் பொறுக்க ஆரம்பித்திருந்தேன்.

'என்ன வேப்பமரத்தைக் குளிப்பாட்டி ஆகுது, காலங் கார்த்தால?' என்றேன். அவர் தனக்கு முன்னால் இருந்த வேப்ப மரத்தின் இடுப்பை, ஈரத்தை உடுத்துவது போல, சுற்றிப் பாவாடைக் கட்டாக, நனைத்துக்கொண்டு நின்றார். எனக்குப் பதில் சொல்ல வில்லை. நான் பக்கத்தில் போனதும், 'ஆமா அண்ணாச்சி. நிர்மால்ய பூசை' என்றார். முகம் வேறு மாதிரி இருந்தது. இறுக்கமும் இல்லை. இளகவும் இல்லை.

அவர் சொல்ல ஆரம்பித்தார். 'அண்ணாச்சி, இந்த வீட்டுக்குள்ள சுடலைமாட சாமி பூடம் இருக்கு. வாசல் மாடாக்குழியில புள்ளையார் இருக்கது உங்களுக்கே தெரியும். அது அது பாட்டில அது இருந்துட்டுப் போட்டும். யாரு எதைக் கும்பிடணுமோ அதை அவங்க கும்பிட்டுக்கிடட்டும். அது அவங்க பாடு. நமக்கு இதுதான்' என்று பட்டை வெடித்துக் கிளம்பியிருந்த வேப்ப மரத்தை விரல்களால் வருடினார்.

அது எத்தனை காலமாக நிற்கிறது என்று அவருக்குத் தெரியாதாம். இந்த மனை வாங்கும்போதே இங்கே நின்றதாம். சொல்லப் போனால் இதைப் பார்த்ததும் தான் இங்கே வீடு கட்டவேண்டும் என்றே அவருக்குத் தோன்றியதாம். வீடு நிறைய ஆள் இருக்கிற மாதிரி வெளியாட்களுக்குத் தெரியுமாம். ஆனால் ஒவ்வொருத்தருக்கும் யாருமே இல்லாதது போல, தனியாகத்தான் மனுஷாட்கள் எல்லாரும் இருக்கிறோமாம். இதைச் சொல்லும் போது, 'உங்களுக்குக் கூட யாருமே இல்லாத மாதிரிச் சிலசமயம் தோணி இருக்குமே' என்று கேட்டார். 'வியாபாரம், காரு,வண்டி, ஆளு அம்பு கல்யாணம் காட்சி எல்லாம் சரிதான். ஆனால் நிண்ணு என்னான்னு கேட்க உருத்தான ஆள் கிடையாது.' என்று கொஞ்ச நேரம் அமைதியாக இருந்தார். 'அப்படியே இருந்தாலும். நம்ம பாரத்தை அவன் தோளில இறக்கிவைக்கிறதுக்குள்ள, அவம் பாரம் நம்ம தலையில ஏறியிருக்கும். அது உள்ளது தானே' என்றார்.

'ஆதியோடு அந்தமா நான் எல்லாத்தையும் இதுகிட்டேதான் சொல்லுதேன். நல்லது கெட்டது எல்லாத்தியும் டைரி எழுதுத மாதுரி, எம் பேரன் பேத்தி ஹோம் ஒர்க் செய்ய்த மாதிரி, அது கிட்டேதான் சொல்லுதேன். சில சமயம் தடவிக் குடுப்பேன்,சில சமயம் தொட்டு முத்திக்கிடுவேன். ஏதாவது வெளியில வீட்டில தப்புப் பண்ணிட்ட மாதிரி இருந்தால் கையைக்கட்டிக்கிட்டு நிப்பேன். ரெண்டு மூணு தடவை முட்டி முட்டி அழக்கூடச் செய்திருக்கேன். எல்லாத்தையும் அது கேட்டுக்கிடும். சில சமயம் வருத்தப்படாத. சரியாப் போகும்'னு சொல்லும். சில சமயம் 'அட, பைத்தியாரா'ண்ணு லேசா சிரிக்கும். தெக்க போகாத, வடக்கே போ'ண்ணு கையைக் காட்டும். 'என்ன அவன் கூட ரொம்ப ஒட்டுதே. புண்ணாகிச் சலம் வச்சிரப் போகுது. பாத்துக்க'ண்ணு எச்சரிக்கை பண்ணும். இது எல்லாம் எண்ணிப் பத்தே நிமிஷத்தில முடிஞ்சிரும். எங்களுக்குள்ளே இப்படி ஒண்ணு இருக்குண்ணு காக்கா குருவிக்குக் கூடத் தெரியாது . 'ஆனா இருக்கு அண்ணாச்சி' என்று அவர் சிரித்தார்.

கையில் இருக்கிற குழாய்த் தண்ணீரில் தூர் முழுவதும் நனைந்த அந்த மரத்தையே பார்த்துக்கொண்டு நின்றேன்.

எனக்கு அந்த மரத்தைத் தொடவேண்டும் போல இருந்தது. தொடவில்லை. அவருடைய கையைத் தொட்டேன். கையில் இருந்த ரப்பர் குழாயை வாங்கினேன். தண்ணீரைப் பாய்ச்ச ஆரம்பித் திருந்தேன்.

வேப்ப மரத்தின் கீழே தானாக விழுந்து முளைத்திருந்த ஒரு சின்னஞ்சிறு வேப்பங்கன்று தன் தாமிர இலைகளுடன் நனைந்து. திரும்பத் திரும்ப என்னைப்பார்த்துப் பேசுவதாக அசைந்து கொண்டு இருந்தது.

என்ன சொல்கிறது என்று இனிமேல்தான் புரியும்போல.

◆

சந்தோஷம்

இன்று நீங்கள் நடைப்பயிற்சி செல்லும்போது, உங்களுடைய பாதத்தை, பாதி கடித்தும் கடிக்காததுமாக, பச்சையும் மஞ்சளுமான நிறத்தில், ஒரு மாம்பழம் தடுக்கியதா? இன்று உங்கள் வீட்டில் வாசல் தெளிக்கையில், நேற்றுப் போட்ட கோலத்தின் மேல், செக்கச் சிவப்பாக ஓர் வாதாம்பழம் கிடந்ததா? பள்ளிக்கூடத்திலிருந்து திரும்பிவருகிற உங்களுடைய பிள்ளையின் கையில் ஒரு காக்கைச் சிறகு இருக்கிறதா?

சந்தோஷப்படுங்கள், உங்களுடைய இந்த நாள் நன்றாகத் துவங்கி இருப்பதற்காக. சந்தோஷப்படுங்கள், இந்த நாள் நன்றாக நிறைந்துகொண்டு இருப்பதற்காக. ஒரு கடிபட்ட மாம்பழத்திற்காக, ஒரு வாதாம்பழத்திற்காக, ஒரு காக்கைச் சிறகிற்காக எல்லாம் ஒருவர் சந்தோஷப்பட முடியுமா என்று கேட்கிறீர்களா?

நிச்சயம் சந்தோஷப்படலாம். நீங்கள் மாமரங்களுக்கு அருகில், வாதா மரத்திற்கு அருகில் மட்டுமல்ல, பழம்தின்னி வவ்வால்களோடும் அணில்பிள்ளைகளோடும் காகங்களோடும் இருக்கிறீர்கள். உங்கள் உலகம் பத்திரமாகஇருக்கிறது.

அலுவலகத்திலிருந்து திரும்பிவரும்போது, உப்புப் போட்டுக் குலுக்கிய நாவல்பழங்கள் உள்ள ஒரு வெங்கலக் கிண்ணம் வீட்டில் உங்களை வரவேற்கிறதா? சந்தோஷப்படுங்கள். உங்களுக்குப் பிடித்த பெரியம்மாவைப் பார்க்கவேண்டும் எனத் திடீரென்று தோன்றுகிறது. பஸ் ஏறிப் போகிறீர்கள். வீட்டுக்குள் கால்வைக்கும்போது மஞ்சள் பொடி வாசனையுடன் பனங்கிழங்கு வேகிற வாசனை வருகிறது. சந்தோஷப்படுங்கள்.

இலந்தம்பழம் கொண்டுவருகிற உகந்தான்பட்டி ஆச்சிக்காக, மருதாணி அரைத்து எல்லோருக்கும் வைத்துவிடுகிற மீனாக்காவுக் காக, திருவாசகம் படித்துக்கொண்டே, பழைய செய்தித்தாள்களில் விதம் விதமாகப் பொம்மை செய்துதருகிற பூசைமடம் தாத்தா வுக்காக, சந்தோஷப்படுங்கள்.

‘கடவுளின் துகள்கள்’ கண்டுபிடிக்கப்பட்டுவிட்ட, மின்னணு மயமாகிவிட்ட வேகவேகமான பதிவிறக்க நாட்களில் இதற்கெல்லாம் ஒருவன் சந்தோஷப்படுவானா? என்று உங்களை யாரும் கேலி செய்யலாம். அந்த மெட்ரோ கேலிகளை, மாநகரக் கிண்டல்களை ஒதுக்கித் தள்ளுங்கள். அவர்கள் சுத்திகரிக்கப்பட்ட பாட்டில் தண்ணீரை விலைக்கு வாங்கிக் குடிக்கிறவர்கள். அவர்களை அதிகம் பொருட்படுத்தாதீர்கள். ஓடுகிற ஆற்றில், கல்மண்டபத்துப் படித் துறையில் இருந்து வட்டப்பாறைகளுக்கு நீங்கள் உங்கள் போக்கில் நீந்திச் சென்றுகொண்டு இருங்கள்.

உங்களுடைய நாணல் திட்டுகளுக்கு, தாழம்புதர்களுக்கு, புளியமரச் சாலைகளுக்கு நீங்கள் சந்தோஷப்படுங்கள். உங்கள் வீட்டுக்குப் போகிற வழியில் உதிர்ந்துகிடக்கும் வேப்பம் பூக்களுக்காக, பூக்கொறித்து, பூ உதிர்த்துத் தாவும் அணில் குஞ்சுகளுக்க்காகச் சந்தோஷப்படுங்கள்,

அரி நெல்லிக்காய்களுக்காக, செம்பருத்திப் பூக்களுக்காக, விதையுள்ள கொய்யாப் பழங்களுக்காகச் சந்தோஷப்படுங்கள்.

இயற்கை உங்கள் அருகில் இருக்கிறது. நீங்கள் இன்னும் இயற்கையின் நடுவில் இருக்கிறீர்கள்.

உங்கள் வீட்டுச் செம்மண் முற்றத்தில்தான் மழைக்குப் பிந்திய மண்புழுக்கள் நெளியும். உங்கள் வீட்டுச் சுவரோரம்தான் மார்கழி மாதம் வளையல்பூச்சிகள் ஊர்ந்துசெல்லும். சரியாகச் சுடப்பட்ட ஒரு பேக்கரி ரொட்டியின் நிறத்தில், ஒரு குடைக்காளான் நீங்கள் புகைப்படம் எடுப்பதற்கு நிற்பதுபோல முளைத்திருக்கும்.

உங்களுடைய தினங்களில், அணில்கடித்த பழமாக, வவ்வால் போட்ட வாதாங் கொட்டையாக, காக்கைச் சிறகாகக் கிடப்பவை எல்லாம் உங்களுக்கு மட்டுமே கிடைத்திருக்கிற சந்தோஷங்கள்.

கொஞ்சம் குனியுங்கள்.

உங்கள் சந்தோஷங்களைப் பொறுக்கிக் கொள்ளுங்கள்.

✦

நகர்ந்த பிறகு

என்னதான் வெயில் என்றாலும், இந்தக் கோடை காலத்தைப் பிரிவது ஏதோ ஒரு துயரத்தையே தருகிறது. ஒரு பூக்காரன் ஆக நான் அறிந்திருக்கும் மல்லிகையையும் ஒரு தோட்டக்காரன் என நான் பறிக்கிற இருவாட்சியையும் போல என்னையும் என் வியர்வையுடன் இந்தக் கோடை மட்டுமே பூக்கவைக்கிறது. வியர்த்த மிருகத்தை, வியர்த்த மனிதனை நாம் உற்றுப் பார்த்தால் இந்தக் கோடைகாலத்தையும் உற்றுப் பார்த்தவர்கள் ஆவோம்.

வெயில் நகர்ந்துகொண்டே இருக்கிறது, எல்லாம் நகர்வது போல. நிழல் நகர்வதன் மூலம் வெயில் நகர்வதை அறிகிறவர்களாக மட்டுமே நாம் இருக்கிறோம். அது தேவர் குளமோ பனை விடலிச் சத்திரமோ, ஏதோ கடன் வசூலுக்காக அலுவலக ஊர்தியில் போயிருக்கிறேன். எங்களைவிட, எங்கள் ஓட்டுநர்களுக்கே கடன்தாரர் முகங்களும் வீடுகளும் அத்துபடி. விசாரித்து வர அவர் போயிருக் கிறார். நான் நாங்கள் கடனுதவி செய்த இயந்திரக் கலப்பை அருகில் நிற்கிறேன். ஒரு விவசாயியின் எல்லா இடு பொருட் களுக்கும் உயிரும் ஆன்மாவும் உண்டு. அந்த இயந்திரக் கலப்பை, தன் அத்தனை துருவோடும், கரிசல் மண்ணோடும் என்னை ஒரு வேட்டைநாயைப் போலக் குரைத்துத் துரத்தத் தயாராக இருக்கிறது.

அதனுடைய எஜமானனை ஒருபோதும் காட்டிக் கொடுக்காது அது என எனக்கும் தெரியும். நான் வெறுமனே நிற்கிறேன்.

வெறுமனே என்று சொல்கிறோமே தவிர, அது எப்படி வெறுமனே நிற்கமுடியும். அதுவும் இப்படி வெயில் அடிக்கிற, சொல்லப்போனால் நெஞ்சு முழுக்க நிரம்பும் ஒரு வேளாண்மை வாடையடிக்கிற தெருவில் சும்மா நிற்பது என்பது உயிருள்ள

யாருக்கும் இயலாதது. நான், பெரும்பாலும் மண்ணால் கட்டப் பட்டிருக்கிற, குடி தண்ணீர்க் குழாய் சரியாக மூடப்படாமல் தண்ணீர் பெருகிக் கொண்டிருக்கிற, ஆள் நடமாட்டமற்று எனக்கு இடபுறம் ஒரு கிழிந்த துணிபோலக் கிடக்கிற தெருவில் வெயில் நகர்வதையே பார்த்துக் கொண்டிருந்தேன்.

ஒரு கண்ணில் அறுவைச் சிகிச்சை செய்து, பச்சை நிற படுதா போட்டிருக்கிற ஒரு வயசாளி மட்டும், தூரத்தில் அவரின் காலடியில் மிகச் சிறிதாகப் பதுங்கும் நிழலை இரும்புக் குண்டுபோல இழுத்துக் கொண்டு போகிறார். அவருடன் வெயிலும் போய்க்கொண்டு இருந்தது. இற்றுப் போன கூரை ஓலைவிளிம்புகள் நடுங்கும் மண் சுவர்களில் எட்டிப் பார்த்து மினுங்கும் ஒரு சப்பையான வெள்ளைக்கல் மீது, ஒரு பறவை நிழல் போல வெயில் நகர்வதைப் பார்த்த பிறகு, கடன் வசூலாவது ஒன்றாவது.

திரும்பி அலுவலகம் வரும்வரை நான் ஒரு வார்த்தை கூடப் பேசவில்லை. கல் குவாரிகளில் மினுங்கிக் கெக்கலிக்கும் வெயிலுக்கும், அந்த மண் சுவற்றுச் சப்பைக் கல்மீது நகர்ந்த வெயிலுக்கும் எத்தனை வித்தியாசம்.

●●●

எந்த ஜன்னல் வழியாக வந்ததோ, சொந்த வீடு மாதிரி நடமாடியதோ அதே ஜன்னல் வழிதான் வெயில் வெளியேறியிருக்கவும் வேண்டும். பூமிக்கும் சூரியனுக்கும் ஊடே வெள்ளி இடை நின்றதைக் கோளரங்கில் காத்துக் கிடந்து உருப்பெருக்கியில், தொலைநோக்கியில் பார்த்து, ஆங்கிலத்தில் மகிழ்ச்சிதெரிவித்த நகரக் குழந்தைகள், தினம் தினம் நகர்கிற இந்த வெயிலை ஒரு தடவை கூடப் பார்த்திருக்க வாய்ப்பில்லை. ஊடகங்கள் மட்டும் என்ன? இந்த முழுக்கோடையிலும் ஒரே ஒரு நாளாவது வெயில் நகர்வதைக் காட்டியிருக்குமா?

ஒரு கோடை காலப் பறவையை, சித்திரை வைகாசியில் நடக்கிற ஒரு முத்தாரம்மன் கோவில் கொடையை, பனை மரத்துப் பொந்துக்குள் இருந்து வெளியே பறக்கும் ஒரு பச்சைக் கிளியை, வெம்பரப்புக்குள் ஓடி, அப்படி ஓடிய ஓட்டத்தின் விதிகளில் ஏதோ தப்பு நேர்ந்துவிட்டது போல நின்று, மறுபடியும் ஓடுகிற ஒரு ‘ஓந்தானை’க் காட்டினாலே கோடையைக் காட்டினது போலத் தான், காட்டியிருக்குமா?

காட்டினாலும் காட்டாவிட்டாலும் வெயில் நகர்ந்து கொண்டு இருக்கிறது. பருவம் மாறிக் கொண்டிருக்கிறது. ஒரு கிராமத்து

வீட்டில் வேயப் பட்டிருக்கிற கொல்லம் ஓட்டு வளைவுகளில் மழையும் பனியும் வெயிலும் காற்றும் எழுதுகிற வரிகளை வாசிக்கமுடிகிறவர் களாக, வரையும் சித்திரங்களை அவதானிக்க முடிகிறவர்களாக, அந்தந்தப் பருவத்தில் விளையும் தானியங்களைக் கொத்தித் திரியும் பறவைகளாக இருப்பது பற்றி எஸ். ராமகிருஷ்ணனும் நானும் பத்துப் பதினைந்து வருடங்களுக்கு முந்திய சென்னை நாட்களில் பேசிக் கொண்டிருந்தோம்.

சரியாகச் சொன்னால், ராமகிருஷ்ணன் பேசினார். நான் அதைக் கேட்டுக் கொண்டிருந்தேன். நம்முடைய வாத்தியத்தில் வாசிக்க நினைக்கிற இசை முழுமையையும் தன்னுடைய வாத்தியத்தில் வாசித்துமுடித்துவிடுகிறவர் தானே அவர். ஒரு சீன, அல்லது ஜப்பானிய மனநிலையில் அன்றைக்கு அவர் இருந்தார். அன்று சொல்லியதை அன்றைக்கு அவர் எழுதியிருப்பின் அது ஜப்பானிய வரிவடிவத்தில் மேலிருந்து கீழாக இருந்திருக்கும். அவர் வசம் இன்றும் ஒரு மூங்கில் மூச்சு எப்போதும் இருக்கிறது.

பருவம் நுழைவது, பருவம் வெளியேறுவது, இரு பருவங்களின் சேர்மானம் என இவ்வளவு சொல்கிறேன். இதை எழுதும் போது, சரியாகக் கொக்கிகள் இடப்படாத ஜன்னல் கதவுகளில் ஒன்று, அறைந்து சாத்திக் கொள்கிறது. கொலுசு ஒலிப்பதுபோல, இன்னும் தன் புராதனம் மாற்றிக் கொள்ளாத கொக்கிகள், வலிக்காமல் கண்ணாடிக் கதவுகளில் மோதி, உலோக ஒலி எழுப்புகின்றன. எல்லாம் நன்றாகத்தான் இருக்கின்றன. ஆனால் எதுவும் நன்றாகவே இல்லை. எதற்கு வெயில் போகவேண்டும், காற்று வரவேண்டும்?

வெயிலை விலையாகக் கொடுக்காமல் இந்தக் காற்றைத் தருவிக்கவே முடியாதா? கொடுத்தும் கொளல்வேண்டியதா காற்று? இப்படிக் கேள்வி கேட்கிற நேரத்தில், விடைபெறும் வெயிலுக்குக் கை அசைத்து நிற்கலாம். வெயிலாக இருக்கட்டும். ரயிலாக இருக் கட்டும், நகர்ந்த பிறகு நம் மீது கவிகிற பெரும் துக்கம் இருக்கிறதே.

அது அந்தத் தண்டவாளங்களுக்குத் தெரியும். இந்தக் காற்றுக்குத் தெரியுமோ என்னவோ?

✦

சிரிப்பின் அளவுக்கு

அப்பாவைப் பார்க்கப் போயிருந்தேன். அப்பா என்னிடம் வேறொன்றும் கேட்கவில்லை. பன் ரொட்டி தீர்ந்துவிட்டது என்றார். இஞ்சி முரப்பா கிடைத்தால் நல்லது என்றார். இஞ்சி மிட்டாயைத் தான் இஞ்சிமுரப்பா என்று இங்கே சொல்கிறோம். 'முரப்பா' என்பது எந்த மொழிச் சொல் என்று தெரியவில்லை.

போனமுறை சந்திப்பிள்ளையார் கோவில் பக்கத்தில் ஒரு கடையில் கிடைத்தது. அலைச்சல் இல்லாமல் வாங்கிவிட்டேன். இன்றைக்கு அந்தக் கடை அடைப்பு. பொதுவாக 'பாய்' கடைகள் தான் வெள்ளிக்கிழமையன்று சாத்துவார்கள். அல்லது தசராவுக்குக் குலசேகரப் பட்டினம் போயிருந்தாலும் போயிருக்கலாம். பேக்கரியைத் தேடி, கிட்டத்தட்ட ரதவீதியை ஒரு சுற்றுச் சுற்றிய பிறகு, பன் ரொட்டி வாகையடிமுக்கு லாலா கடையில் கிடைத்தது. அல்வாவும் காராசேவும் விற்கிற கடையில் பன் ரொட்டி வாங்குவதற்கு என்னவோ போல இருந்தது. கூச்சப்படாமல் அவர்கள் விற்கிற போது கூச்சப்படாமல் நாம் வாங்கிவிடவேண்டியது தான். வாங்கி விட்டேன்.

இரண்டு கடைகளில் இஞ்சி முரப்பா இல்லை என்று சொல்லி விட்டார்கள். ஒரு கடைக்காரர் விற்பனையே இல்லாமல் சும்மா தான் இருந்தார். என் முகத்தைப் பார்த்துப் பதில் சொல்லக்கூட அவருக்கு விருப்பமில்லை. இந்த உலகில் எதையும் திரும்பிப் பார்த்து விடமாட்டேன் என்கிற சபதம் அவரிடம் இருந்தது. எதிர்ப்பக்கம் ஒரு கடை. மழைக்காலத்தில் பள்ளிக்கூடத்தில், அலுவலகத்தில்

எல்லாம் ஒரு விருப்பமான இருட்டு இருக்குமே, அதுபோல கடைக்குள் இருட்டிக் கிடந்தது. யாரும் இல்லை.

வெளியே ஸ்டூலில் ஒருத்தர் தொய்வாக உட்கார்ந்து புகை பிடித்துக் கொண்டிருந்தார். வெள்ளைச் சட்டை, வெள்ளை வேட்டி. இரண்டுமே கசங்கித்தான் இருந்தது. குப்பைக் கூடைத் தாள்க் கசங்கல். முழுக்கைச் சட்டையை சுருட்டி விட்டிருந்தார். ஆள் நல்ல சிவப்பு. எழுந்திருந்தால் என்னைவிட உயரமாகக் கூட இருக்கலாம். முகத்துச் சதை எல்லாம் பழுத்துத் தொங்கிக்கிடந்தது. சில சமயம் கடைக்கு சாமான் வாங்க வந்தவரை, 'செத்த பார்த்துக் கிடுங்க, ஒண்ணுக்குப் போயிட்டு வந்திருதேன்.' என்று சொல்லி விட்டுப் போயிருப்பார்கள். அந்த சந்தேகத்தில்தான், 'கடையில யாரும் இல்லையோ?' என்று அவரிடம் கேட்டேன்.

அவர் அப்போதுதான் சிகரெட்டைப் பற்றவைத்திருக்க வேண்டும். முதல் இழுப்பை ஆழமாக இழுத்தார். புகையை வெளியே விடவில்லை. கடைக்குள் இருந்த இருட்டைப் பார்த்தார். அங்கே அருவமாக நிற்கிறவரிடம் உத்தரவு வாங்கியது போல, 'என்ன வேணும்?' என்றார். 'இஞ்சி முரப்பா இருக்கா?' என்றேன். அவர் இருக்கிறது என்றோ இல்லை என்றோ சொல்லவில்லை. கைவிரலில் இருந்த சிகரெட்டை கடைப் பலகை முடிகிற ஓரத்தில் வைத்தார். பின் பக்கம் பஞ்சு உள்ள, அப்போதுதான் நுனி பொசுங்கத் துவங்கியிருந்த சிகரெட் அழகாக இருந்தது.

மடக்குக் கதவைத் திறந்து உள்ளே போனார். அட்டங்களில் இருந்து எடுக்காமல் குனிந்து இருட்டுக்குள் கையால் துளாவினார். ஒரு பாட்டிலை எடுத்தார். எத்தனை பாக்கெட் என்று கேட்கவில்லை. நான் தான் சொன்னேன். எடுத்துவைத்தார். எவ்வளவு என்று கேட்டாலும் பதில் சொல்லமாட்டார் என்றே தோன்றியது. எனக்கு அதன் விலை தெரியும் என்பதால் ரூபாயை எடுத்து வைத்தேன். அப்போதும் அவர் ஒன்றும் சொல்லவில்லை. மற்றக் கடைகளையும்விட, தலா ஒரு ரூபாய் குறைந்த விலையே கணக்கிட்டு பாக்கியைத் தந்தார். ஒரு பை தரமுடியுமா என்றேன். இருளின் மந்திரம் அவருக்குத் தெரிந்திருந்தது. மறுபடியும் குனிந்து இருட்டுக்குள் இருந்து ஒரு கட்டை உருவி ஒரு நீல நிறப் பையை எடுத்தார். என் கைகளில் இருந்து வாங்கி, அவரே ஒவ்வொன்றாகப் பையில் இட்டு என்னிடம் கொடுத்தார். ஒரு சொல், ஒரு சிரிப்புக் கிடையாது.

நான் அந்த சிகரெட்டையே பார்த்தேன். பலகை நுனியில் அது நீண்ட சாம்பலுடன் கனிந்து புகைந்துகொண்டிருந்தது. 'அப்ப தான் பத்த வச்சு இருப்பியோபோல. நான் வந்து கெடுத்துட்டேன்' என்றேன்.

முதல் முறையாக சற்றுச் சிரித்து, 'சிகரெட்டா முக்கியம்?' என்றார். நான் கடையைப் பார்த்தேன். அவர் சிரிப்பின் அளவுக்கு கடை இப்போது சற்று வெளிச்சம் அடைந்துவிட்டிருந்தது.

◆

காற்றாகவும்

*மு*கப்புத்தகப் பக்கங்கள் ஒன்றில், நீங்கள் கூட அந்தப் புகைப் படத்தைப் பார்த்திருப்பீர்கள்.

கார்த்திகை அகல்களை ஏந்துவது போல ஜோடி ஜோடியாக ஏழெட்டுக் கைகள். அந்தந்த இரண்டு கைகளுக்குள்ளும் கன்னங்கரேர் என்று பிசுபிசுத்திருக்கிற மண். கி. ராஜநாராயணன் மாமா வீட்டுக் கணவதி அத்தை பார்த்தால், இரண்டு விரல்களால் நுள்ளி எடுத்து, வாயில் போட்டுக் கொள்வார். அப்படியொரு கரிசல் மண். மண்ணின் நடுவில் முதல்முதல் விட்ட நான்கைந்து இலைகளுடன் ஒரு சின்னஞ்சிறு செடி. பச்சை விளக்குகள் ஏற்றின மாதிரி.

எனக்கு அந்தப் படத்தைப் பிடித்திருந்தது. அந்தக்கைகள் என்னுடையதாக இருக்க விரும்பினேன். அர்ச்சனாவுடையதாக, ஆதித்யா உடையதாக இருக்க விரும்பினேன். சின்னஞ்சிறிய கைகள் குவித்து ஏந்துகிற போது, அந்த மண்ணும் செடியும் இதைவிடவும் ஈரமாக, இதைவிடவும் பசுமையாக இருக்கும். பசுமை என்பது எவ்வளவு நல்ல வார்த்தை.

ஒரு விதை முளைப்பதை, ஒரு செடி வளர்வதை இந்தக் கால, நகர்ப்புறக் குழந்தைகள் அறிந்திருக்க வாய்ப்பே இல்லை. வீட்டுக்கு அருகில் முளைக்கிற புளியங் கன்றையோ, வேப்பங்கன்றையோ அடுக்ககக் குழந்தைகள் பார்த்திருக்க மாட்டார்கள். அவர்களுக்குப் பேரீச்சம் பழ விளம்பரங்களின், 'சிங்கம் போன்ற' வாசகங்கள் தெரியும். ஆனால் ஜன்னலோரத்தில் முளைக்கும் பேரீச்சங் கன்றைத் தெரியாது. அவர்கள் கைகளில் வழியவழிய சாக்லேட்களை ஏந்தியிருப் பார்கள். நெல்லை, மக்காச் சோளத்தை, கேழ்வரகை ஏந்துவது என்ன, அவர்கள் ஒருவேளை, பார்த்திருக்கவே மாட்டார்கள்.

எல்லாக் குழந்தைகளும் ஒரே ஒரு தடவை, ஒரே ஒரு விதையை யாவது அவர்களுடைய கையில் வைத்திருக்கவேண்டும். ஒரு விதையை வைத்திருப்பது ஒரு முழு வாழ்வையே வைத்திருப்பது என்பதைப் பின்னர் ஒருநாள் அக்குழந்தை உணரக்கூடும். அப்பா, அம்மா, அண்ணன், தங்கை என, எல்லோரும் ஒன்றாக நிற்பதற்குப் போதுமான நிழலை, அந்த ஒரே ஒரு சின்ன விதை தனக்குள் வைத்திருக்கிறது என்பதை அந்தக் குழந்தை அறியும் எனில், இப்போது நம்முடன் இருக்கும் மரங்கள், இன்னும் ஆனந்தத்துடன் காற்றின் பாடல்களைப் பாடும்.

என்னுடைய 'நடுகை' என்கிற சிறுகதை, "ஒண்ணைப் பிடுங்கினால் ஒண்ணை நடணும் இல்லையா?" என்ற ஒரு வரியுடன் முடியும். பிடுங்குவதை எல்லாம் தங்க நாற்கரச் சாலை அமைப்பவர்கள் பார்த்துக் கொள்வார்கள். நடுவதை, ஒன்றே ஒன்றையாவது நடுவதை, நீங்களும் நானும்தான் பார்த்துக் கொள்ள வேண்டும்.

பரவாயில்லை. ஜவுளிக்கடைகளில் இப்போது மரக்கன்றுகள் தருகிறார்கள். ஒன்றிரண்டு திருமண வீடுகளில் கூட, தாம்பூலப் பைகளுக்குப் பதிலாக இளம் நாற்றுகளைத் தரத்துவங்கி இருக் கிறார்கள். எனக்குக்கூட ஒரு கல்லூரிப் பயிலரங்கில், ஒரு மரக் கன்றைப் பரிசாகத் தந்தார்கள்.

இன்னும் சில வருடங்களில், நீங்கள் திருநெல்வேலிப் பக்கம், கல்லிடைக் குரிச்சி ஊரைத் தாண்டிப் போவீர்கள் என்றால், உங்கள் மேல் வீசுகிற காற்று, அனேகமாக எனக்குப் பரிசளிக்கப்பட்ட அந்த கன்று வளர்ந்து பெரிதாகிவிட்ட மரத்தில் இருந்துதான் இருக்கும்.

கதையாக மட்டும் அல்ல, காற்றாகவும் உங்களை நான் தொடலாம் அல்லவா? இன்னும் சொல்லப்போனால், கதை என்பது கூட ஒரு விதை தானே.

♦

தொடுகை

'இன்றைக்கு யார் யாரையெல்லாம் பார்த்தீர்கள்?' என்று கேட்டால் சொல்லிவிடுவீர்கள். யார் யாரையெல்லாம் தொட்டீர்கள் என்றால் பதில் சொல்லமாட்டீர்கள். சில பேருக்குக் கோபம் கூட வந்துவிடும், எத்தனை பேரைத் தொட்டீர்கள் என்று கேட்டதற்கு.

தொடுவது என்றாலே, நாம், ஒரு ஆண் பெண்ணைத் தொடுவதையும், பெண் ஆணைத் தொடுவதையும் மட்டுமே நினைத்துக் கொள்கிறோம்.

போகிற வழியில் இருக்கிற செடியைத் தொடுகிறோம். நண்பருடைய வீட்டுக்குச் சென்றிருக்கையில், நம்முடைய காலை முகர்ந்து பார்க்கிற பாமரேனியன் நாய்க்குட்டியைத் தொடுகிறோம். பஸ்ஸில் முன் சீட்டில் அம்மாவின் தோளில் தலையைச் சாய்த்து உறங்குகிற குழந்தையின் சிகையைத் தொடுகிறோம். குளிர்பானம் வழங்கப்பட்ட கண்ணாடிக் குவளையின் வெளிப்புறத்தில் வழிந்திறங்கும் துளிகளைத் தொடுகிறோம். ஆனால் பார்க்கிற மனிதர்களைத் தொடமாட்டோம். தொடக்கூடாது. இது என்ன அநியாயம்?

நான் இப்போதெல்லம் நிறையப் பேரைத் தொடுகிறேன். மேலும் நிறையப் பேரைத் தொட விரும்புகிறேன். தொட எனக்குப் பிடிக்கிறது. முக்கியமாக, உங்கள் தோளை நான் தொட்டுவிடுகிறேன். என்னுடன் நீங்கள் நெருக்கமாக உரையாடுபவர் என்றால், என்னை அறியாமலேயே உங்கள் கை விரல்களைப் பிடித்துக் கொள்கிறேன். சற்று நேரம் உங்கள் கைகளின் வெதுவெதுப்பை அல்லது குளிர்மையை ஏந்திக் கொள்கிறேன். சில கைகள் வெயிலில் கிடந்த கூழாங் கற்கள்போல இருக்கின்றன. சில அப்போது தான் இடப்பட்ட

பறவை முட்டைபோல. சில கீரைத் தண்டு போல. சிவப்புத் தாள் ஒட்டிய புல்லாங்குழலை, திருவிழாவில் வாங்கியவுடன் நாம் உணர்கிற மூங்கிலின் வழவழப்பான முதுகுபோல. பிறந்த குழந்தைகளின் கைகள், நிஜமாகவே நிஜமாகவே பூப் போல.

எனக்கு தி. ஜானகிராமனின் ‘உயிர்த் தேன்’ நாவலில் வருகிற அனுசூயாவைப் பிடிக்கும். அனுசூயா எல்லோரையும் தொடுகிறவள். ஆண். பெண், அணில்குஞ்சு, கன்றுக் குட்டி, செங்கம்மா, பூவராகன் எல்லாம் அனுசூயாவுக்கு ஒன்றுதான். மனதைத் தொடுவதுதான் அவளுக்கு உடலைத் தொடுவது.

நான் அனுசூயாவைப் போல எல்லோரையும் தொடுகிறேன். முக்கியமாக முதியவர்களை, நோய்ப் படுக்கையில் இருப்பவர்களை. ஒரு தனித்து ஒதுங்கிய அறையின் கட்டிலில், ஜன்னல்வழி கசியும் இறந்தகாலங்களின் மங்கல் வெளிச்சத்தில், தேயும் ஞாபகங்களுடன் உரையாடுபவர்களைச் சந்திக்க நேரும்போது அதிகம் தொடுகிறேன்.

அந்த அறை இருட்டில் இருந்தால், நான் மின் விளக்குகளை ஏற்றுவது இலலை. அவர்களை எழுந்து உட்கார விடுவதில்லை. தரையில் அல்லது ஒரு மர ஸ்டூலில், அவர்களுடைய முகத்தின் அண்மை கிடைக்கும்படி உட்கார்கிறேன். உட்கார்ந்த முதல் நொடியிலேயே, அவர்களுடைய கையை என்னுடைய கையில் எடுத்துக்கொள்கிறேன். அவர்களிடமிருந்து விடைபெறும்வரை, அந்தக் கையை நான் விடுவதே இல்லை.

இன்னொருவரால், வெதுவெதுப்புடன் தொடப்படாத நிறைய முதியவர்கள் இருக்கிறார்கள். அதுவும், எதிர்பால் ஆண் பெண்களின் தொடுகை தொலைந்து போன, அந்தத் தொடுகைக்கு ஏங்குகிற முதியவர்களின் கைகள் நிறைய இருக்கின்றன.

தொடுவது நல்லது. தொடுங்கள்.

தினசரி சில தோள்களையாவது. சில கைகளையாவது.

✦

மழை பார்த்தல்

ஞாபகம் இருக்கிறதா?

பத்து இருபது நாட்களுக்கு முன்பு சென்னையில் மழை பெய்தது. மழைக்கு என்ன, அது எல்லா ஊரிலும் பெய்யும். எல்லோர்க்காகவும் பெய்யும். அன்று சென்னையில் பெய்தது. அவ்வளவுதான்.

மழை தான் பெய்கிற நேரத்தை அழகாகத் தேர்ந்தெடுத்துக் கொள்கிறது. சில சமயங்களில் இரவு முழுதும் விடிய விடிய. சில சமயம் விடியும்போது அதிகாலையில். நான் பார்த்த சென்னை மழை மாலையில் பெய்தது. இரவுக்கு முன்பு வருகிற மாலையில்.

ஒரு மோசமான கோடைகாலத்திற்குப் பின்பு பெய்த முதல் மழை அது. தொடர்ந்து கனமாகப் பெய்துகொண்டிருந்தது. நான் வாசல் பக்கம் வந்து மழை பார்த்துக் கொண்டிருந்தேன். மழையைப் பார்க்கவும் செய்யலாம். கேட்கவும் செய்யலாம். உங்களுக்குப் பிடித்த நீர் வண்ண ஓவியத்தை அது பார்க்கத் தரும். உங்களுக்குப் பிடித்த நீராலான பாடலை அது இசைத்துப் பெய்யும். உங்களை ஒரு ஈரநடனத்திற்கு மழை இடைவிடாமல் அழைக்கும். மழையின் திரு விழாவில் குழந்தைகள் உடனடியாகவும், நாம் சற்றுத் தாமதமாகவும் தொலைந்து போவோம்.

ஆனால், அன்றைக்கு என்னைத் தவிர யாரும் தொலையக் காணோம். ஒரு வாடகைக் கார் ஓட்டுநர் புகைபிடித்தபடி நின்றார். ஒரு தையல்காரர் வாதை மரத்தின் கீழ், தன் தையல் இயந்திரத்தை மூடி, அவர் நனைந்துகொண்டு இருந்தார். வேறு யாரும் தெருவில் இல்லை.

நான் எதிர்பார்த்தது மழையில் நனைகிற குழந்தைகளை. வீட்டுக்குள் இருந்து தெருவுக்கு ஓடிவந்து, கைகளை உயர்த்தி மழை நடனம் ஆடுகிற குழந்தைகளை. அந்த நடனத்தில் மழை எப்போது குழந்தைகள் ஆகிறது என்றும், குழந்தைகள் எப்போது மழை ஆகிறார்கள் என்றும் நமக்குத் தெரியாது. ஆனால் ஆகிவிடுவார்கள்.

அன்று மழை மட்டும் பெய்துகொண்டிருந்தது. ஒரு தனித்த பூனைக்குட்டி போல மழை தன் வருத்தமான குரலில் குழந்தைகளைக் கூப்பிட்டுக் கொண்டிருந்தது. தானியங்கள் இல்லாத இடத்திற்குக் குருவிகள் வருவதில்லை. குழந்தைகள் நனையாத தெருவிற்கு மழை வராமல்போகும் சாத்தியங்களும் உண்டு. ஒரே ஒரு காகிதக் கப்பல் விடுவதற்காகவும், அது சற்று தூரம் போய் சாய்வதற்காகவும் மழைத் தண்ணீர் தெருவில் ஓடவேண்டும்.

குழந்தைகளை மழை பார்க்கச் சொல்லுங்கள்.

நீங்கள் அப்படிச் சொல்லவே வேண்டாம். எப்போதும் போல, மழைபெய்யும் போதும் நீங்கள் அசையாது அமர்ந்து பார்க்கிற தொலைக்காட்சியை அணைத்துவிட்டு, உங்கள் வாசலுக்கு, உங்கள் அடுக்ககங்களின் விளிம்புகளுக்கு எழுந்துவந்து நில்லுங்கள். குழந்தைகளும் உங்களோடு வந்து நின்று மழை பார்க்கத் துவங்கிவிடும்.

உங்கள் கைகளை நீட்டி, மழைத் தாரைகளை ஏந்துங்கள்.

ஒரு தலைவாழையின் பக்கக் கன்றுகள்போல, உங்கள் குழந்தைகளும் தன்னுடைய கைகளை நீட்டி மழையை ஏந்தும். இதுவரையில் வந்த பண்டிகைகளில் கொளுத்திய மத்தாப்பூக்களை விடவும் கூடுதலான அழகுடன், அந்தப் பிஞ்சு உள்ளங் கைகளில் மழைத்துளி விழுந்து தெறித்து பிஞ்சு வானவில்களை உண்டாக்கும்.

மழை பாருங்கள்.

மழையும் உங்களைப் பார்க்க விரும்புகிறது.

◆

நான் சந்தோஷமாக இருக்கிறேன்

சென்ற வாரம் ஒரு செவ்வாய்க் கிழமை பிற்பகல். சங்கரன் கோவிலில் இருந்து பஸ்ஸில் ஊர் திரும்பிக்கொண்டு இருக்கிறேன். எனக்கு அந்த வழியில் உள்ள ஊர்ப் பெயர்கள் குருக்கள் பட்டி, பனைவிடலி சத்திரம், வன்னிக்கோனேந்தல், மானூர் எல்லாம் பிடிக்கும். அது அழகிய பாண்டிய புரம் தாண்டியா, அதற்கு முன்பா தெரியவில்லை.

தன்னுடைய காட்டை அதுவரை தனியாகக் கொத்திக் கொண்டிருந்திருக்க வேண்டும் அந்தக் கிழவி. அப்போதுதான் சாப்பிடப் போகிறாள். அவளுடைய காலத்திலேயே அவளுடைய பித்தளைத் தூக்குச் சட்டிகள் காணாமல் போய்விட்டன போலும். ஒரு வட்ட எவெர்சில்வர் சம்படத்தை எடுத்துப் பக்கத்தில் எடுத்து வைக்கிறாள். அதற்கு முன் ஒரு பெரிய, இரண்டு லிட்டர் தண்ணீர் பாட்டிலை எடுத்து முகம் கழுவி வாய் கொப்பளிக்கிறாள்.

இப்போது தான் அது நேர்கிறது. பின்னால் அடர்ந்து வளர்ந்து கிடக்கும் நீர்க்கருவைக் காட்டில் இருந்து, வெயிலால் எய்யப்பட்ட தாகத்தின் ஒற்றை அம்புபோல அந்த மயில் ஓடிவருகிறது. கனத்த முழுவளர்ந்த தோகை தரையில் இழுபடும் மயில். தன் கனத்தை தானே தூக்கிவரும் ஒரு மயிலின் ஓட்டம் ஒரு வகையில் துயரூட்டுவது. அது வந்து அந்தக் கிழவியின் பக்கத்தில் நிற்கிறது. முகம் கழுவும் போது தானே சுருங்கிமூடும் கண்கள் மயிலைப் பார்க்கவில்லை. மயில் தன் ஈரக்குலையில் இருந்த தாகத்தை அலகுக்கு நகர்த்துவது போல கழுத்தில் தன் முழு விண்ணப்பத்தை நகர்த்தி, முகம் கழுவும் தண்ணீர் வெயிலில் சிதறுவதை ஏறிட்டுப் பார்த்தபடி அப்படியே கிழவி பக்கம் நிற்கிறது. ஒரு ஓடும் பஸ்ஸின் ஜன்னல் இவ்வளவு மட்டுமே அனுமதித்தது.

எழுதுகிறவன் சேகரித்துக்கொள்ளும் அதிகப்படியான உரிமத் தோடு, அந்த மயிலுக்குத் தன் உள்ளங்கையில் கிழவி நீர்வார்ப்பது

போல ஒரு காட்சியை கவிதையாக எழுதிவிட நினைத்தேன். உங்களுக்குத் தான் தெரியுமே, நான் கவிதை எழுதுகிறதைவிட காட்சியை எழுதுகிறவன் என்று. ஆனால் ஒரு வரியில் கூட அந்தக் காட்சியின் அடிப்படை வண்ணம் திரளாமல் தொடர்ந்து நீர்த்துப் போய்க்கொண்டே இருந்தது நான் வரைய விரும்பிய சித்திரம். நான் அதிகம் முயலவில்லை. முயலுதல் அல்ல கலை.

ஆனால் ஒரு முடிதிருத்தகத்தில் காத்திருக்கையில் பார்த்த ஒரு விடுமுறைக் காலச் சிறுவனை, அவனுடைய பள்ளித் திறப்பு நாளில் பார்க்க நேர்ந்ததை, அவனும் என்னை இனம் கண்டு கையசைத்துப் போனதை, நான் எப்படி நினைத்தேனோ அப்படியே எழுதிவிட முடிந்தது. எழுதியவன் என்கிற அளவில் எனக்குச் சரியாக வந்திருக்கும் உணர்வை இப்போதும் அளிக்கிறது. அதை எத்தனை பேர் விரும்புகிறார்கள் பார்ப்போம் என்பதற்காக, இரண்டு சிறிய கவிதைகளுடன் இன்று பதிவிட்டிருக்கிறேன்.

அன்றாடச் சமையலுக்கு
காய்கறி வாங்கி வருகிறவன்தான்
இந்தக் கவிதையின் முதல் வரியில் நுழைகிறான்.
முடிவெட்டும் கடை பெஞ்ச்சில்
இவனுடன் காத்திருந்த சிறுவனைப் பார்க்கிறான்.
முற்றிலும் உரைநடையான இந்த வரியையே
கவிதையின் அடுத்த வரியென நம்புகிறான்.
ஆட்டோவிலிருந்து சீருடையோடு குதிக்கும்
முடிவெட்டின பையன்
காய்கறிப் பைக்காரனைப் பார்த்துச்
சிரிக்கும்போது அடுத்தவரி கீழே விழுகிறது
கத்தரிக்கோல் சத்தத்துடன்.
புடலங்காய் எட்டிப் பார்க்கும் வலது கை பையை
இடதுகைக்கு இவன் அவசரமாக மாற்றி
வேகமான உயரத்தில் கை அசைக்கிறான்
எத்தனாவது வரி இது என்ற கவனம் இன்றி.
பதில் கை அசைக்கும் குட்டிப் பயலுடன்
பள்ளிக்கூடக் கதவுக்குள் போய்விட்டதால்
எதிர்பாராமல் முடிந்த கவிதையின் கடைசிவரி
எந்த வகுப்பில் உட்காரும் என்று
பதற்றமாக இருந்தது முதல்வரிக்காரனுக்கு.

இந்தக் கவிதையை இதுவரை 69 பேர் வாசித்திருக்க, மற்ற இரண்டையும் 130 பேரும், 104 பேரும் வாசித்திருக்கிறார்கள். நான்கு பேர் இதைப் பகிர்ந்திருக்கவும் செய்கிறார்கள்.

நான் சந்தோஷமாக இருக்கிறேன்.

✦

வண்ணதாசன்
நேர்காணல்கள்

நேர்காணல் 1

சந்திப்பு

சிவசு • கட்டளை கைலாசம்
ச.மகாதேவன் • வேலம்மாள்

நீங்கள் எழுதுவதற்கு எந்த நேரம் பொருத்தமாக இருக்கும் என்று எண்ணி, தொடங்குவீர்கள்?

முன்பெல்லாம் இரவு பதினோரு மணி அளவில் துவங்கி ஒன்று ஒன்றரை வரை எழுதுவேன். மறுநாட் காலை எழுந்து வாசிப்பேன். அதைப் படியெடுப்பேன். சமீபத்திய வருடங்களில்,

ஒருவேளை, பணி ஓய்வுக்குப் பின் முழுநாளும் என் முன் இருப்பதால், பகலிலும் எழுதுகிறேன். நான் இரவு இரவு என நினைத்துக் கொண்டிருந்தது இந்தத் தனிமையைத் தான் போல.

மினுக்கட்டாம் பூச்சிகள் பகலில் என்ன செய்யும் என்று தெரியவில்லை. சந்திப்பிள்ளையார் முக்குக் கோபுரத்தில், ஈஸ்டர்ன் பிராஞ்சிலிருந்து திரும்பி வரும் தோறும் பார்க்கிற ஆந்தை ஞாபகம் வருகிறது. வல்ல நாட்டுப் பறவையாக இன்னும் சிறகு விரித்து அமர்ந்திருப்பது, வஉசி கல்லூரிக்குப் போகிற வருகிற வழியில், பாறையில் அமர்ந்திருக்கப் பார்த்த கிழட்டுக் கள்ளப்பிராந்து எழுது கிறவன் சிலசமயம் கள்ளர்பிரான். வேறு சில சமயம் கள்ளப்பருந்து. இரவிலும் பகலிலும் அவன் இறக்கைகளுடன், பறத்தல் அல்லது பறத்தல் அற்று.

எழுதத் தொடங்கும்போது, வீட்டுக்கு வெளியிலோ, உள்ளேயோ எழும் சப்தம், உங்கள் எழுத்து வேலையை இடைஞ்சல் பண்ணுமா? அந்த சமயம் உங்கள் மனோபாவம் எப்படி இருக்கும்?

சில சப்தம் தேவையாகக் கூட இருக்கிறது. காக்கை போன்ற அக்காக்குருவி போன்ற பறவைச் சப்தம். வீட்டம்மாவோ பிள்ளைகளோ அவர்களுக்குள் பேசிக்கொள்ளும் பேச்சு. அம்மி அரைக்கிற, தேங்காய்ச் சில் தட்டுகிற சப்தம் (அழகான, நுட்பமான சத்தங்களில் ஒன்று, சமையலுக்குத் தேங்காய் உடைக்கிற சப்தம்) ஏதேனும் ஒருபாத்திரமோ, டம்ளரோ கீழே விழுகிற சப்தம், ஊஞ்சல் சப்தம், தொழுவில் வயிறு எக்கி மாடு கூப்பிடுகிற சத்தம், உப்பு விற்றுக் கொண்டு தெருவில் போகிற சப்தம், யானை வாய்க்காலுக்குப் போகிற மணிச் சத்தம், குளித்துவிட்டு யாரோ துண்டை உதறுகிற ஈரச் சப்தம் இது எல்லாம் தேவைதான். ஆனால் தாங்கவேமுடியாத, எழுதவோ படிக்கவோ விடாமல் துரத்தியடிக்கற சத்தம் டீவி சீரியல்.

மைப் பேனா அல்லது பால்பாயிண்ட் எதை ஆர்வத்துடன் தேர்வு செய்வீர்கள் எழுத?

முன்பு மைப் பேனா, இப்பொழுது முழுக்கப் பால்பாயிண்ட். எது எனினும் வழவழவென்று எழுதுவதாக இருக்கவேண்டும். கணபதியாபிள்ளை பள்ளிக் கூடத்தில் படிக்கும்போது வாகையடி முக்கு செய்யது ஸ்டோரில் குச்சி வாங்கினால் கூட, அது நன்றாகப் பசைக்கவேண்டும் எனக்கு.

எழுதத் தொடங்கும் பொழுது, பேனாவோ,அல்லது தாளோ பிரச்சினை உருவாக்கினால், வேறு மாற்று எழுது கருவிகளை எடுப்பீர்களா?அல்லது அன்றைக்கு எழுதவேண்டாம் என்று முடிவு எடுத்து விடுவீர்களா?

எழுதுவதை ஒத்திப் போடுவதில்லை. நோட்டு மாறினால் கஷ்டம். எழுத ஓடாது. ஆனால் மாற்றுப் பேனா தடையில்லை. கணபதி அண்ணனிடமும் என்னிடமும் பேனாக்களுக்குத் தட்டுப் பாடேகிடையாது.

குறிப்புகளைத் தயார் செய்து அதை வளர்த்தெடுப்பது உங்கள் பழக்கமா? இல்லை நேரடியாகவே எழுதிவிடுவீர்களா?

குறிப்பே எடுப்பதில்லை. என்ன கதையை எழுதப்போகிறோம் என்று எழுதுகிறவரை எனக்கே தெரியாது. முதல் வரியின் வழியாகவே நானும் என் கதைக்குள் நுழைகிறேன்.

நண்பர்கள் சொந்தபந்தங்கள் விசேஷப் பொழுதுகள் உங்கள் எழுத்து வேலையில் இடைவருகிற போது, எப்படி உணர்வீர்கள்?

கஷ்டம் தான். ஏதாவது ஒரு பத்திரிகைக்கு இன்றைக்குள் அனுப்பவேண்டும் என்ற நிலையில், அப்படி யாராவது வந்தால் என்பாடு சிரமம்தான். ஏனென்றால் கடைசிவரை நான் வாய்தாக் கேட்டுக்கொண்டே இருப்பவன். ஆனால் என்ன செய்ய, எனக்கு இந்த நண்பர்களும் உறவினர்களும் வேண்டியதிருக்கிறதே. சொல்லப் போனால், இந்த நண்பரையும் உறவினரையும் வைத்துத் தானே என் பிழைப்பே நடக்கிறது. சராசரி தினங்கள் சாகடிக்கிறது எனில், எழுதும் தினங்கள் தானே செத்தும் பிழைக்க வைக்கறன.

எழுதுவதற்கு மேசை, நாற்காலி சகிதம் அமர்வீர்களா? அல்லது தரையில் உட்கார்ந்து எழுதுவது சுகமா?

சுடலைமாடன் கோவில்தெரு வீட்டில் என்றால், ஒரு கணக்குப் பிள்ளை மேஜையில் தரையில் உட்கார்ந்து. நிலக்கோட்டைவரை அதைக்கூடவே கொண்டு போயிருந்தேன். அங்கே இருந்து அம்பாசமுத்திரத்திற்கு மாற்றல் ஆகி வருகையில், அது லாரியோடு எப்படியோ போய்விட்டது. அதற்கப்புரம் அம்பையில் சாப்பாட்டு மேஜை நாற்காலியில். தனி எழுது மேஜை நாற்காலி என்ற சொகுசு வந்தது எல்லாம் பையப் பைய பிந்தின காலங்களில் தான். நாற்காலியில் குறுக்குப் பலகை வைத்து எழுதுவது என்பது தான் இப்போது சௌகரியமாகப்படுகிறது. மேஜை நாற்காலி வசதியைவிட, வெளிச்சம் வசமாக விழுகிற ஜன்னல் ஓர இடங்களின் வசதியையே நான் தேர்ந்தெடுக்கிறேன். நீங்கள் ஒரு முழு அரண் மனையையே எனக்குக் கொடுத்தலும், என் மனம் ஒரு மூலையிலுள்ள ஜன்னல் வெளிச் சத்தைத் தான் தேர்வு செய்வதை ஒன்றும் செய்வதற்கில்லை.

எழுதத் தொடங்கி, முடிக்கும் வரை ஒரே பொழுதில் முடிப் பீர்களா? அல்லது காலை, மாலை, பலநாள் என இடைவெளி விடுவீர்களா?

இன்று வரை ஒரே இருப்பில்தான். அதிகம் அடித்தல் திருத்தல் இராது. கூடுதலாக இரண்டுவரி சேருமே தவிர குறைவது அபூர்வம். ஒரே ஒரு கதையைத் திருப்பி வெவ்வேறு மாதிரியாக நான் எழுதிப் பார்த்ததும் இல்லை. விகடன் அகம் புறத்தின் பக்கக் கட்டுப் பாட்டால், நிறைய எழுதிவிட்டு, அதை நானே எடிட் செய்து குறைத்து அனுப்ப நேர்ந்தது உண்டு. என் எழுத்துக்களை எடிட் செய்ய எனக்கே பிடிக்காது. பத்திரிகைகள் செய்தால் சுத்தமாக பிடிக்காது. என் கதைகளை கல்கி மட்டுமே எடிட் செய்தது.

தீபத்திலிருந்து இன்றைய விகடன் வரை கமா, ஃபுல்ஸ்டாப் உட்பட அப்படியே வெளியிடும் மகிழ்ச்சி எனக்குக் கிடைத்தே வருகிறது. இப்பொழுது காலை, பிற்பகல், இரவு என இடைவெளி விட்டும் கோர்வையாக எழுதமுடிகிறது. ஆனால் ஒரே இருப்புத்தான் என் முறை. இடைவெளி என் தினங்களின் நிர்பந்தம். தவிர்க்க முடியாமை.

கணினியில் நேரடியாக எழுதி, உரியவர்கட்கு அனுப்புவது உண்டா? நீல மை (அல்லது) கறுப்பு மை எதில் விருப்பம் எழுத?

கணினியில் கவிதைகளை நேரடியாகத் தொடர்ந்து தட்டெழுதி விட முடிகிறது. பல பக்க அளவுகளைத் தாண்டுகின்ற தனிப்பட்ட கடிதங்களை, மின்னஞ்சல் செய்துவிடவும் முடிகிறது. ஆனால் உரைநடையாக, ஒரு கதையையோ கட்டுரையையோ நேரடியாக எழுத ஏதோ ஒரு மனத்தடை இருக்கிறது. காலப்பிரியாவால் சுலபமாக இதைச் செய்ய முடிவதில் அவன் மேல் ஒரு பொறாமை கூட இப்போது எல்லாம். கறுப்பு மை தான் விருப்பம். தானாக விரும்பி எழுதுவது கறுப்புமையில் மட்டுமே. யாராவது அவசரத்துக்கு எழுத ஊதா மைப்பேனாவைக் கொடுத்தால் கூட சை என்று தான் இருக்கும்.

எத்தனை படிகள் (copy) **எடுப்பீர்கள்? முதல் படியை திருத்தி அமைப்பீர்களா? முழுமையான திருப்தி ஏற்படும்வரை, அடித்துத் திருத்துவது உண்டா?**

ஒரே ஒரு படிதான் எடுப்பேன். அந்த ஒரு படிதான் இறுதி வடிவம். அடித்துத் திருத்தி எழுதுவதே இல்லை திருப்தி அதிருப்தி. சரி சரியில்லை என்ற மனநிலைகள் எனக்குக் கிடையாது. எனக்குத் தெரிந்ததை நான் சரியாகச் செய்துவிட்டேன். போதும் இதுதான் என் போக்கு.

உங்களுக்கான மொழி நடையை, வடிவமைப்பதில் தனிப்பட்ட கவனம் எடுப்பீர்களா? அல்லது இயல்பாகவே அமைந்ததா?

இயல்பாகவே அமையும் ஒன்றுதான். எதையும் நான் அமைப்ப தேயில்லை. அதுவாக அமைந்ததும் அமைவதுமே அவை. செதுக்கத் தெரியாது. ரொம்பக் கூர்மையாகச் சீவ நினைத்து, நிறைய தடவை என் பென்சில் முனைகள் உடைந்திருக்கின்றன. பென்சில் என்பது எனக்கு எழுதினால் போதும். பிசிறுகள் உண்டாக்கும் தற்செயல் அழகுகளை இழக்கச் சம்மதமில்லை.

நீங்கள் சொல்லச் சொல்ல, யாராவது எழுதுவதை, நீங்கள் பழக்கமாகக் கொண்டதுண்டா?

எழுத்துதான் என் செயல்முறை. சொல்லத் தெரியாததாலேயே நான் எழுதத் தெரிந்துகொள்ளும் அவசியம் இருந்தது. என் நாக்கின் எச்சில் செய்ய வேண்டியதை, என் நகக்கண்களின் அழுக்குச் செய்து கொண்டிருக்கிறது. ஆனால் இரண்டும் ஒரே காரியமே. நான் செய்ய நினைப்பதே. சொல்லச் சொல்ல யாரையாவது எழுத வைக்கமுடியாது. என் விரல்கள் முதுமையின் காரணமாகப் பழுதுறும் போதும், என் ஒரு கடிதத்தை நான் சொல்லி, உங்களை எழுதக் கோரமாட்டேன். நான் சொல்வதல்ல, நான் சொன்னதை நீங்கள் எழுதுவது.

தலையணை போன்றவற்றை எழுதும் போது உபயோகிப் பீர்களா?

தலையணையைப் பேசும் போது மடியில் வைத்துக் கொள்வது உண்டு. முதுகுக்குச் சாய்மானமாக்கிக் கொள்வது உண்டு. அதில் அதிகமாக ஒரு இதமும், சிறு அளவில் ஒரு பத்திர உணர்வும் கிடைக்கிறது. எழுதும் போது, இந்த இரண்டும் அப்படி எழுதுவதன் மூலமாகவே கிடைத்துவிடுவதால், அப்போது தலையணைகளின் அவசியம் அல்லது துணை தேவைப்படுவதில்லை.

கடவுள் வழிபாடு, கோயிலுக்குச் செல்லுதலில் தோய்வுண்டா?

கடவுள் மறுப்பில்லை. உள்ளம் பெருங்கோயில். ஊனுடம்பு ஆலயம், கள்ளப் புலன் ஐந்தும் காளாமணி விளக்கு. உடலின் நுட்பமான உள் அமைப்பும், ஒருங்கிணைவும், செயல்பாடும் என்னைக் கடவுளை நம்பவும் கொண்டாடவும் வைக்கின்றன.

ஆனாலும் கோயிலுக்கு போவதில்லை. நியமமும் சடங்கும் நேர்த்திக்கடனும் எல்லாம் குடும்ப நடைமுறை வழுவாதிருக்க. நானாகக் கோயிலுக்குப் போகவேண்டும் என்று தோன்றிப்போன தில்லை. காலையில் குளித்துவிட்டு இரண்டு நிமிஷம் சாமி கும்பிட்டு திருநீறு பூசிக்கொள்வதுடன்சரி. நான் தெற்குப் புதுத்தெரு இந்து எலிமெண்டரி ஸ்கூல் தேவார க்ளாஸில் பத்து வயதுக்குள் மனனமான தேவாரம் சில சமயம், அறிவிலே தெளிவு, நெஞ்சினில் உறுதி, அகத்திலே அன்பினோர் வெள்ளம் என்ற பாரதி வரிகள் சில சமயம், என்னுடன் பாங்கில் வேலை பார்த்த காருக் குரிச்சி சீத்தாராமன் அறிவுறுத்தலில் நான் மனனம் செய்து இப்போது கொஞ்சம் மறந்துபோன கந்த சஷ்டிக் கவசம் சிலசமயம், மறு

படியும் பாரதியின் “செங்கதிர்த் தேவன் சிறந்த ஒளியினைத் தேர்கிறோம். அவன் எங்களறிவினைத் தூண்டி நடத்துக” சில சமயம். குரு விஷ்ணு, ஆயகலைகள் அறுபத்தி நான்கினையும் வேறு சில சமயங்களில்...

எல்லாம் அப்படிக் கப்படி. முதல், இறுதி, இடை என்பது என் வசத்தில் இல்லை. சமீபகாலங்களில், தொடர்ந்து நோயும் வாதையும் வலியும் உணர்வதால் எங்கள் அம்மாச்சி விளக்கு பூசை பண்ணும்போது சொல்கிற நோயற்ற வாழ்வே குறைவற்ற செல்வம் என்பதை அவளை நினைத்துக்கொண்டே உச்சாடனம்.

இன்றுவரை எந்தத் தவமும் செய்ததில்லை. எந்த வரமும் கேட்டதில்லை. சம்ஹாரம் முடிந்து சாப்பிட்டு உட்காரும்போது மனம் சற்று தெளிவடைவதை உணர்ந்தது உண்டு. அது கூட கேட்ட வரம் எனக்குக் கிடைத்ததால் அல்ல.

குடும்பம் சார்ந்த சிக்கள்களைக் கூட மனிதருக்கு மனிதர் அளவிலேயே தீர்த்துக் கொள்ளத் தோன்றுகிறதே தவிர, இறைவனிடம் சரணாகதி அடைய என்னால் முடிவதில்லை. அதன் மூலம் என் நண்பர்களுக்குக் கிடைக்கிற பத்திர உணர்வு எனக்கு ஒருபோதும் கிட்டியதில்லை. நான் ஜோஸ்யம் பார்ப்பதில்லை. பரிகாரங்கள் செய்வதில்லை. வழக்கமாகப் பிள்ளைமார் வீடுகளில் செய்கிற திதியைக்கூட, நான் கர்மம் செய்து மொட்டைபோட்டுக் காடேற்றின, என் தாத்தாவுக்கும், ஆச்சிக்கும், அம்மாவுக்கும் செய்ததில்லை.

தீவாரணைத் தட்டில் துட்டுப் போட்டால், பூவும் பிரசாதம் கொடுக்கிற ஐயர்களை எனக்கு ஆதியிலிருந்தே பிடிக்காது. சிறப்பு தரிசனங்கள் எனக் கூடுதல் கட்டணத்தில் எக்ஸிகியூடிவ் தரிசனங்கள் நான் செய்வதில்லை. இந்த வகையில் வீட்டுப் பொம்பளைக்கு என்மேல் நிறைய வருத்தங்கள் இருக்கும் நான் ஒன்றும் செய்வதற்கு இல்லை, அதற்கு. க்ஷேத்ராடனம் எனக் கோயில்களுக்குப் போனதெல்லாம் மிகவும் குறைவு. எங்களுக்குத் திருச்செந்தூர்க் கோவிலும், எனக்கு இரண்டே இரண்டு முறைகள் மட்டுமே சென்றுள்ள குருவாயூர்க் கோவிலும் பிடிக்கும்.

சொந்தக்காரர்கள் நிர்ப்பந்திக்கும்போது அவர்களோடு வழிபாட்டுத் தலங்களுக்குப் போவதை எப்படிப் பாவிக்கிறீர்கள்?

என்னைப் பற்றித்தெரியும் என்பதால், கோவில் திருவிழாவுக்கு என்னை யாரும் வரச்சொல்லி எதிர்பார்ப்பதில்லை. ஆடித் தவசுக்குச் சங்கரன் கோவில் வருஷா வருஷம் போகலாம். என் சகலர், மச்சினி

வீடு எல்லாம் இருக்கிறது. வீட்டில் அனுப்பிவைப்பதோடு சரி. எப்பவாவது கோமதி அம்மனை எனக்கோ, கோமதி அம்மனுக்கு என்னையோ தேடினால், ஒரு நடை போய் எட்டிப் பார்த்துவிட்டு வருவது. அவ்வளவுதான். இந்த விஷயத்தில் என் மேல் யாருக்கும் புகார் இல்லை. அந்த சாமிகளுக்குக் கூட. சாமிகளின் புகார்ப் புத்தகமும் மனிதர்களின் பராமரிப்பில் இருக்கிறது.

சிறு வயது எதிர்ப்பாலின வேட்கையை உங்கள் கதைகளில் பதிவு செய்திருக்கிறீர்களா? உங்கள் வீட்டில் எப்படி எதிர் கொண்டார்கள் இதனை?

சிறுவயதில் பாலின வேட்கை அப்படி இருந்ததாக ஞாபகம் இல்லை. என் பாலின, எதிர் பாலின வேட்கையெல்லாம், உடலறியும் அந்த பதின் வயதிலோ, இருபதுக்கள், முப்பதுக்களில் எல்லாமே உண்டானதே இல்லை. என்னுடன் ஐந்தாம் வகுப்பில் படித்த ஜெயாவும், சுப்புலட்சுமியும், சுந்தரியும், முத்தம்மாவும் ஞாபகமிருக் கிறார்களே தவிர, காலப்பிரியாவுக்கு சசிகள் அழகான ராட்சசிகள் ஆனது போல வேறெந்த விதமாகவும் பதியவில்லை. என்னுடைய திருநெல்வேலி அலுவலக நாட்களில், எனக்குத் திருமணம் எல்லாம் ஆன பிறகு, என்னை ஒரு சக ஊழியர் மிகவும் விரும்பியதாக, அவர் வேறு ஊருக்குச் சென்ற பின் எனக்குச் சிலர் சொன்னார்களே தவிர, எனக்கு அதை அவ்வாறு முன்னுணரக்கூட முடியவில்லை. அதற்குப் பிறகு எனக்கு எவ்வளவோ நிகழ்ந்தன. எழுதுகிற ஒருவனுக்கு, அவன் எழுத்தின் மேல் உள்ள மரியாதையால், என்னென்ன நிகழக் கூடுமோ அவையாக அவை இருந்தனவே தவிர பாலின வேட்கையின் அடிப்படையில் பெரியதாக அப்படி ஒன்றும் நிகழ்துவிடவில்லை.

நான் காதலிக்கவே இல்லையென்பதால் தானே என்னுடைய கதையில் ஞானப்பனும் தனலட்சுமியும், டெய்சி வாத்திச்சியும் தவிர, நேரடியாகக் காதலுக்காட்பட்ட யாருமே இல்லை. என் ஆண்களும் பெண்களும் கண்ணாமூச்சி விளையாடினார்களே தவிர தொட்டுப் பிடித்து விளையாடவேயில்லையே. ஆனால் எதிர்பாலினத்தின் மெல்லிய இழைகளை நேர்த்தியாகப் பின்னிய தி. ஜானகிராமனை ரொம்பப் பிடித்திருப்பது, எனக்குள் இருக்கும் எதிர்பாலின வேட்கை யினால் தான் என்றால் அதை நான் மறுப்பதற்கில்லை.

சொந்தக்காரர்களைப் படைப்பில் கொண்டு வரும் போது, அவர்களின் எதிர்வினை எப்படி இருந்தது?

சொந்தக்காரர்கள் என் கதைகளை எங்கே வாசித்தார்கள்? என் கதைகளை வாசிக்கிற அப்படியொரு உறவினர் இனிமேலேனும்

எதிர்ப்படுவார் எனில், அவர்கள் சந்தோஷப்படுவார்களே தவிர, குறைபட்டுக் கொள்ளமாட்டார்கள் என்றே தோன்றுகிறது. ஏனெனில் அவர்கள் எல்லாம் என்னால் மகிமைப்படுத்தப்பட்டிருப்பார்களே, ஒழிய சிறுமைப்படுத்தப்பட்டதில்லையே இது வரை.

படைப்பை விமர்சித்து எழுதும் வாசகர்களிடம் தொடர்பு கொள்வீர்களா? பாராட்டும்போது அல்லது திட்டும்போது அதனை எப்படிப் பார்ப்பீர்கள்?

ஐம்பது வருடங்களாக எழுதுகிற எனக்கு, இதுவரை ஐம்பது வாசகர் கடிதங்கள் கூட வந்ததில்லை என்பதை நீங்கள் நம்புவீர்களா? ஆனால் அதுவே உண்மை. அதிலும் ஏழெட்டு அகம் புறம் விகடன் தொடர் வந்த போதும் வந்த பின்னும் எழுதப்பட்டவையே. பொது வாக வாசர்கள் பாராட்டுக்களாக எழுதுகிறார்கள். எப்போதாவது விக்ரமாதித்யன் போன்ற சகாக்கள் திட்டுகிறார்கள். என் நல்ல கதை என உணர்கிறவற்றைப் பாராட்டும் போதும், என் சரியாகத் திரளாதது என நானே எழுதி வெளியிட்ட பின் உணர்ந்தவற்றை மற்றவர்கள் என்னிடம் குறைசொல்லும் போதோ, அவற்றை அப்படியே ஏற்றுக் கொள்கிறேன்.

ஆனால் எந்த விமர்சனமும் நான் எழுதப்போகும் அடுத்த கதையின் முதல் வரியை, நேர்மறையாகவோ, எதிர்மறையாகவோ தீர்மானிக்கவும் கட்டுப்படுத்தவும் கட்டவிழ்க்கவும் இல்லை.

என்னை என் கண்ணாடியில் நானே பார்த்துக் கொள்கிறேன். என் லட்சண/அவலட்சணங்களை என்னைவிட யாரும் அறிந்து விட முடியாது.

தொலைக்காட்சியில் எந்த நிகழ்ச்சியை ரசிப்பீர்கள்?

பொதுவாக இசை நிகழ்ச்சிகளை. அதிலும் தூரதர்ஷன், பொதிகையில் வரும் செவ்விசை நிகழ்ச்சிகளை, உதாரணமாக பொதிகையில் அனுராதா ஸ்ரீராம் தற்போது திங்கட்கிழமைகளில் நடத்துகிற தொடர் போன்றவை. சொக்குதே மனம், தேன்கிண்ணம் போன்ற பழைய கருப்பு வெள்ளைப் பாடல்களை. இப்போது போலக் கூத்தடிக்காத இதற்கு முந்திய வடிவ, விஜய் சூப்பர் சிங்கர் நிகழ்ச்சியை. வெளியூரில், பெங்களூரில் மகன்/மகள் வீடுகளில் இருந்தால், தேர்ந்தெடுத்த அயல் சினிமாக்களை ஒளிபரப்பும் அலை வரிசைகளில். இவை தவிர கவுண்டமணி செந்தில், வடிவேலு போன்றவர்கள் வரும் சிரிப்புத் தொகுப்புக்களில்.

பேண்ட், வேட்டி, முழுக்கைச் சட்டை இவற்றில் எதை, எந்த நிறத்தில் அணியப் பிரியப் படுவீர்கள்?

நான் கல்லூரியில் படிக்கும்போது என்னிடம் ஒரே ஒரு வெள்ளை முழுக்கால் சட்டைமட்டுமே இருந்தது. இப்போது அதன் எண்ணிக்கை மடங்குகள் அதிகம் இருக்கலாம். எனினும் அது என் விருப்ப உடை அல்ல. நான் விரும்பி அணிவது வெள்ளை வேட்டி வெள்ளைச் சட்டைதான். எப்போதும் கோ-ஆப்டெக்ஸ் கைத்தறி வேட்டிகள் – ஸ்லாக் சட்டை எனப்படும் அரைக் கைச் சட்டைகள். சமீபத்திய பத்து ஆண்டுகளில், எந்த ஒரு அரசியல் வாதிக்கும் குறிப்பாகக் கதர்ச் சட்டைக் காங்கிரஸ்காரருக்கும், சவால் விடக்கூடிய எண்ணிக்கையில் என்னிடம் கதர்ச் சட்டைகள் உண்டு.

இளம் கலர்கள், நெடும் கோடுகள், பொடிக் கட்டங்கள் இட்டவை என்பதே என் தேர்வுக்கு உரியவை. சமீப காலங்களில் என் உடைகளை என் குழந்தைகளோ அல்லது மனைவியோ தீர்மானிக்கிறார்கள்.

ஒரு காலத்தில் ஜிப்பாவும் வேட்டியும் எனக்கு, என் உயரத் திற்கும் பருமனுக்கும் பொருந்தியிருந்தன. நான் வேட்டி ஜிப்பாவில் அழகாக இருப்பதாக நானே நம்பினேன். சட்டென்று இந்த வருடத்தில் எனக்கு வயதாகிவிட்டது. என் முதுமையின் வரை கோடுகளை உடல் எங்கும் உணர்கிறேன். நான் தைத்துப் புதிதாக வைத்திருக்கும் மூன்று ஜிப்பாக்களை உபயோகிக்காமல் அப்படியே வைத்திருக் கிறேன். ஜிப்பாக்களுக்கும் எனக்கும் இடையே என் 65-ஆம் வயதின் நரை/திரை/மூப்பு நிலைக் கண்ணாடியில் துடைக்க முடியாத வகையில் படிந்துவிட்டன.

உடை சார்ந்த, மரணம் சார்ந்த என்னுடைய சமீபத்திய துன்பம், இறந்துபோன கணபதி அண்ணனின் மரணம் சார்ந்தது. நான் அதிக விலைகளில் உடைகளை ஆயத்த அங்காடிகளில் வாங்குவ தில்லை. அண்ணன் உயர்ரக ஆடைகளை மட்டுமே அணிந்திருப் பான் போலும். எங்கள் இருவருடையதும் 42 சைஸ். இப்போது மட்டுமல்ல, இதற்கு முன்பும் அண்ணனின் சட்டைகளை அணிந்திருக் கிறேன். அவனுடைய நல்ல சட்டையொன்றை விரும்பியபோது அதை எனக்கே கொடுத்துவிட்டான். (அதை என்னிடம் விரும்பிக் கேட்ட ஒரு சலவைத் தொழிலாளி ஒருவருக்கு நானும் சில அணிதல் களுக்குள் கொடுத்துவிட்டது வேறு விஷயம். அடர்பச்சையில்

கருப்புக் கோடுகள் நெடுக்குவாட்டில் உள்ள அந்தச் சட்டை என்னையும் விட அவருக்கு நன்றாகவும் இருந்தது).

சொல்லப்போனால், என் திருமணத்திற்கு நான் அணிந்திருந்த கோட், அண்ணனுடைய திருமணகோட். அதற்குப் பொருத்தமாகக் கால் சட்டை மட்டும் தைத்துக் கொண்டேன். சமீபத்தில் நிகழ்ந்த அவனுடைய மரணத்திற்குப் பிறகு, கணபதியண்ணனின் பத்துப் பனிரெண்டு உயர்ரக முழுக்கைச் சட்டைகளை அண்ணி என்னிடம் கொடுத்தார்கள். நானும் மிகுந்த சந்தோஷத்துடன் வாங்கிக் கொண்டு வந்தும் விட்டேன்.

அணியும் போதுதான் சிரமம் தெரிந்தது. அதை அணிவது அண்ணனின் மரணத்தையே அணிவது, அதை அணிவது அந்த மரணத்தின் தீராத துக்கத்தை அணிவது என. வேறு எந்தச் சட்டைகளையும் அணியாமல், நான் அண்ணனின் மரணத்தை இந்த ஒரு மாதமாக அணிந்து திரிகிறேன். அண்ணனின் மரணம், என் வியர்வையுடன் ஹேங்கரில் தொங்கிக் கொண்டிருக்கிறது. மனுஷ்ய புத்திரனின் இறந்தவனின் உடைகள் பற்றி அவருடைய ஆரம்ப காலக் கவிதைகளுள் ஒன்றாக அருமையாக எழுதியிருப்பார். நேற்று நீங்கள் பார்க்கும்போது அணிந்திருந்த ஒன்றும் அண்ணனுடையதே. அது வெள்ளையாக இருந்தது எனக்கு.

உடை தைக்க, உடனே கொடுத்து விடுவீர்களா? பொருத்தமாக இல்லாவிட்டால், தைத்ததை என்ன செய்வீர்கள்? மனத் தாங்கல் ஏற்படுமா?

உடைகள் விஷயத்தில் அதிக ஆர்வமில்லை. ஒன்று எடுக்கப் போவேன். பிடித்திருந்தால் மூன்று எடுத்துவிடுவேன். உடனே தைக்கக் கொடுக்கவும் தோன்றாது. பைய எப்பவாவது, தீபாவளி கிறிஸ்துமஸ் இல்லாத சீஸனில் தைக்கக் கொடுப்பேன். தைத்து வாங்கி உடனே போட்டுக்கூடப் பார்ப்பது இல்லை. போடும் போது, கொஞ்சம் சரியாக இல்லை. அங்கே இங்கே பிடிக்கிறது என்றால் அதை அப்புறம் போடவே தோன்றாது. பொதுவாகவே தளர்வான உடைகள் பிடிக்கும். போஸ்ட்மேன், தையல்காரர், சலவை செய்பவர், பால் பாக்கெட் போடுபவர்கள் எல்லோருடனும் எனக்கு நல்லுறவு உண்டு. வீட்டம்மாளிடம் கோபிக்கிறவர்கள் கூட என்னுடைய சொல்லுக்குக் கட்டுப்பட்டு மறுபடி சுமூகமாகி விடுவதில், கொஞ்சம் 'ரொம்பத்தான் எல்லாரும் மெச்சிக்கிடுறாங்க அந்த அய்யா, அந்த அய்யாண்ணு' என்ற முனங்கல் எல்லாம் வரும்.

அதே சமயம் சரியாகத் தைக்காத Posh Tailor போன்றவர்களிடம் கடுமையாகக் கண்டித்துவிட்டு வெளிநடப்பும் செய்திருக்கிறேன்.

Posh Tailorக்கு ஒரு நஷ்டமும் இல்லை. நம்மளை மாதிரி எத்தனை பேரைப் பார்த்திருப்பார் அவர்.

பத்திரிகைகளில் எவையேனும் உங்கள் எழுத்துக்குச் சன்மானம் தந்ததுண்டா?

பத்திரிகைகளில் தீபத்திலிருந்து, பொருளாதார நிறுவன பலமுள்ள உயிர்மை வரை யாரும் சன்மானம் தருவதில்லை. உயிர்எழுத்து ஆரம்பத்தில் 200/– அளவு சன்மானம் தந்தது. இப்போது இயலவில்லை போல. இந்தியா டுடே இதழும், விகடனும் நல்ல சன்மானம் தருகின்றன. குறைவாகச் சன்மானம் தருவது, நான் எழுதிய பத்திரிகைகளில், கல்கி தான்.

எழுதிய நேரம் போக, மீதிப் பொழுது எப்படிப் போகும்?

ஓய்வுக்குப் பின் வீட்டு வேலையை என் கைக்கு மாற்றிக் கொண்டேன். சிறுசு சிறுசாக நச்சுப் பிடித்த வேலைகள் எவ்வளவு இருக்கிறது. பாவம் 36 வருஷம் ஏறிட்டே பார்க்காமல், என்னமோ எல்லாம் தானாக நடக்கிற மாதிரி நினைத்தது எவ்வளவு பெரிய அநியாயம்.

காலை மாலை நடை, உடற்பயிச்சி, தியானம், வாசிப்பு, நல்லது கெட்டதில் கலந்து கொள்வது என்று நேரம் சரியாகத்தான் இருக்கிறது. ஒரு குறிப்பிட்ட பருவத்தில், ஓய்வுக்குப் பிந்திய பிற்பகல் களை, மதியச் சாப்பாட்டுக்கு மேல் அயல் திரைப்படக் குறுந் தகடுகள் பார்ப்பதற்காக என ஒதுக்கியிருந்தேன். தூங்குவதில்லை.

வீட்டிற்கு வருவோரிடம் உங்கள் உரையாடல் எப்படி அமையும்?

அது அந்தந்த நேர மனநிலையைப் பொறுத்தது. பொதுவாக இலக்கியம் சார்ந்த நண்பர்களிடம் மனசாரவும், மற்றவர்களிடம் ஒப்புக்குப் பேசுகிற மாதிரிதான் இருக்கும். வெட்டியாகப் பேசுகிறவர் களோடு ஒத்தே போகாது. அவன் அப்படி, இவள் இப்படி கதையும் லாயக்குப்படாது. ஷேர் மார்கெட், நிலபுலன், தங்கம் விலை அதிலும் ஈடுபாடு கிடையாது. பாவம் அவர்களும் தான் என்ன செய்வார்கள். எதைப் பற்றிய பேசுவார்கள். பொசமுட்டிப் போய், அப்ப நான் வாரேன் என்று போய்விட நேர்ந்துவிடும். நான் என்ன செய்ய?

உண்மைச் சம்பவத்தை எழுதி சிக்கல் ஏற்பட்டதுண்டா?

எல்லாமே உண்மைச் சம்பவங்கள் தான். ஏடாகூடமாக அதில் எதுவும் கிடையாது என்பதால், அதனால் எந்தச் சிக்கலும் இல்லை.

தேர்ப் பார்க்கப் போகும் கோமுவைப் பற்றி எழுதினால், தேருக்கு என்ன கோபம், கோமுவுக்கு என்ன கோபம் வரப்போகிறது. நம்முடைய உண்மைச் சம்பவங்கள் எல்லாம் இந்த மாதிரித்தானே.

பார்த்தல் – மனதுள் அசைபோடல் – உருவாக்கல் – படைப்பு வெளிப்படுதல் இந்த வளர்ச்சி உங்களிடம் எப்படி அமையும்?

எப்போதோ பர்க்கிறோம். இப்போதும் பார்க்கிறோம். உடனுக்குடன் நீங்கள் சொல்கிற அசைபோடல் துவங்கிவிடுகிறது. ஆனால் அந்த அசை போடல் கால வரிசைக்கு ஆட்படாதது. முதலில் வந்தது முதலில் உருவாதல் என்ற வரிசையில் அது நிற்காது. என்றைக்கோ விதைத்த விதை இன்றைக்கு முளைக்கும். இன்றைக்கு அடை பொரிந்த குஞ்சு இன்றைக்கே பறக்கும். தொடர்ந்து சாதகம் செய்துவருகிற ஒரு இசைஞனை நீங்கள் பாடச் சொல் கையில், அவனுக்குள் இருக்கிற பாடல்களில் எதைப் பாடத் தோன்று கிறதோ அதையே பாடுவான். அந்தத் தீர்மானம் அந்த நொடியி லிருந்து, எதிரில் இருக்கும் உங்களிடமிருந்து எடுக்கப்படும் ஒன்று. என் படைப்பாக்கமும் அப்படியே.

அசைவ உணவை சாப்பிட விருப்பம் ஏற்பட்டதா?

நான் Schaffter High School மாணவன். எனக்குக் கிறிஸ்தவ நண்பர்கள், சகாக்கள் இப்போதும் அப்போதும் மிக நெருக்கமாக உண்டு. எல். பாலு முதலியார், ரெங்கனாதன் கோனார். செந்திலும் ராமசுப்ரமணியனும் மூப்பனார் எல்லோரும் என்னைத் தவிர அசைவர்கள். ஒன்றாகத்தான் மத்தியானம் திருநெல்வேலி முனிசிபாலிட்டி பார்க்கில் அல்லது வேறு மர நிழல்களில் உட்கார்ந்து சாப்பிடுவோம். அசைவத்திற்கும் ஆமவடைக்கும் அப்போதிருந்தே பெரிய வித்தியாசம் ஒன்றும் எனக்கிருந்ததில்லை. எல். பாலுவும் நானும் காலேஜ் முடிகிற வரை கழுத்தைக் கட்டிக்கொண்டே அலைவோம். பாலு வீட்டுப் பெரியம்மை கையால் சாப்பிட்ட அசைவம் என் இரத்தத்தில் இருக்கிறது. ஆனாலும், அசைவத்தை நானாக விரும்பிப் போய், தேடி, ஏங்கிச் சாப்பிட்டதில்லை. நண்பர் களுடன் சாப்பிடுவதில் துளியும் மறுப்பில்லை. திருச்செந்தூரில் ஆரம்பித்து கன்யாகுமரி வரை விதம் விதமாக மீன் மீனாகச் சாப்பிட்டேன். இயக்குநர் ராம் மீன் பிரியர்.

எனக்கு எதிலும் பிரியக் குறைவும் இல்லை. கூடுதல் பிரியமும் இல்லை. இந்த அசைவம் மட்டுமல்ல. மது அருந்துவது கூட நல்லார் ஒருவர் உளரேல் அவர் பொருட்டு எல்லார்க்கும் பெய்கிற கதைதான். சென்னையில் ஒரு ஒருகட்டத்தில், நானும் சில தொலைக்

காட்சித் தொடர்களின் நண்பர்களுமாக அருந்திய ரம் மிடறுகள், ஒரு எப்போதாவது குடிப்பவனின் அளவுகளை மீறியவையே, ஆனால் இன்றுவரை, நானாகத் தேடிப்போய், அல்லது ஒரு நண்பரை விரும்பி வருத்தியழைத்து மதுச் சாலையில் அமர்ந்ததில்லை. மேலும் இவைகளையெல்லாம் வீட்டுச் சுவர்களுக்கு வெளியே மட்டுமே, வீட்டுக்குத் தெரியாமல் செய்யும் சுதந்திரம் உடையவை.

சாப்பாட்டில் எந்தக் கூட்டு, குழம்பு, பிரியாணி, கூட்டாஞ்சோறு எது பிடிக்கும்?

சாப்பாட்டில் பெரிய ருசி சார்ந்த அக்கறைகள் கிடையாது. சாப்பாட்டை நான் மதிக்கிறேன். ருசி, ருசிக்குறைவு சார்ந்து நான் என் தட்டைத் தேர்ந்தெடுப்பதில்லை. பசிக்கிற நுட்பமான நண்பகல் களை. என் நெரிசல்மிக்க அலுவலக நாட்களில், பென்சில் சீவும் போது வெட்டி ரத்தம் கசியும் விரல்களைச் சூப்புவதுபோல, அதன் லேசான உப்புக் கரிப்போடு விரும்பியிருக்கிறேன். என் ருசியைப் பேண, அல்லது என் ரசனையின் அடையாளம் காட்ட, சாப்பாட்டு இலைக்கு வெளியே எனக்கு இன்னும் நிறைய இருக்கின்றன. என்னைக் கேட்காமலே, எனக்குப் பிடிக்கும் என்று நினைத்துக் கொண்டு, எனக்கு அதிகம் அவியல் பரிமாறுபவர்களை, பாயசம் ஊற்றுபவர்களை நான் என்ன செய்ய?

கதை, கவிதை, கட்டுரை ஒரு பொருளின் வடிவத்தை எப்படித் தீர்மானிப்பீர்கள்?

நான் கட்டுரை படிப்பது முக்கியம் என்று சமீபத்திய பத்தாண்டுகளிலேயே கவனம் எடுக்கிறேன். கட்டுரை எழுதியதே இல்லை என்று சொல்லலாம். அகம் புறம் கட்டுரையா. கட்டுரை மாதிரி. அது ஒரு தோற்ற மயக்கம். அது அ.கதை அவ்வளவே. அப்படியெல்லாம் கதை இது, கவிதை இது என்று முன்தீர்மானமும் கிடையாது. அப்புறம் இந்தக் கதைக்கு இது வடிவம், இந்தக் கவிதைக்கு இன்னும் கொஞ்சம் பாலை சுண்டக் காய்ச்ச வேண்டும் என்றெல்லாம் தீர்மானிப்பதில்லை. ஆச்சி மசாலா இல்லையே அம்மாச்சி அரைக்கிற மசாலா. மிஷின் பக்குவம் வேறு, கைப்பக்குவம் வேறு இல்லையா. கண் அளக்காததையா கை அளக்கும்?

யாரிடமாவது உங்களுக்கு மனத்தாங்கல் ஏற்பட்டுள்ளதா?

மனம் என்று இருந்தால் மனத்தாங்கல் இல்லாமலா இருக்கும். அதுவும் என்னை மாதிரித் தொட்டா வாடிச் செடிகளுக்குக் கேட்பானேன். தொட்டால் வாட வேண்டியதுதான். கொஞ்ச நேரம் போனால் தொடாமல் மலர வேண்டியது தான்.

மனத்தாங்கல் (அல்லது) கோபத்தை எப்படிப் புலப் படுத்துவீர்கள்?

கோபம் என்றாலும் சந்தோஷம் என்றாலும் மறைக்கத் தெரியாது. நான் கோபத்தில் வீசி எந்தக் கண்ணாடிப் பாத்திரமும் உடைந்திருக்காது. நான் மிதித்து எந்தக் குஞ்சும் நசுங்கியதில்லை. எனக்கு பசி, கோபம், காமம், அழுகை எல்லாம் ஆதார உணர்வுகள். என் உப்பு, என் சுரணை அவை.

குடும்ப உறுப்பினர்களிடம் உங்களுடைய சிநேகம் எப்படி இருக்கிறது?

சிறிய குறைகளும், பெருமளவு நிறைவும் நிறைந்தது அது, அந்தந்தப் பாத்திரங்களின் லௌகீக வசனங்களையும் பாவங் களையும் மிகச் சரியாகவே பேசியும் நிகழ்த்தியும் அந்தந்த அரங்கு களில் இருந்து வெளியேறுகிறவனாக என்னை வைத்திருக்கிறேன். நான் யாரையும் குறை சொல்வதில்லை. என்னை யாரும் குறை சொல்லவும் முடியாது.

சிற்றேடு
அக்-டிசம்பர் 2011

நேர்காணல் 2

சந்திப்பு

பவுத்த அய்யனார்

வண்ணதாசன் என சிறுகதைகள் மூலமும், கல்யாண்ஜி என்று கவிதைகள் மூலமும் தமிழ் இலக்கிய உலகில் அறியப்படும் எஸ். கல்யாணசுந்தரம் (1946) பாரத ஸ்டேட் வங்கியில் பணிபுரிந்து ஓய்வு பெற்றவர். மூத்த எழுத்தாளர் தி.க. சிவசங்கரன் அவர்களின் மகன்.

60களில் எழுதத் தொடங்கிய வண்ணதாசனுக்கு பத்து சிறுகதைத் தொகுப்புகள், ஏழு கவிதைத் தொகுப்புகள் மற்றும் தேர்ந்தெடுத்த கவிதைகளின் குறுந்தகடு, கல்யாண்ஜி குரலிலேயே வாசிக்கப்பட்டு வெளிவந்துள்ளது. 'எல்லோர்க்கும் அன்புடன்' எனும் பெயரில் இவரது கடிதங்கள் தொகுக்கப்பட்டு நூலாக வந்துள்ளது.

இலக்கியச் சிந்தனை, வில்லி தேவசிகாமணி, திருப்பூர் தமிழ்ச் சங்கப் பரிசுகள், சிற்பி விருது, இசை அமைப்பாளர் இளையராஜா வழங்கிய 'பாவலர் விருது' மற்றும் தமிழக அரசு வழங்கிய கலைமாமணி விருது முதலிய விருதுகளும், பரிசுகளும் பெற்றவர்.

மனைவி வள்ளி அவர்கள். பிள்ளைகள் சிவசங்கரி, நடராஜ சுப்ரமணியம். சிவசங்கரிக்குத் திருமணமாகி அர்ச்சனா என்ற மகள் உள்ளார்.

நடராஜசுப்ரமணியத்திற்கு ஜுலை (2009) மாதம் திருமணம். திருமண வேலைகளின் பரபரப்புக்கிடையில், அவரது மாறாத

அன்பின் காரணமாகவே இந்த நேர்காணல். கல்யாண்ஜி திருநெல்வேலியில் வசித்து வருகிறார்.

உங்கள் கதைகளும், கவிதைகளும், கட்டுரைகளும் வேலை நிமித்தம் நீங்கள் வாழ்ந்த பல ஊர்களின் வரைபடங்களைக் கொண்டவை. அந்த ஊர்கள் பற்றிய உங்கள் மனப்பதிவுகளைச் சொல்லுங்கள்.

ஆமாம். நாற்காலிக் கால்களுக்கிடையே நசுங்கிக் கிடந்த சோற்றுக்கு அலையும் வாழ்க்கை. நிலக்கோட்டை, அம்பாசமுத்திரம், தூத்துக்குடி, மதுரை, சென்னை, திருநெல்வேலி, செட்டிகுறிச்சி மீண்டும் அம்பாசமுத்திரம் என இருபத்தாறு வருடங்கள். எல்லா ஊர்களிலும் எங்களுக்கு மனிதர்கள் கிடைத்தார்கள். அப்படி மனிதனும், மனுஷியும் கிடைத்ததால் எனக்குக் கதைகளும், கவிதை களும் கிடைத்தன. எல்லா ஊர் வரைபடத்திலும் ஒரு சுடலை மாடன் கோயில் தெரு உண்டாகிவிடும்படி நாங்களும் நடமாடிக் கொண்டிருந்தோம். ஒவ்வொரு ஊரிலும் அதிகபட்சம் நான்கு, குறைந்தபட்சம் இரண்டு வருடங்கள். அடுத்த ஊரில் காலை வைக்கையில் முந்தின ஊர் மறக்க முடியாததாகி இருக்கும்.

நிலக்கோட்டை பெரியார் காலனியும், அம்பாசமுத்திரம் திலகர்புரமும், மதுரை பி.பி. சாவடியும், சென்னை ராஜுநாயக்கன் தெருவும் அடுத்தடுத்து இருக்கிற ஒரு ஊரில் நாங்கள் இப்போதும் வசிக்கிறோம். இரண்டு, மூன்று நாட்களுக்கு முன்னால், எங்களுக்கு மதுரை வீட்டில் கூடமாட ஒத்தசையாக இருந்த சரசு, எங்களைப் பார்க்க ஆட்டோவில் வந்தாள். அப்போது ஏழோ, எட்டோ படித்துக் கொண்டிருந்த சக்திக்குக் கல்யாணமாகி ஒரு ஆம்பிளைப்பிள்ளை இருக்கிறான். நந்தியாவட்டைச் செடியின் கொப்பை அவன் ஒடித்து விட்டான் என்று அர்ச்சனாவிற்கு ரொம்ப வருத்தம். தாத்தாவின் புகார்ப் புத்தகம் நிரம்பிவிட்டது.

கல்யாண்ஜி என்ற பெயரைக் கேட்டாலே கலாப்ரியா, வண்ணநிலவன், விக்ரமாதித்தன் பெயர்களும் கூடவே நினைவில் வரும். இம் மூவருக்கும் உங்களுக்குமான உறவு எப்படியானது?

கோபால் (கலாப்ரியா), நான் எல்லாம் ஒரே தெருக்காரர்கள். 21ம் நம்பர் வீடும் 28ம் நம்பர் வீடும் ரொம்ப தூரமா என்ன? இன்றைக்கு வரைக்கும் அவனுக்கு நான் கல்யாணி அண்ணன்தான். அவனுக்கு மட்டுமல்ல அவன் வீட்டுக்காரி சரஸ்வதி டீச்சருக்கும்

நான் கல்யாணி அண்ணன். மகள் தரணிக்குக் கூட அப்படித்தான். எட்டயபுரம் வலைப்பக்கத்தில் அவன் எழுதுகிறதைப் படிக்கிறீர்களா? கதை, கவிதை எல்லாம் சும்மா. அசல் வாழ்வுக்கு முன் அவை ஒன்றுமே இல்லை.

நம்பிதான் (விக்ரமாதித்தன்) என்னைத் தேடிவந்து பார்த்த முதல் வாசகன். சுப்பு அரங்கநாதனும் அவரும் தீபத்தில் என்னுடைய 'வேர்' கதையைப் படித்துவிட்டு வந்திருந்தார்கள். ரொம்ப அருமையான மனசு. எவ்வளவோ தாண்டி, எங்கெங்கோ காடா செடியாக அலைந்து, காடாறு மாசம், நாடாறு மாசம் என்று இருந்தாலும் பெண்டாட்டி, பிள்ளைகள் மேல் வைத்திருக்கிற பிரியம் அபாரமானது. புது பஸ் ஸ்டாண்டில் உட்கார்ந்து கொண்டு, சமீபத்தில் ஒரு விடியக்காலம் கூப்பிட்டார். நான் பல்கூடத் தேய்க்கவில்லை. போய்ப் பார்த்தேன். பேசிக்கொண்டு இருந்தார். பேச்சு பூராவும் அவர் பையன் சந்தோஷ் பற்றித்தான். பெருங்குடியின் எச்சமாக மிஞ்சியிருக்கிற அவருடைய முகத்தின் மீது ஒரு பளபளப்பான எண்ணெய்ப்பசை மாதிரி 'சந்தோஷ்' என்கிற பெயர் மினுங்கிக் கொண்டேயிருந்ததை, பக்கத்து இரும்பு இருக்கையில் உட்கார்ந்து பார்த்துக் கொண்டேயிருந்தேன்.

எல்லாத்தையும்விட மிகப் பெரிய கலைஞன் ராமச்சந்திரன் தான் (வண்ணநிலவன்). அவரை அடிக்கடி சந்திக்கிற மாதிரி, அப்பப்போ அவர் வீட்டுக்குப் போகிற மாதிரி, சந்திராவையும் பிள்ளைகளையும் பார்த்துப் பேசுகிற மாதிரி, ஒரே ஊரில் குடியிருக்கிற மாதிரி எனக்குக் கொடுத்து வைக்கவில்லை. அவரைப் பற்றி நிறையச் சொன்னால் ருசிக் குறைவு. கொஞ்சமா சொல்லணும். அல்லது ஒண்ணுமே சொல்லக்கூடாது. அவ்வளவு பெரிய ஆள் அவருடைய 'பாம்பும் பிடாரனும்' தொகுப்பில் ஏழோ எட்டோ தான் கதைகள் இருக்கும். அதில் உள்ள வரிகள் மாதிரி ஒரு வரியை நான் எழுதி விட்டால் போதும்.

இப்போது வரை உற்சாகத்துடன் இயங்கி வரும் உங்கள் தந்தை தி.க.சிவசங்கரன் அவர்களைப் பற்றிய சிறு வயது நினைவுகளைக் கூறுங்கள்.

என் சிறு வயது ஞாபகங்களில் அப்பாவின் நடமாட்டம் ரொம்பக் குறைவு. என் சிறு வயதை நிரப்பியவர்கள் எங்களின் அம்மாத் தாத்தாவும், அம்மாச்சியும், அம்மாவும், கணபதி அண்ணனும் தான். ஐந்தாம் கிளாஸ் வரைக்கும் எங்கள் தாத்தா கையைப் பிடித்துக் கொண்டுதான் ஸ்கூலுக்குப் போயிருக்கிறேன். நினைச்சுப்

பார்த்தால் இப்போ கஷ்டமாகக்கூட இருக்கு. எங்கள் தெரு வழியாக, எங்கள் அப்பாவின் விரலைப் பிடித்துக்கொண்டு ஒரு தடவை கூட நானோ, எங்க அண்ணனோ நடந்து போனதே இல்லை.

ஒரு தடவை காதில் ஏதோ அழுக்குச் சேர்ந்து வலி வந்தது எனக்கு. அப்பா என்னை டாக்டரிடம் கூட்டிப் போனார். ஒரு பீச்சாங்குழல் மாதிரி ஒன்றை வைத்து, காது ஓட்டையாகப் போகிற மாதிரி, தண்ணீரைப் பீய்ச்சி அழுக்கை எடுத்தார்கள். போகிற பாதையில் ஒரு ஆளுயரத் தபால்பெட்டி சிவப்பாக நின்றது இப்போது ஞாபகம் வருகிறது. இன்னொரு தடவை 7ம் வகுப்பு படிக்கும்போது போர்டில் ஸார் எழுதுகிறது சரியாகத் தெரியலை என்று சொன்னதும் டாக்டர் கிருஷ்ணமூர்த்தி என்ற கண் டாக்டரிடம் கூட்டிப் போனதும் அப்பாதான். அந்த டாக்டர் பாடிக்கிட்டே வைத்தியம் பார்ப்பார். கண்ணுக்குள்ளே பாட்டரி லைட் அடிக்கும் போதும் அவர் பாடினார். அழிக்கம்பி போட்ட ஒரு மாடி அது. அங்கே அடித்த மருந்து வாசனையும், ஜெனித் ஆப்டிகல்ஸில் கண்ணாடி போட்டுக்கொள்ள உட்கார்ந்திருந்தபோது நுகர்ந்த ஒரு வாசனையும் இப்போ கூட மூக்கிலேயே இருக்கு. மூக்குக்கு, நாக்குக்கு எல்லாம் கூட தனித்தனியா ஞாபக சக்தி இருக்கும் போல. அதற்குப் பிறகு கொஞ்சம் வளர்ந்ததும், African Lion, Living Desert படத்துக்கு எல்லாம் அப்பா ரத்னா டாக்கீஸிற்குக் கூட்டிப் போனார். சாந்தாரா முடைய 'ஜனக் ஜனக் பாயல் பாஜே' படத்துக்கும் அப்பாதான் கூட்டிப் போனார். அதுவும் ரத்னா டாக்கீஸில்தான். அப்பாவுக்கு அந்த ரத்னா டாக்கீஸ் பிடிக்கும் போல.

தி.க.சி. அவர்களின் எழுத்துக்கள், அரசியல், பத்திரிகைப் பணி பற்றி ஒரு மகனாகவும் ஒரு எழுத்தாளராகவும் எப்படிக் கணிக்கிறீர்கள்?

அப்படியெல்லாம் மகனாக, எழுத்தாளனாக எல்லாம் தனித் தனியாக, என்னால் அப்பாவைப் பற்றி மட்டுமல்ல, எதைப் பற்றியும் யோசிக்க முடியாது. நான் அப்படி யோசிக்கிறதுமில்லை. என்னைப் பொருத்தவரை தி.க.சி.ன்னா தாமரைதான். அதில் அப்பா செய்ததுதான். அதை அவரால்தான் செய்ய முடிந்தது. அதற்குப் பின்பு கூட அவரளவுக்கு வேறு யாரும் செய்யலை.

சமீபத்தில் தி.க.சி. அவர்களைப் பற்றிய ஆவணப் படம் பார்த்தேன். அவரை மரியாதைப்படுத்தும் விதமாக அந்தப் படம் இருந்தது. நீங்களும் அந்தப் படத்தில் பங்கு பெற்றுள்ளீர்கள். அந்த ஆவணப் படம் பற்றிச் சொல்லுங்கள்.

ஆமாம். அந்தப் படம் அப்பாவை மரியாதைப் படுத்தவே செய்தது. ஒரு ஆவணப்படம் எடுக்கப்படுவதும், அல்லது ஒரு ஆவணம் ஆவதுமே மரியாதைக்குரியதும் மரியாதை செலுத்துதலும் ஆனதுதானே. இதில் என்ன நல்ல விஷயம் என்றால், அதை எடுத்த ராஜகுமாரன் யார் என்றே முன்னே பின்னே தெரியாது. அவர் தமுஎச அல்லது கலை இலக்கியப் பெருமன்றம் சார்ந்தவரும் அல்ல. அமைப்பு அல்லது அரசியல் சார்ந்த அக்கறை எதுவும் அவருக்குக் கிடையாது. அவருக்குத் தோன்றியதும் ஆவணப் படுத்தியதும்தான், நீங்கள் குறிப்பிடுகிற, மரியாதை உணர்வு ஒன்று மட்டுமே காரணம் என்பதை நிச்சயப்படுத்துகிறது. ராஜகுமாரன் அவருக்குக் கிடைத்த ஆவணங்களின் தகவல்களின் அடிப்படையில், மிகச் சிரத்தையுடனும் அக்கறையுடனும் இதை எடுத்திருப்பதாகவே நினைக்கிறேன்.

இரண்டு நாட்களுக்குக் கேமராவை வாடகைக்கு அமர்த்திக் கொண்டு வந்துவிட்டார். அப்போது அப்பாவுக்கு உடல்நலம் சரி இல்லை. இனிமேல் வெறுமனே திரும்பிப் போகவும் ராஜகுமாரனால் இயலாது. கழனியூரன், கிருஷி, வள்ளிநாயகம் என்று நண்பர் களையும், தம்பி சேது, நான், என் தங்கை ஜெயா என்று குடும்பத் தினரையும் வைத்துக்கொண்டு எந்த அளவிற்கு அப்பாவைப் பதிவு செய்ய முடியுமோ அதைச் செய்துவிட்டார். என்னையெல்லாம் விட, என்னுடைய தங்கச்சியின் பேச்சுதான் ரொம்ப இயல்பாக அப்பாவைப் பற்றிப் பேசுகிறது.

எடுக்கப்பட்டது போலவே, இது அமைப்பு சாராத பலரால் திரையிடப்பட்டது என்று ராஜகுமாரன் சொன்னார். திருப்பூர் தமிழ்ச்சங்கம் கூட குறும்பட ஆவணப்பட வரிசையில் இதற்கு இம்முறை பரிசளித்திருக்கிறது என்பது அப்பாவை மட்டுமல்ல, இந்த ஆவணப்படத்தையும் மரியாதைப்படுத்துகிற விஷயம்தானே அய்யனார்.

திருநெல்வேலி என்றாலே பிள்ளைமார் சாதியைத் தவிர்க்க முடியாது. பல தமிழ் எழுத்தாளர்கள் பிள்ளைமார் சமூகத்தைச் சேர்ந்தவர்களாக உள்ளார்கள். சாதிக்கும், எழுத்துக்கும் ஏதாவது தொடர்பு உண்டா?

பல இசைக் கலைஞர்கள் பிராமணர்களாக இருந்தார்கள். நீங்கள் சொல்வதுபோல எழுத்தாளர்களாக அவர்களும், பிள்ளை மார்களும் இருந்தார்கள். அதெல்லாம் ஒரு காலம் வரை. அல்லது கல்வியறிவின் ஒரு கட்டம்வரை. மாரார்கள் செண்டை வாசிப்பது

மாறி, உவச்சர்கள் மேளம் வாசிக்கிறது மாதிரி, எழுத்தும் சில பேர் கைகளுக்குள் இருந்த காலம் மலையேறிவிட்டது. இப்போது அப்படி யில்லை. எல்லாக் கலையையும் எல்லோரும் கற்கிறார்கள். அபாரமான வீச்சுடன் நிகழ்த்துகிறார்கள். தாண்டிச்சென்று சிகரங் களைத் தொடுகிறார்கள். வாழ்வுக்கும், எழுத்துக்கும் இடையில்தான் தீராத தொடர்பு. அந்த வாழ்வுக்கும் சாதிக்கும் தொடர்புகளிருக்கிற தென்பதால், எழுத்துக்கும் சாதிக்கும் தொடர்பு இருப்பதுபோல ஒரு இணையான கோடு விழுகிறது. ஆனால், அந்தக் கோடு சமூகத்தில் அல்லது அரசியலில் விழுந்து விட்டிருப்பவை போன்று, அழுத்த மானவையோ, அழிக்க முடியாதவையோ அல்ல.

சாதி, மதம் பற்றிய உங்களுடைய நிலைப்பாடு என்ன?

இதுபோன்ற கேள்விகள் ஒரு படைப்புலகம் சார்ந்த ஒருவனிடம் கேட்கப்படுவதில்கூட, ஏதோ ஒரு வகையில் சாதியைப் பற்றிய மதத்தைப் பற்றிய வலியுறுத்தல் அல்லது தேவையற்ற நினை வூட்டல் இருப்பது போல எனக்குத் தோன்றுகிறது. இயல்பாகவே மற்றெல்லோரையும்விட, அடிப்படை அடையாளங்களிடமிருந்து தன்னை விலக்கிக் கொள்கிறவனாகவே, எழுதுகிறவனும், வரைகிற வனும், இசைக்கிறவனும், செதுக்குகிறவனும், இருப்பான். எது நிலைக்க அவசியமற்றதோ, அதுபற்றிய நிலைப்பாடு குறித்த கேள்வி களுக்கும் அவசியமில்லை. நான் ஒருபோதும் தேர்தலில் நிற்கப் போவதில்லை. தமிழ்நாட்டின் சாதி அரசியலில், எழுத்தாளர்கள் வாக்காளர் அடையாள அட்டை வைத்திருந்தாலே அதிகபட்சம்.

'தாமிரபரணி' ஆற்றை ஒரு myth ஆக மாற்றுவதில் உங்களுக்கு உடன்பாடு உண்டா?

தாமிரபரணியை மட்டுமல்ல எதையுமே myth ஆக மாற்றுவதில் எனக்குச் சம்மதமில்லை. எதுவுமே myth இல்லை. எல்லாமே நிஜம்.

தாமிரபரணி ஆற்றை உங்கள் சிறு வயதில் பார்த்ததற்கும் இப்போது பார்ப்பதற்குமான அனுபவத்தைச் சொல்லுங்கள்.

நல்ல வேளை, சிறு வயதிலாவது தாமிரபரணியை ஆறாகப் பார்த்தேன். ஆறு காணாமல் போய்விட்டது. ஆறு திருடப்பட்டு விட்டது. தாமிரபரணி இப்போது ஆறு அல்ல; வாய்க்கால். குறுக்குத் துறையும், சுலோச்சனா முதலியார் பாலமும் சின்ன வயதில் மணலும் கல்மண்டமுமாய்த் தளதளத்துக் கிடக்கும். நிலவடிக்கிற இரவுகளில் ஆறு அசைந்தசைந்து தளும்பிச் செல்வதைப் பார்ப்பது ஒரு ஆன்மிகம். தேரசைவதும் ஆறு அசைவதும் தனித்தனி தரிசனம்.

மணலைக் கொள்ளையடித்தவர்களே, சீமைக்கருவேல விதைகளை விதைத்துவிட்டும் போயிருப்பார்கள் போல. கடன் கொடுத்தவனுக்குப் பயப்படுவதுபோல, ஆறு சீமைக்கருவேலுக்கு இடையில் ஒளிந்து ஒளிந்து போய்க் கொண்டிருக்கிறது. சைக்கிளி லிருந்து காலை ஊன்றிக்கொண்டு சுலோச்சனா முதலியார் பாலத்தில் நின்று ஆற்றுக்குள் ஒருத்தர் காறித் துப்பினார். அவ்வளவு கோபம் இருந்தது துப்பலில்.

கோவில்பட்டிக்கு தமிழ்ச்செல்வன் வீட்டுக் கல்யாணத்திற்குப் போகிற வழியில் தற்செயலாக, புறவழிச்சாலைப் பாலத்தின் கீழ் பார்த்தேன். ஏதோ போக்கு யானை போல இருக்கிறது. போக்கு ஆட்டோ, போக்கு ரிக்ஷா மாதிரி இது போக்கு யானை. சாய்ந்து ஆற்றுக்குள் அமிழ்ந்து படுத்திருந்தது. பாகன் தேய்த்துக் கொடுக்கக் கொடுக்க, அது சொக்கின பாறையாக தும்பிக்கை, தளர்த்திக் கிடந்தது. இது நிஜம் என்றே நினைக்கிறேன். கொஞ்ச நேரம் முன்பு நீங்கள் கேட்ட 'myth' ஆக இருந்துவிடக்கூடாது சாமி.

தாமிரபரணி ஆற்றில் காவல்துறை நடத்திய கொலைச் சம்பவத்தைக் கேட்டவுடன் எப்படி உணர்ந்தீர்கள்?

அது காவல்துறை நடத்திய கொலையா? அவர்களை ஏவவும் தூண்டிவிடவும் எப்போதுமிருக்கிற அதிகாரம், அரசாங்கம், அரசியல் அதற்குப் பின் இப்போதும் இருக்கத்தானே செய்கின்றன. பத்திரிகை களை விடவும் கிருஷி மூலமாகவும், ரஞ்சித் வாய்மொழியாகவும், தமிழ்ச்செல்வன் நேர்ப்பேச்சிலும், காஞ்சனை சீனிவாசன், கதிர் ஆகியோரின் ஆவணப் படங்களிலுமே இதன் தொடர்பான நிறைய உண்மைகளைத் தெரிந்துகொள்ள முடிந்தது. மேற்சொன்ன இவர் களுக்குக் கொஞ்சமும் குறைந்ததல்ல என் சோகமும், கோபமும். ஆனால், அவர்கள் அதை வெளிப்படுத்திக் கொண்டதுபோல என்னால் கூர்மையாகவோ, வெளிப்படையாகவோ முன்வைக்க முடியவில்லை. ரொம்பப் பிந்தி எழுதிய ஒரு கதையின் வரிகளுக்குள் அதை ஒளித்து வைத்திருக்கவே என்னால் முடிந்தது.

இப்போது புத்தகம் வெளியிடுவது மிக எளிய செயலாகி விட்டது. உங்கள் முதல் கதைத் தொகுப்பான 'கலைக்க முடியாத ஒப்பனைகள்' எப்படி வெளிவந்தது? கணினி இல்லாத அந்தக் காலத்தில் இந்திய அளவிலான சிறந்த நூல் தயாரிப்பிற்கான பரிசு அந்த நூலுக்குக் கிடைத்ததே?

அப்போது முன்னூற்றுச் சொச்சம் ரூபாதான் சம்பளம். கையில் பெரிய சேமிப்பு எல்லாம் கிடையாது. ஆனாலும் தொகுப்புப்

போடவேண்டும் என்று தோன்றிவிட்டது. அஃக் பரந்தாமனிடம் ஒப்படைத்தாயிற்று. அவருடைய கஷ்டம், என்னுடைய சிரமம் எல்லாவற்றையும் மீறி புத்தகம் அருமையாகத் தயாராயிற்று. என் சிநேகிதன் ஆர்.பாலுதான் கடைசித் தவணைக்குப் பணம் கொடுத்துக் காப்பாற்றினான். நானும் கோபாலும்தான் சேலம் போய் எடுத்துக் கிட்டு வந்தோம்.

ஒரு ட்ரெடில் அச்சகத்தை வைத்துக்கொண்டு பரந்தாமனால் மட்டும்தான் இவ்வளவு அழகாக அச்சடிக்க முடியும். புத்தகத்துக்கு இரண்டாம் தேசிய விருது கிடைத்ததுதான் எல்லோருக்கும் தெரியும். 'கலைக்க முடியாத ஒப்பனைகள்' நூலுக்காகப் பரந்தாமன் அச்சடித்திருந்த லெட்டர்பேட், தொடர்பு அஞ்சலட்டைகளைப் பார்த்தால் அதற்கு முதற்பரிசே கொடுக்கத் தோன்றும். பரந்தாமன் தான் டில்லி போனார். அவர்தான் விருது வாங்கி வந்தார். அவர் தானே வாங்கவும் வேண்டும்.

உங்கள் முதல் கவிதைத் தொகுப்பான 'புலரி', மறைந்த கவிஞர் மீரா அவர்கள் வெளியிட்ட அன்னம் நவகவிதை வரிசையில் வெளிவந்தது. அதில்தான் வண்ணநிலவன், இந்திரன், கோ.ராஜாராம், விக்ரமாதித்தன் எனப் பலருக்கும் முதல் கவிதை நூல் வெளிவந்தது. கவிஞர் மீரா அவர்களைப் பற்றிய உங்கள் நினைவுகள்.

அது எப்படி என்னை முதல் ஆளாக நவ கவிதை வரிசையில் வெளியிட மீரா தேர்வு பண்ணினார் என்று தெரியவில்லை. முன்னே, பின்னே பழக்கமில்லை. அறிமுகமில்லை. நான் திருநெல்வேலியிலிருந்து நிலக்கோட்டை போன புதுசு. பாரதி நூற்றாண்டில் என்னுடைய முதல் கவிதைத் தொகுப்பை அவர் வெளியிட்டது எவ்வளவு நல்ல விஷயம். தொகுப்புக்குத் தலைப்புக்கூட அவர்தான் தேர்வு பண்ணினார்.

அப்புறம் 'முன்பின்', 'அந்நியமற்ற நதி', 'கனிவு', 'நடுகை' எல்லாம் அவர்தான் வெளியிட்டார். எனக்கு மாத்திரமல்ல, இப்படி எத்தனையோ பேருக்குப் பண்ணினார். கி. ராஜநாராயணனை அவரை மாதிரி யார் தலையில் வைத்துக் கொண்டாடினார்கள். அருமையான மனுஷன். அன்னம், அகரம் இரண்டையும் பெங்குவின், பெலிகன் பதிப்புகள் மாதிரி நிலைநிறுத்தப் பிரயாசைப்பட்டார். அநியாயத்துக்குச் சீக்கிரமே போயிட்டார். அவருக்கு வெளியிட்ட நினைவு மலரில் உள்ள செழியன் கட்டுரையை உடனே வாசிக்க வேண்டும் போல இருக்கிறது.

கி. ராஜநாராயணன் மணிவிழா (1983) மதுரையில் நடந்த போதுதான், உங்களை முதன் முதலாகச் சந்தித்தேன். கி.ரா.விற்கும் உங்களுக்குமான பாசப்பிணைப்பு எப்படியானது?

அநேகமாக உங்களுக்குத்தான் நான் முதன்முதல் அன்று ஆட்டோகிராஃப் போட்டேன் என்று நினைக்கிறேன். நான் கூச்சப் பட்டபோது பக்கத்தில் நின்ற மீராதான் 'போட்டுக் கொடுங்க கல்யாண்ஜி' என்று தோளில் தட்டிக் கொடுத்தார். அமைச்சர் காளிமுத்து கலந்துகொண்டு வெளியிட வேண்டிய புத்தகம். அவர் வரமுடியாததால் நான் வெளியிட்டுப் பேசினேன். பேசியும் பழக்கம் கிடையாது. பேசத் தெரியாத பேச்சில் ஒரு களங்கமின்மை இருக்கு மல்லவா. அப்படி, சோளக்காடு, வண்ணத்துப்பூச்சி, கி.ரா. மாமா என்று ஏதோ பேசினேன். 'பிரமாதமா பேசனீங்க' என்று அதற்கும் மீரா பாராட்டினார்.

கி.ரா. எங்க அப்பாவுக்கு நண்பர். நண்பர் மட்டும்தான். எங்களுக்குத்தான் மாமா. அத்தை உறவு. எனக்குக் கல்யாணம் ஆகிறவரை என்னைப் பிடித்திருந்தது. கல்யாணம் ஆனபிறகு வள்ளியை ரொம்பப் பிடித்துப் போனதால் எனக்கு இரண்டாவது ரேங்க்தான். திருநெல்வேலி வீட்டுக்கு மட்டுமில்லை, நாங்கள் குடி யிருந்த அம்பாசமுத்திரம், மதுரை வீட்டுக்கு எல்லாம் மாமா வந்திருக்கிறார்கள்.

மாமாவும், அத்தையும் மாதிரி சந்தோஷமான கணவன் மனைவி அமைவது அபூர்வம். எப்பவும் சிரித்த மாதிரி, முகம் கோணாமல் வாழ அவர்கள் ரெண்டு பேரிடமும் படிக்கவேண்டும். இது படித் தால் எல்லாம் வந்துவிடாது. எனக்கு வேலையிலிருந்து ஓய்வு கிடைத்த வுடன் பாண்டிச்சேரியில் மாமா வீட்டுக்குப் போய் இரண்டு நாட்கள் இருந்தோம். இன்னும் இரண்டு நாள் இருக்கமாட்டோமா என்று இருந்தது. எல்லோரிடமும் மனது இப்படி ஒட்டாது. 'அகம் புறம்' தொடர் முடிந்த பிறகு, மாமா ரொம்பப் பாராட்டி ஒரு நீளக் கடிதம் எழுதியிருந்தாங்க. அப்படியே கட்டிப்பிடித்து உச்சி முகர்கிற மாதிரி வரிகள். அதற்கெல்லாம் ஒரு கனிவு வேண்டும். மாமாவும், அத்தையும் வயசாக வயசாக அழகாகிக்கிட்டே போகிறார்கள் என்றால் அது அந்தக் கனிவினால்தான்.

உங்களது 'தோட்டத்திற்கு வெளியிலும் சில பூக்கள்' கதைத் தொகுப்பிற்கு சுந்தர ராமசாமி அவர்களிடம் முன்னுரை வாங்கி யிருந்தீர்கள். அந்த முன்னுரையை, நூலின் இரண்டாம் பதிப்பில் சேர்க்காததற்கு தனிப்பட்ட காரணங்கள் உண்டா?

அது என்னுடைய இரண்டாம் தொகுப்பு. சுந்தர ராமசாமியின் மீதிருந்த மரியாதையால் அவரிடம் முன்னுரை கேட்டேன். மறுக்க வில்லை. கேட்டுவிட்டேனே என்று ஒப்பேற்றவும் இல்லை. ஒரு போதும் அவர் அப்படிச் செய்யவும் மாட்டார்.

என்னைப் பற்றி நல்ல வார்த்தைகள் ஒன்றிரண்டு சொல்வார் என்று விரும்பியிருப்பேனில்லையா. அவருக்கு என் கதைகள் அந்தத் தூண்டுதலைத் தரவில்லை போலும். உங்களுக்குத்தான் தெரியுமே. ரொம்பவும் கறாரான அபிப்ராயங்களை அவரால் சிரித்துக்கொண்டே சொல்லமுடியும். இது நகைச்சுவையா, கிண்டலா என்று தீர்மானிப் பதற்குள், கத்தியின் கூர் பாதிப்பழத்திற்கு மேல் இறங்கியிருக்கும். அவருடைய அபிப்ராயம் சரியாக இருக்கலாம். அதை வேறு மாதிரி யாகச் சொல்லியிருக்கவும் அவரால் முடியும். யார் தாங்குவார்கள். யார் வலி தாங்கமாட்டார்கள் என்று அவர் தெரியாதவரல்ல.

இந்த வலியைத் தவிர்த்துக்கொள்ளவே அவருடைய முன்னுரையை இரண்டாம் பதிப்பில் தவிர்த்தேன். நான் செய்த தப்பு, இதைத் தொகுப்பு வருவதற்கு முன்பு அவருக்குத் தெரியப் படுத்தாததுதான். அந்தக் குற்றவுணர்வு இப்போதும் எனக்கு உண்டு.

இப்போது மிகத் தீவிரமாக இயங்கிக் கொண்டிருக்கும் தேவ தச்சன் அவர்களின் கவிதைகள் பற்றி என்ன நினைக்கிறீர்கள்?

எனக்குப் பிடித்த மூத்த கவிஞர்களின் குழுவில் சுகுமாரனும் சமயவேலும், தேவதச்சனும் கலையாமல் இருக்கிறார்கள். தர்க்கமும் ஒரு வன மரத்தின் ஒளிமைய நாட்டமிக்க கிளைகள் போலப் பிரிந்து பிரிந்து அடர்ந்தும் கவிந்தும் நிற்கிற தத்துவமுமாக அறியப் படுகிற அவரின் கோவில்பட்டி குரல் வேறு. அவருடைய கவிதைகளின் குரல் வேறு. ஆனால் சாராம்சம் ஒன்றுதான். அவருடைய ‘கடைசி டினோசார்’ தொகுப்பை வாசிக்குமாறு நான் என் நண்பர்களைக் கேட்டுக் கொண்டிருக்கிறேன். அப்படி வாசிக்கக் கொடுத்த அந்தத் தொகுப்பின் பிரதி திரும்ப வராததால் மீண்டும் ஒரு பிரதி வாங்கினேன். அதற்கப்புறம் ஒரு தொகுப்பு ‘யாருமற்ற நிழல்’ என்று வந்துவிட்டதெனினும், என்னைப் பொருத்தவரை ‘கடைசி டினோசார்தான்’ அவருடைய சமீபத்திய தொகுப்புப் போல, என் வாசிப்பின் அண்மையில் இருக்கிறது. அதனுடைய நிழல் அல்லது வெயிலில் அவ்வப்போது நிற்கிறதுண்டு. தேவதச்சனை, தொடர்ந்து எடுத்துக்காட்டுகிற எஸ். ராமகிருஷ்ணனைப் போன்று, எனக்கு நானே மேற்கொள்கிற கவிதைகளை, நானும் ஆறுமுகத்திடம் கண்டு கொண்டிருக்கிறேன்.

இலக்கியம் சார்ந்த உங்கள் மறக்க முடியாத நண்பர்கள் பற்றிச் சொல்லுங்கள்.

நட்பு சார்ந்தவர்களே நண்பர்கள். அந்த நண்பர்களில் சிலர் இலக்கியம் சார்ந்தவர்களாகவும் இருக்கிறார்கள். அவர்களின் பட்டியல் அப்படி ஒன்றும் பெரியதல்ல. ராமச்சந்திரன், ந. ஜயபாஸ்கரன், பாவண்ணன், லிங்கம், இளையபாரதி, சாம்ராஜ் என்று உடனடியாகச் சிலரைச் சொல்லலாம்.

உங்களது நூல்களைச் சமர்ப்பணம் செய்துள்ளவர்கள் பற்றி.

இருபது, இருபத்தொன்று எல்லாம் போதாது. நூற்றுக்கணக்கில் 'இன்னார்க்கு சமர்ப்பணம்' என்று போடுவதற்காகவே புத்தகங்கள் எழுதவும் வெளியிடவும் வேண்டும் என்று தோன்றுகிறது. எழுத்தாளன் தன் மரியாதையை, பிரியத்தை, காதலை எல்லாம் வேறு எப்படிச் சொல்லிக்கொள்ள முடியும். கி. ராஜநாராயணமாமா, கணவதி அத்தை, கணபதி அண்ணன், ராமச்சந்திரன், சமயவேல், நம்பிராஜன் இவர்களுக்கெல்லாம், சமர்ப்பணத்தைவிட, அருமை யாகக் கட்டின மாலை எந்தப் பூக்கடையில் வாங்கிப் போட முடியும்.

இலக்கிய எழுத்தாளர்கள் வெகுஜன இதழ்களில் எழுதுவதைப் பாவமாகக் கருதிய காலம் ஒன்றிருந்தது. 'ஆனந்த விகடன்' இதழில் நீங்கள் எழுதிய 'அகம்புறம்' கட்டுரைத் தொடருக்கு எப்படியான வரவேற்பு இருந்தது?

இலக்கியப் பத்திரிகையில் எழுதுவது புண்ணியம் என்றோ வெகுஜனப் பத்திரிகையில் எழுதுவது பாவம் என்றோ, எழுது கிறவன் ஒரு காலத்திலும் கருதியிருக்கமாட்டான். எழுத்தாளனுக்குப் பொதுவாகச் சம்பாதிக்கவே தெரியாது. இதில் எங்கே அவன் பாவத்தையும், புண்ணியத்தையும் சம்பாதிக்க.

என்னைப் பொருத்தவரை மட்டுமல்ல, யாரைப் பொருத்த வரையுமே, இதற்கு ஒன்று, அதற்கு ஒன்று எனத் தனித்தனி பேனா வைத்துக்கொண்டு எழுதியதில்லை. நான் இதுவரை எழுதிய நூற்றுமுப்பது கதைகளில் அதிகபட்சம் இருபதுகூட 'குமுதம்', 'குங்குமம்', 'கல்கி', 'விகடனி'ல் வந்திருக்காது. அந்த இருபது கதைகள் என்னைக் கழுவேற்றவுமில்லை. மீதிக் கதைகள் கோபுரத்திலேற்றவு மில்லை. ஆனால் நிறையப்பேரை அவை அடைந்தன.

சிறகுகள் விலாப்புறத்தில் முளைக்கும், நடேசக் கம்பரும் அகிலாண்டத்து அத்தானும், அப்பாவைக் கொன்றவன், பெய்தலும்

ஒய்தலும், ரதவீதி போன்ற சிறுகதைகள் அடைந்த வாசகர்களின் எண்ணிக்கை அதிகம். அதிகம் அடைதல் என்பது அதிகம் தொடுதல். அதிகம் பற்றிக்கொள்ளல். நான் அய்யனாரை, ஆனந்த புத்தனை, உங்கள் மேலூர் வீட்டுக்கு அடையாளம் சொன்ன தெருவுக்குப் பலசரக்குக் கடைக்காரரை, அவரது அடையாளத்தின் பின்னிணைப்புப்போல, கையில் வாங்கி வந்த கடைச்சாமானுடன், விலகி வந்து தெருவின் இடப்புறம்வரை நீள்வது போலக் கையசைத்து விவரம் சொன்ன, வெளிர் சிவப்பு சேலைப் பெண்ணை எல்லாம் தொட விரும்புகிறேன். எழுத்து அதற்கான விரல்களைத் தர விரும்புகிறேன்.

விகடனில் வந்த 'அகம் புறம்' அதை நிறையவே செய்தது. இதற்கு முன்பு என்னை முந்நூறு பேர் படிப்பார்கள் எனில் இப்போது மூவாயிரம் பேர் படித்தார்கள். நேரில், தொலைபேசியில், கடிதங்களில் பகிர்ந்து கொண்டார்கள். புத்தகக் கண்காட்சியில்கூட, இந்த வருடம் புதிய வாசகர்கள் என்னுடைய பழைய புத்தகங் களைக் கேட்டு வாங்கியதாக, சந்தியா பதிப்பகத்தில் சொன்னார்கள். நேர் எதிராக ஒன்றும் நடந்தது. எப்போதாவது ஒன்றிரண்டு முறை என் சிறுகதையோ கவிதையோ நன்றாக வந்திருக்கிறது என்று சொல்கிற சகாக்கள், இறுக்கமாக வாயை மூடிக் கொண்டார்கள். 'களக் களக்' என்று கொத்துக் கொத்தாய்க் குளத்து மீன்கள் புரள்கிறது என்று சந்தோஷப்பட்டால், தெப்பக்குளத்துப் படிக் கட்டுப் பாசிகள் இப்படி ஒரேயடியாக ஆளைவாரி விட்டுவிடுகிறது என்ன செய்ய.

உங்கள் கவிதை, கதை எந்தப் புள்ளியிலிருந்து மனதில் உருவாகத் தொடங்கும்?

இதே கேள்வியை முன்பு ஒருமுறை கேட்டபோதும் எனக்குப் பதில் சொல்லத் தோன்றவில்லை. தெரியவில்லை. கேள்வி எந்தப் புள்ளியிலிருந்து உருவாகியிருக்கிறது என்று புரிந்தால்தானே பதில் சொல்லமுடியும். அநேகமாக அனுபவங்களிலிருந்து, அனுபவங்கள் உண்டாக்குகிற நெகிழ்ச்சியிலிருந்து சில சமயம் காயங்களிலிருந்து இன்னும் சில, 'அட... என்ன வெளிச்சம்' என்றும், 'எவ்வளவு இருட்டு' என்றும் ஒரு மினுக்கட்டாம்பூச்சி பறக்கிற நிலையிலிருந்து எல்லாம் உருவாகத் துவங்குகிறது என்று சொல்லலாமோ. சமையல்கட்டில் தவறிவிடுகிற டம்ளரின் ஓசையிலிருந்து உங்களுக்குப் பாடத்

தோன்றும் எனில், கரண்ட் போய் கரண்ட் வந்தவுடன், தன்னையறியாமல் விளையாட்டுக் குழந்தைகள் 'ஹோ' என்று கத்துகிற கத்தலிலிருந்து எனக்கு எழுதத் தோன்றும்.

உங்கள் கதைகளில் வெளிப்படும் பெண்கள் மீதான அக்கறை மிகவும் முக்கியமானது. எப்படியான சூழலில் பெண்களின் துன்பங்கள் உங்களைப் பாதிக்கிறது?

அடிப்படையான உளவியல் காரணம் எனில், பெண்களே அதிகமிருந்த ஒரு பெரிய கூட்டுக் குடும்பத்தின் மத்தியில், அம்மாவாலும், அம்மாச்சியாலும் நான் மிகுந்த பாதுகாப்புடன் வளர்க்கப்பட்டதே என்று சொல்லவேண்டும். இப்போது அல்லவா பெண்கள் இவ்வளவு உரக்கவும், இவ்வளவு வெளிப்படையாகவும் சிரிக்கிறார்கள். நாற்பது, ஐம்பது வருஷங்களுக்கு முன்பு எல்லாம் பெண்கள் உரக்க அழுவதையும், உரக்கச் சண்டை போடுவதையும் தானே அதிகம் பார்க்கமுடியும்.

அன்பைத் தவிர வேறு எந்தத் தோளுமற்று, சதா ஒரு பூப்பந்தைப் போல அன்பை மட்டுமே தங்களின் ஒவ்வொரு கைக்குள்ளும் இருந்து மற்றவர் கைகளுக்குக் கடத்திக் கொண்டிருக்கிறவர்கள்தானே அவர்கள். அதனால்தானே மார்கழி மாதங்களில் பீர்க்கன் பூவுக்காகவும், பூசணிப் பூவுக்காகவும் பனிக்கூடாக அவர்கள் அலைந்தார்கள். பொருட்காட்சி பார்க்கப்போவது, ராட்சஸ ராட்டினம் பக்கத்தில் நின்று அண்ணாந்து பார்ப்பது அவர்களுக்கு எவ்வளவு பெரிய விடுதலையாக இருந்தது. வாசலில் செருப்புச் சத்தம் கேட்டால், கண்ணைத் துடைத்துக்கொண்டு எழுந்து போகிற, பக்கத்து வீட்டு முத்தக்காக்களுடன் மீதிப் பேச்சை குஞ்சம்மா மதினிகள் என்றைக்குப் பேசி முடித்தார்கள்.

பெண்கள் துன்பப்படுகிறார்கள் என்பது எவ்வளவு உண்மையோ, அதைப்போலவே ஆண்களும் துன்பப்பட்டுக் கொண்டு தான் இருக்கிறார்கள். சொல்லப்போனால், அன்றாட நடப்பில், பெண்கள் துன்பப்படுகிறார்களே என்று கரிசனப்படுகிற ஆண்கள், அந்தக் கரிசனம் காரணமாகவே அடைகிற துன்பங்கள் ரொம்ப நுட்பமானவை.

கண்ணதாசன், நடை, தீபம், கணையாழி, முதல் மீட்சி, இன்றைய உயிரெழுத்து வரையிலான சிற்றிதழ்களில் எழுதி

யுள்ளீர்கள். இன்றைக்கு வெளிவரும் இலக்கிய இதழ்கள் பற்றிய வெளிப்படையான உங்கள் அபிப்ராயம் என்ன?

அப்போதைய சிற்றிதழ்கள், இப்போதைய நடுநிலை இதழ்கள் இரண்டிலும் நோக்கங்களிலும் செயல்பாட்டிலும் பெரிய வேற்றுமை களில்லை. முன்பைவிட பொருளாதாரச் சிரமம் இப்போது எதுவு மில்லை. விளம்பரங்களை ஏற்றுக்கொள்கிறார்கள். பதிப்பில் வடிவமைப்பில் எல்லாம் கணினியமான துல்லியம். எல்லாம் இருந்தும், பெருமளவில் அவரவர்க்கென்றே இருக்கிற குழுக்கள் தொடர்ந்து பாதுகாக்கப்படுகின்றன. கிட்டத்தட்ட அவரவர் இதழ் சார்ந்து பதிப்பகங்களும் இருப்பதால், ஒருவர் கோட்டையில் இன்னொருவர் நுழைய முடியவில்லை. இவையெல்லாம் ஒருபுற மிருக்க, எவரையும் சந்தேகிக்க முடியாதபடி, எல்லோரும் மிகச் சரியான அக்கறையுடன், மொழியையும், கலை இலக்கியத்தையும் முன்னகர்த்திக் கொண்டிருக்கிறார்கள்.

இப்போது வெளிவரும் ஒரு படைப்பாளியின் மொத்தக் கதைகள், மொத்தக் கட்டுரைகள், மொத்த நாவல்கள் பற்றிய உங்கள் எண்ணம் என்ன?

பதிப்புத்துறை வளர்ச்சியின் தரமான உடன் விளைவுகளில், இந்த மொத்தத் தொகுப்புக்களும் ஒன்று. ஒரு படைப்பாளியின் தொகுப்பு, அவன் வாழ்கிற காலத்திலேயே மொத்தமாகப் பதிப்பிக்கப் படுவது வரவேற்புக்கு உரியதுதானே. 2001ல் என்னுடைய வண்ணதாசன் கதைகளும், கல்யாண்ஜியின் கவிதைகளும் மொத்த மாகத் தொகுக்கப்பட்டபோது, அதற்கு முன்பையும்விட, நானும் என் எழுத்தின் சாயலும் சரியாகக் காணப்பட்டன என்பது நிஜம். உதிரிகளைவிட மொத்தம் எப்போதுமே பலம்தானே. பலம் மட்டுமல்ல அழகு கூட.

கடிதம் என்பது ஒவ்வொருவருக்குமான அந்தரங்கம் சார்ந்தது. நீங்கள் பிறருக்கு எழுதிய கடிதங்களை நூலாக்கம் செய்தது சரிதானா?

நான் கடிதம் எழுதுகிறவன். அது அந்தரங்கமானது, எனக்கு ஒருபோதும் தோன்றியதில்லை. கடிதம் பெறுகிறவர்களில் சிலருக்கு அப்படித் தோன்றியிருக்கலாம். மதுரை ந. ஜயபாஸ்கரனுக்குத் தோன்றியதால் அவர் கடிதங்களை அனுப்ப இயலவில்லை. நீங்களும் அப்படி நினைக்கிறீர்கள் போல. உங்களுக்கு அந்த உரிமை உண்டு. என்னைப் பொருத்தவரை, நஞ்சப்பனின் ரவிசுப்ரமணியனின் முயற்சியில், என் கடிதங்களில் ஒரு சிறு பகுதி நூலாக வெளி

வந்ததில் சந்தோஷமே. சந்தோஷம் சரி, தப்பு எல்லாம் பார்த்து வருமா? நீங்கள்தான் சொல்லவேண்டும்.

எழுத்தாளர் இராகுலதாசனுக்குத்தான் அதிகக் கடிதங்கள் எழுதியுள்ளதாக ஒரு இதழில் சொல்லியிருந்தீர்கள். எப்போதிருந்து அவருக்குக் கடிதங்கள் எழுதினீர்கள்?

ராகுலதாசன் என்கிற மு. பழனி. இராகுலதாசனைக் கிட்டத் தட்ட 50 வருடங்களாகப் பழக்கம். அப்போது நான் டி.எஸ். கல்யாணசுந்தரம். அவர் மு. பழனி. நான் தினத்தந்தியில் சிரிப்புப் படங்கள் வரைந்து கொண்டிருந்தேன். 1959–60ல் ஐந்து ரூபாய் மணி ஆர்டரில் வருவது ஒரு பள்ளிக்கூடத்துப் பையனுக்கு எவ்வளவு பெரிய விஷயம். அதைப் பார்த்துவிட்டுத்தான் பழனி கடிதம் எழுத ஆரம்பித்தார். சோழவந்தான் பக்கம் நெடுங்குளத்துக்காரர்.

வாழ்க்கை எந்தப் பக்கம் யாரை இழுத்துக் கொண்டு போய்விடும் என்று சொல்லமுடியாது. நான் படிப்பில் விழுந்து, எழுந்திருந்து, பாங்க் வேலை பார்த்து ஓய்வு பெற்றிருக்க, அவர் தமிழ் படித்துப் பேராசிரியராகி, சேவுகன் அண்ணாமலை கல்லூரியில் இருந்து ஓய்வு பெற்று தேவகோட்டையில் இருக்கிறார். அவருடைய பழைய பாஸ்போர்ட் சைஸ் புகைப்படம் ஒன்று என்னிடம் இருக்கிறது. கல்லூரியில் படிக்கும்போது எடுத்ததாக இருக்கும். மனசு மாதிரி முகம். தூசு தும்பு இல்லாமல் துடைத்து வைத்தது மாதிரி இருக்கும். மீசை கூடக் கிடையாது. அவர் தேவர் என்பதை சமீபத்தில் அறியும்போது, மீண்டும் மீண்டும் ஒரு பெரிய மீசையை அவர் முகத்தில் ஒட்ட வைத்துப் பார்த்தேன். ஒட்டுவேனா என்று மீசை கடைசிவரை மறுத்துவிட்டது.

பொதுவுடைமையிலும் ஈடுபாடு. புத்தரிடமும் ஈடுபாடு. வள்ளுவரும், வள்ளலாரும் அவரைப் பொருத்தவரை வேறு வேறு ஆட்களில்லை. இந்திய இலக்கியச் சிற்பிகள் வரிசையில் போன மாதம் ‘ஷ்ரீமத் சுவாமி சித்பவானந்தர்’ பற்றி எழுதியிருக்கிறார். எதிலுமே ஆழ்ந்த படிப்பில்லாமல் ஏதாவது ஒன்றைப் பற்றிக் கொள்ளத் தவிக்கிற என்னுடைய இந்த அறுபத்து மூன்றாம் வயதில், அவருடைய இந்த இடம் எனக்கு முக்கியமாகப்படுகிறது. எப்போதும் உள்ளே ஒரு நீரோடை பாய்ந்து கொண்டிருக்கும் போல அவருக்கு.

இந்த ஐம்பது வருடங்களிலும், மீராவின் பையன் கதிர் கல்யாணத்தில் மட்டுமே நாங்கள் ஒருவரை ஒருத்தர் பார்த்துப் பேசியிருக்கிறோம். இது எங்களின் ஐம்பது வருடங்களை மேலும்

அழகாக, வாடாமல் வைக்கும் ஒரு நிகழ்வாகிவிட்டது. மூச்சை இழுத்தால், ஒரு வாசனை மாதிரி, கதிர் கல்யாணம் இராகுலதாசனுடன் நிரம்புகிறது.

இப்போது எழுதும் இளைஞர்கள் முதல் தொகுப்பிலேயே தங்களை நிரூபித்து விடுகிறார்கள். மூத்த படைப்பாளியான நீங்கள் இன்றைய இளைஞர்கள் பற்றி என்ன நினைக்கிறீர்கள்?

முதல் தொகுப்பு என்ன, முதல் கதையிலேயே அருமையாக எழுதுகிறவர்கள் தென்பட்டுக் கொண்டேதான் இருக்கிறார்கள். அவர்களைப் பற்றி எடுத்துச் சொல்லத்தான் ஆளில்லை. கீரனூர் ஜாகிர்ராஜாவும், கண்மணி குணசேகரனும், சு. வேணுகோபாலும், லட்சுமணப் பெருமாளும், பவா.செல்லதுரையும், காலபைரவனும், ஷ்ரீராமும், திருச்செந்தாழையும், சந்திராவும் இன்னும் எத்தனையோ பேரும் எல்லாத் திசைகளிலிருந்தும் வந்துகொண்டே இருக் கிறார்கள். கூடுமானவரைப் புதிதாக எழுதுகிறவர்களின் கதை, நாவல் புத்தகங்களை ரொம்ப ஆசையோடு வாங்கிப் படித்துக்கொண்டு தான் இருக்கிறேன். ஒரு மனுஷன் எத்தனை ரூபாய்க்குத்தான் புத்தகம் வாங்கிவிட முடியும். நான் நான்கு வாங்க, நீங்கள் நான்கு வாங்க என்று யாராவது பக்கத்தில் இருந்தால் நன்றாக இருக்கும். அப்படி யாரும் பக்கத்தில் இல்லை. அல்லது இருக்கிறவர்கள் பக்கத்தில் நான் போகவில்லை. எழுத்தைப் பொருத்தும்கூட ஒன்றிரண்டு புதுப்பையன்கள் பக்கத்தில் நான் போகமுடிவதில்லை. அல்லது அவர்கள் எழுதுகிற விதம் என்னைப் பக்கத்தில் வர விடுவதில்லை. எங்கள் வீட்டு நடையைவிட்டு இறங்கி நாலு எட்டில் போய்ப் பார்த்துவிடும் தூரத்தில் இருக்கிறது புங்கைமரம். அதனுடைய நிழலில் நின்றுகொண்டிருக்கிற ஒரு மனுஷியைப் பார்க்க, நான் தெருக்களைச் சுற்றிக் கூட்டிக்கொண்டு போகிறார்கள் இவர்கள். மழை பெய்ததும் துளைத்துக்கொண்டு மேலே வருகிற மண்புழுக்கள் மாதிரி, இந்த வாழ்வும் மொழியும் மிக எளிதாகத் தன்னை வைத்துக்கொண்டிருக்கிறது. எட்டு எட்டேகால் மணி வெயிலில் அநேகமாக, இவ்வளவு நீளப் பாம்பு ஒன்று, இப்படி இரண்டு கை பாகம் இருக்கும். தெற்கே முள்ளுக்காட்டிலிருந்து கிளம்பி, தார் ரோட்டை க்ராஸ் பண்ணி, வடக்குப் பக்கத்துக் கல் வெட்டாய் குழிப் புதருக்குள், தினசரி போகிறது. ஒரு அவசரமும் அதுக்கு இல்லை. யாருக்கும் இடைஞ்சலும் இல்லை. அது பாட்டுக்குப் பளபள என்று போகிறது. நான் முன்பு சொன்ன

'ஊர்ந்து கொண்டே இருக்கும் உயிரின் அழகு' அதுதான். அப்படி மொழி இருந்தால் போதும். அனாவசியமாகப் படம் எடுத்து ஆட வேண்டியதில்லை.

90களில் சுபமங்களா நேர்காணலில் மனுஷ்யபுத்திரன் கவிதைகள் பற்றி எதிர்மறையான கருத்துக்களைச் சொல்லி யிருந்தீர்கள். இன்று எப்படிப் பார்க்கிறீர்கள்?

சுபமங்களா பேட்டி வந்த சமயம், 'என் படுக்கை அறையில் யாரோ ஒளிந்திருக்கிறார்கள்' தொகுப்பு மட்டும் வெளிவந்திருந்தது. அப்போது அவருடைய 'கால்களின் ஆல்பம்' பற்றி எல்லோரும் சிலாகித்துச் சொல்லிக் கொண்டிருந்தார்கள். அது எனக்கு நல்ல கவிதையாகப் படவில்லை. இப்போதுகூட அப்படித்தான். அதை விட வரவர அவர் எவ்வளவோ அருமையான கவிதைகளைப் பின்னால் எழுதியிருக்கிறார். அவருடைய பிந்தைய தொகுப்புக்கள் 'நீராலானது', 'கடவுளிடம் பிரார்த்தித்தல்', இன்னொன்றுகூட உண்டு. மணல் பிரதியா... அதனுடைய அருமையான முகப்புப் படம் ஞாபகம் வருகிறது... கரெக்ட். 'மணலின் கதை' அவற்றை யெல்லாம் நான் விருப்பத்தோடு வாசிக்கிறேன். சமீபத்திய 'உயிர்மை' இதழில் வெளிவந்திருக்கிற 'வரலாறு எனும் பைத்தியக்கார விடுதி', 'சிநேகிதியின் கணவர்கள்' இரண்டும் அதனதன் அளவில் அருமை யானவை. ராமச்சந்திரன் எழுதிய 'மனைவியின் நண்பர்' சிறுகதை எவ்வளவு நுட்பமானதோ, அந்த அளவுக்கு நுட்பமானது மனுஷ்ய புத்திரனுடைய 'சிநேகிதியின் கணவர்கள்' கவிதையும். எல்லோரும் வாழ்க்கையில் வெகுதூரம் வந்துவிட்டோம். என்றைக்கோ கல் தட்டுகிறது. நகம் பெயர்கிறது. அதனால் என்ன மீண்டும் நகம் வளர்ந்துவிடுகிறதே. அதிலும் இந்தக் கால் பெருவிரல் நகம் கொஞ்சமா அடிபட்டிருக்கும். தன் ரத்தம் கசிந்து உலர்வதையும், ஓடுகிற ஆற்றில் அமிழ்த்தும்போது அது நீரில் புகையாகிப் பரவு வதையும் பார்க்கிற நேரம் முக்கியமானது. ஒரு தியானப் பொழுது அது.

அர்ப்பணிப்பு உணர்வுடன் மொழிபெயர்ப்புப் பணியில் ஈடுபடுபவர்கள் மதிக்கப்படுவதில்லையே?

மொழிபெயர்ப்புக்கள் கொண்டாடப்படுகின்றன. மொழி பெயர்ப்பாளர்கள் கொண்டாடப்படவில்லை. மொழிபெயர்ப்புக்களை அங்கீகரிப்பதையே மொழிபெயர்ப்பாளர்களை அங்கீகரிப்பதாக எடுத்துக்கொள்வதுதான் எல்லா மொழிகளிலும் நிலைமை என்றே தோன்றுகிறது.

மொழிபெயர்ப்புக்கள் எந்த அளவிற்கு உங்களுக்கு உதவியாய் இருக்கிறது. உங்களுக்குப் பிடித்தமான மொழிபெயர்ப்பு நூல்கள் பற்றி...

மாஸ்கோ அயல்மொழிப் பதிப்பகம், நேஷனல் புக் டிரஸ்ட், சாகித்ய அகாதமி ஆகிய நிறுவனங்கள் வெளியிட்ட நல்ல மொழி பெயர்ப்புக்களின் பட்டியலை 70களில் நம்பிராஜன் கொடுத்துப் படிக்கச் சொன்னார். அவை தவிர, 2009 ஜனவரி வரை வாசிக்கக் கிடைத்த மொழிபெயர்ப்புக்களின் பட்டியல் மிக நீண்டது. அதில் தலையாயதாக, 'நீலகண்டப் பறவையைத் தேடி' எப்போதும் இருக்கும்.

மொழிபெயர்ப்பு படைப்பாளிகளுக்குள் புதிது புதிதாக உண்டாக்குகிற மனதின் பூகோளங்களும், அந்தப் பூகோளங்களின் தட்பவெட்பம் சார்ந்து நாம் உடன் வாழத் தலைப்படுகிற மனிதர்களும் வசீகரமானவை. ஜமீலாவாகவும், பீட்டர்ஸ்பர்க் நாயகனாகவும் மாறியபடி வெண்ணிற இரவுகளில் அந்நியனாகவோ மதகுரு வாகவோ அடுத்தடுத்துத் தன்னைப் புதுப்பித்துக்கொண்ட மனநிலை களும் எனக்கு முக்கியமானவை. அந்த வாசிப்புகளுக்குப்பின், என் எழுதுகணங்கள் மட்டுமல்ல வாழ்கணங்களே, முன்பைவிடச் செறிவடைந்திருக்கின்றன. சிக்கலடைந்ததும் இல்லாமல் இல்லை.

உங்கள் குடும்ப வரைபடம் எப்படி இருக்கும். மூதாதையர் களின் பூர்வீகம் எது?

வம்ச விருட்சம், குடும்ப வரைபடம் அப்படியொன்றும் என்னிடமில்லை. சீவலப்பேரியின் பக்கத்து கிராமமான குப்பக் குறிச்சியிலிருந்து பலசரக்குக் கடை வேலை பார்த்தவர் என் பூட்டனார், அதாவது எங்கள் அப்பாவின் அப்பாத்தாத்தா கு. சிவசங்கரன் பிள்ளை. அப்பாவுக்கு அந்தத் தாத்தா பெயர்தான். அப்பாவையும், அம்மாவையும் தன் 5 வயதுக்குள் இழந்து, தாத்தாவின் பராமரிப்பில் வளர்ந்தவர் அப்பா. ஒரு வசதியான குடும்பத்துப் பேரனான அப்பாவுக்குப் பின்னால் பொதுவுடைமைச் சார்பு ஏற்பட, இப்படிச் சின்ன வயதில் அப்பாஅம்மா இல்லாமல் வளர்ந்ததன் உளவியல் ஏதாவது செலுத்தியிருக்குமோ என்று தோன்றுகிறது. அப்பா, சித்தப்பா, அத்தை. எங்கள் அம்மா தெய்வானை அம்மாள். எங்கள் தெரு மொத்தத்துக்கும் தெய்வக்கா. அப்பாவுக்கு முறைப்பெண் தான். அப்பா கூடப்பிறந்த அக்காளின் மகள். நாங்கள் ஆறு பேர்.

மூன்று ஆண். மூன்று, பெண். கி.ரா. மாமா அட்வைஸில் அப்பா குடும்பக் கட்டுப்பாடு ஆபரேஷன் செய்துகொண்டது, அந்தச் சமயம் பெரிய பரபரப்பை ஏற்படுத்தியது குடும்பத்துக்குள். படித்து வேலைக்குப் போய், கல்யாணம் ஆகி, ஓரளவுக்கு நன்றாக இருக்கிறோம். உங்களுக்குத்தான் சங்கரியையும், ராஜுவையும் நிலக் கோட்டை நாட்களிலேயே தெரியுமே. சங்கரிக்குக் கல்யாணமாகி பெங்களூரில் இருக்கிறாள். மாப்பிள்ளை ஏரோநாட்டிக்கல் இன்ஜினியர். பேத்தி அர்ச்சனாவிற்கு ஏழு வயதாகிறது. மகன் நடராஜும் பெங்களூரில்தான் வேலை பார்க்கிறான். ஜூலை ஒன்பதில் கல்யாணம். பத்திரிகை அனுப்புவேன். வந்திருங்க.

உங்கள் வாழ்வின் படிப்பு, பணி, ஓய்வு காலங்களை எப்படிப் பார்க்கிறீர்கள்?

பத்தாங்கிளாஸ் வரை படிப்பு வந்தது. பிரைஸ் எல்லாம் வாங்குவேன். அப்புறம் ஏதோ கிறுக்குப் பிடித்துவிட்டது. ஒன்றும் சரியாகப் போகவில்லை. பி.யூ.சி.யில் செலக்ஷனே கிடைக்கவில்லை. அப்புறம் பி.காம்., படிப்பில் சேர்த்தார்கள். அக்கவுண்டன்சி வரவே இல்லை. ஹைஸ்கூலில் காம்போஸிட் மேத்ஸ் வராது. அல்ஜீப்ரா, லாக்ரிதம், தியரம் என்றால் தூக்கம் வராது. அதே மாதிரிதான் டிகிரி படிப்பிலும். இரண்டு தடவை எழுதி பாஸ் பண்ணினேன். ஒன்றே முக்கால் வருஷம் கழித்து ஸ்டேட் பாங்க் பரீட்சைக்குத் தேர்வு எழுதினேன். நல்ல மார்க். இண்டர்வியூக்குக் கூப்பிட்டார்கள். அப்படி என்ன பேசினேன் என்று தெரியாது. என் ஆங்கிலம் நன்றாக இருப்பதாகப் பாராட்டி எந்த ஸ்கூலில் படித்தேன் என்று கேட்டார்கள். வேலை கிடைத்தது. இதற்குள் எழுதி எழுதி கவனத்திற்கு வந்துவிட்டேன். 'கலைக்க முடியாத ஒப்பனைகள்' வந்துவிட்டது. பாங்க் பரீட்சை Caiib என்று உண்டு. பாஸ் பண்ணினால் மூன்று இன்க்ரிமென்ட். நான் முதல் பார்ட்டே தேறவில்லை. அதிலும் அக்கவுண்டன்ஸி உண்டே. என்ன பண்ண.

2006ல் ஆகஸ்ட் மாதத்தோடு ஓய்வு. பெரும்பாலும் படிப்பு. எப்போதாவது எழுதுவது. நிறைய அயல் திரைப்படங்கள் பார்ப்பது என்று போகிறது. உங்களுடையது மட்டுமில்லை; காஞ்சனை மணி, சாம்ராஜ், ஹரீந்திரன், பாண்டியராஜ் எல்லோருக்கும் திருப்பிக் கொடுக்கவேண்டிய சி.டி.க்கள் என்னிடமே தங்கிவிட்டன. வெட்கமா இருக்கு. திருப்பிக் கொடுத்திரணும்.

சமீபத்தில் மறைந்த கவிஞர்கள், சி. மணி, அப்பாஸ் அவர்களின் மறைவுச் செய்தி கேட்டதும் என்ன தோன்றியது?

சுந்தர ராமசாமி இறந்த சமயம், அவருடைய கவிதைகளையும், 'குழந்தைகள் பெண்கள் ஆண்கள்' நாவலில் குழந்தைகள் வருகிற பகுதிகளையும் வாசித்துக் கொண்டேன். சி. மணியின் மறைவு 'ஒளிச்சேர்க்கை' தொகுப்பை ஞாபகப்படுத்தியது. ஆனால் உடனடியாக எடுத்து வாசிக்கிற நெருக்கத்தில் இல்லை. அவருடைய முகமும் எனக்குத் தெரியாது. வரிகளும் முகமும் வாசிக்கப்பட முடியாத மனநிலை அது. பக்கத்தில் இதுபோன்ற நேரங்களில் யாருமில்லாது போவது இன்னொரு துயரம்.

அப்பாஸ் தெரிந்த பையன். அதிகம் நெருக்கமில்லை. என்றாலும் தெரியும். கோபாலிடமிருந்து வாங்கிய 'வரைபடம் மீறி' தொகுப்பு என்னிடம்தான் இருக்கிறது. இரண்டு, மூன்று வருடங்களுக்கு முந்தைய குற்றால சீசனில் நாங்கள் தங்கியிருந்த அதே விடுதியில் அவரும் தங்கியிருந்த நினைவு வந்தது. முகமும் உடல் மொழியும் முன்னால் கொண்டுவந்து நிறுத்திய அப்பாஸே போதுமானதாக இருந்தது. கவிதைகளை அன்று வாசிக்கவில்லை.

இந்த வயதுவரை வாழ்க்கை உங்களுக்குச் சொல்வதென்ன?

வாழ்க்கைக்கென்ன, அதுபாட்டுக்கு என்னென்னவோ சொல்கிறது. வாழ்க்கை மாதிரி அலுக்காத கதை சொல்லி கிடையவே கிடையாது. சில சமயம் மேகம் மாதிரி, மேக நிழல் மாதிரி, வெயில் மாதிரி கண்ணுக்கு முன்னால் அது நகர்ந்துக் கிட்டே இருக்கு. இலந்தம் புதர் வழியாக அது சரசரவென்று யாரையும் கொத்தாமல் யாரையும் பார்க்காமல் எங்கே போகும் என்று தெரியவில்லை. மீன் வியாபாரியைச் சுற்றிச் சுற்றி வருகிற சாம்பல் பூனை மாதிரி நம்முடைய கால் பக்கமே நின்று மீசை முடிகள் அசையாமல் மியாவுகிறது. குளிக்கவும், மீன் பிடிக்கவும் வந்த பையன்கள் ரெண்டு பேரையும் மிதக்கச் செய்யும் கல் வெட்டாங்குழி மாதிரி நம் கண் முன்னே பள்ளத்தில் கிடக்கிறது. பாபநாசம் ஏகபொதிகை உச்சிக்குள் கற்சிலையாக கருத்த புன்னகையைப் புல்லுக்கும் பனிக்கும் விசிறுகிறது. தலைப்பிள்ளை பேறுகாலம் ஆன அம்மை மாதிரி முலைப்பால் வாசனையுடன் நம்மைப் பக்கத்தில் போட்டுத் தட்டிக் கொடுக்கிறது. லாடங் கட்டுவதற்குக் கயிறு கட்டிச் சாய்த்திருக்கிற காளையின்

வெதுவெதுப்பான சாணி மாதிரி வட்டுவட்டாக அடுக்குவிட்டுக் குமிகிறது. தொடர் வண்டிகளின் அரக்குச் சிவப்புக் கூவலுடன் கொஞ்ச தூரம் போய்விட்டுத் திரும்பி வந்து சூடான தண்ட வாளங்களில் வண்ணத்துப்பூச்சியாக ஆரஞ்சு முத்தமிடுகிறது. நரிக்குறவக் கிழவனைப் போலப் பரிசுத்தமாகச் சிரிக்கிறது. ஒரு கரும்பலகையின் உடல் முழுவதும் என் கேலிச் சித்திரத்தை வரைகிறது.

நன்றி: தீராநதி